விருந்து

விருந்து

கே.என். செந்தில் (பி. 1982)

பெற்றோர்: நடராஜன் – கண்ணம்மாள். சொந்த ஊர் அவிநாசி. மேலாண்மையியலில் இளங்கலைப் பட்டம் பெற்றிருக்கிறார். திருப்பூரில் வரி ஆலோசனை அலுவலகம் நடத்துகிறார். சிறுகதைத் தொகுப்புகள் 'இரவுக் காட்சி' (2009), 'அரூப நெருப்பு' (2013), 'அகாலம்' (2018) ஆகியன. 'விழித்திருப்பவனின் கனவு' (2016) முதல் கட்டுரைத் தொகுப்பு.

இளம் படைப்பாளிக்கான ஸ்பாரோ விருதை 2014இலும் சுந்தர ராமசாமி விருதை 2016இலும் புதுமைப்பித்தன் விருதை 2019இலும் பெற்றிருக்கிறார்.

தொடர்புக்கு:

92, முனியப்பன் கோவில் வீதி, அவிநாசி.
கைபேசி: 9750344855
மின்னஞ்சல்: knsenthilavn7@gmail.com

கே.என். செந்தில்

விருந்து

காலச்சுவடு பதிப்பகம்

● அன்பார்ந்த வாசகருக்கு,

வணக்கம்.

காலச்சுவடு நூலை வாங்கியமைக்கு நன்றி.

நூலின் உள்ளடக்கம், உருவாக்கம், அட்டைப்படம் இன்ன பிற அம்சங்கள் பற்றிய உங்கள் கருத்துகளையும் ஆலோசனைகளையும் காலச்சுவடு வரவேற்கிறது. தகவல், எழுத்து, வாக்கியப் பிழைகள் தென்பட்டால் கட்டாயம் தெரிவித்து உதவுங்கள். நூல் தயாரிப்பில் கடும் குறைபாடு இருப்பின் மாற்றுப் பிரதி உங்களுக்குக் கிடைக்கக் காலச்சுவடு ஏற்பாடு செய்யும்.

மின்னஞ்சல்: **publisher@kalachuvadu.com**

காலச்சுவடு நாகர்கோவில் தலைமையகத்துக்கும் கடிதம் அனுப்பலாம்.

தங்கள்

எஸ்.ஆர். சுந்தரம் (கண்ணன்)

பதிப்பாளர் — நிர்வாக இயக்குநர்

விருந்து ❖ சிறுகதைகள் ❖ ஆசிரியர்: கே.என். செந்தில் ❖ © செந்தில்நாதன் ❖ முதல் பதிப்பு: டிசம்பர் 2021, இரண்டாம் (குறும்) பதிப்பு: மார்ச் 2022 ❖ வெளியீடு: காலச்சுவடு பப்ளிகேஷன்ஸ் (பி) லிட்., 669, கே.பி. சாலை, நாகர்கோவில் 629001

காலச்சுவடு பதிப்பக வெளியீடு: 1046

viruntu ❖ Short Stories ❖ Author: K.N. Senthil ❖ © Senthilnathan ❖ Language: Tamil ❖ First Edition: December 2021, Second (Short) Edition: March 2022 ❖ Size: Demy 1 x 8 ❖ Paper: 18.6 kg maplitho ❖ Pages: 192

Published by Kalachuvadu Publications Pvt. Ltd., 669 K.P. Road, Nagercoil 629001, India ❖ Phone: 91-4652-278525 ❖ e-mail: publications @kalachuvadu.com ❖ Printed at Clicto Print, Jaleel Towers, 42 KB Dasan Road, Teynampet Chennai 600018

ISBN: 978-93-5523-077-5

03/2022/S.No. 1046, kcp3537, 18.6 (2) uss

ஈராண்டுகளுக்குமுன் மறைந்த தந்தை
நடராஜனுக்கு . . .

பொருளடக்கம்

முன்னுரை: நாற்பத்துச் சொச்சம்	11
சிதைவு	15
தருணம்	19
பொழுது	22
வாசனை	25
பிம்பம்	28
யோகம்	31
ஈரம்	35
நிமித்தம்	41
இடம்	45
மிச்சம்	49
பொருத்தம்	53
மணல்	57
காத்திருத்தல்	61
அந்தி	66
அடகு	70
எஞ்சுவது	74
திருடன்	85
மலர்ச்சி	89
சமர்ப்பணம்	92

பரிசு	96
பிழை	98
சிணுங்கல்	102
மீட்சி	105
சன்னதம்	109
முடிவு	113
நாயகன்	115
விடுதலை	122
தோற்றம்	125
விருந்து	128
எரிந்த அழைப்பு	133
பதில்	137
குடும்பம்	144
பலி	147
இடைக்கணம்	153
புதையல்	156
வேட்கை	161
அடைக்கலம்	165
பேறு	171
உறவு	174
உடையாத குமிழ்	176
மிருகம்	179
திரும்புதல்	182
ஆசி	186

முன்னுரை

நாற்பத்துச் சொச்சம்

இத்தொகுப்பில் மொத்தம் நாற்பத்து மூன்று கதைகள் உள்ளன. இவற்றை எழுதும் முன் மிகச்சில நீங்கலாகப் பெரும்பான்மையானக் கதைகளை எழுதுவதற்குக் குறிப்பிட்ட காலத்தை விடவும் கூடுதலாக எடுத்துக்கொள்கிறவனாக இருந்தது குறையாக அல்ல, ஆனால் பொருட்படுத்தக்கூடிய விஷயமாக மனத்தில் தங்கியிருந்தது. மேலும் அவை அளவில் பெரியனவாகவும் இருந்தன. சிறுகதையின் வடிவ இலக்கணங்களுக்குள் அடங்காதவை அவை. எனவே அவற்றை மிகப்பலரும் குறுநாவல் என்றோ நெடுங்கதை என்றோதான் மதிப்பிட்டனர். எப்படியோ ஒட்டிக்கொண்டுவிட்ட இவ்விரண்டு வழக்கத்தையும் உடைக்க வேண்டும், ஏற்கெனவே புழங்கிய கதையுலகிலிருந்து வெளியேற வேண்டும் என விரும்பினேன்.

கிட்டத்தட்ட ஐந்தாண்டுகளாக எழுதியவை இவை என்றபோதும் இவற்றைச் சீரான இடைவெளி களில் எழுதியிருக்கவில்லை. ஒரு குறிப்பிட்ட மாதத்தில் தொடர்ந்து ஏழெட்டுக் கதைகளைத் தொடர்ச்சியாக எழுதுவது பிறகு ஒரு வருடம்கூட இதுபோன்ற வடிவத்தைத் திரும்பிப் பார்க்காமல் இருப்பது என்பதே நடைமுறையாக இருந்தது. முதல் கொரோனா ஊரடங்கு தொடங்கி ஒன்றிரண்டு வாரங்களுக்குப் பின் ஒரு சுபவேளையில் தொலைந்த பறவைகள் திரும்பவருவதுபோல ஒவ்வொன்றாக வந்தமர்ந்தன. அந்த நாட்களில் மட்டும் தினமும் ஒரு கதை என ஏறக்குறைய பதினைந்துக்கும் மேற்பட்ட கதைகளை எழுதினேன். கைப்பேசியில்

தட்டச்சு தொடங்கும்வரை அங்கு என்ன வரும் என்று தெரியாது. பளிச்சென்று மனதில் ஒரு முகம், ஒரு தருணம் அல்லது ஒரு சம்பவம் தோன்றும். அதன் போக்கில் பின்தொடர்ந்தது, பிடித்த பெண்ணின் பின்னால் அவளது சம்மதத்துடன் செல்வது போலிருந்தது. அதிலிருந்த சுவாரஸ்யமும் புதிரும் விளக்க முடியாத அழகும் பிடித்திருந்தன. ஆனால் ஒன்றுபோலப் பிறிதொன்றை எழுதிவிடக்கூடாது என்கிற முன்னெச்சரிக்கையையும் அப்படி அறியாது வந்துவிட்டால் அதைத் தயக்கமின்றி அழித்துவிடுவது என்கிற உறுதியையும் கொண்டிருந்தேன். அதையும் மீறி ஏதேனும் ஒற்றுமை தென்பட்டால் அது எழுதுகிறவனின் அகம் இயல்பில் சென்று சேரும் இடமாகவே கொள்ளலாம். மேலும் அது இவற்றை எழுதிய காலகட்டத்தில் உழன்ற அடிப்படை வினாக்களை, சந்தித்த சிக்கல்களை மட்டுமல்ல சறுக்கிய இடங்களையும் கண்டுகொள்ள உதவக்கூடும்.

இதிலுள்ள பல கதைகளும் வடிவம் சார்ந்த விதிகளைப் பின்பற்றியிருக்கவில்லை. எனவே பலதும் குறுங்கதைகளுக்குப் பொருந்தாமல் நீண்டு சென்றிருக்கின்றன. அப்போது அவற்றைக் கட்டுப்படுத்தவும் முனையவில்லை. அவை எங்கு சென்று எவ்வாறு நிலைபெற விரும்புகின்றவோ அதற்கு வழிவிட்டு ஒதுங்கி நிற்பவனாகவே இருந்திருக்கிறேன். சில கதைகள் குறுங்கதைகள் போலவும் மற்ற சில, குறுங்கதைக்கும் சிறுகதைக்கும் நடுவேயும் நிற்கின்றன. மேலும் சிலதோ, சிறுகதை போலத் தோன்றுகின்றன. எனவே இத்தொகுப்பை ‘கதைகள்’ என்றே சுட்ட விரும்புகிறேன். கதைகளின் மீதான அடிப்படை விருப்பமும் வியப்புமே இவற்றை எழுதுவதற்கான அடிப்படைக் காரணமாகும். இதன்மூலமாக எவ்வளவு விதம்விதமான வாழ்க்கைகளை வாழ்ந்து பார்க்க முடிந்திருக்கிறது . . ! எழுதுவதன் வலியும் பரவசமும் அதில் தானே அடங்கியுமிருக்கிறது.

இக்கதைகள் அனைத்தும் என் முகநூல் பக்கத்திலும் வலைப்பூவிலும் எழுதியவையே (இதில் மூன்று மட்டும் *காலச்சுவடு* இதழில் பிரசுரமாயிற்று). அவற்றைத் திரட்டியபோது கிட்டத்தட்ட 55-க்கும் மேற்பட்ட கதைகள் கிடைத்தன. இன்றில் சாதாரணமாகத் தோன்றியவற்றையும் அவ்வளவாகத் திருப்தி அளிக்காதவற்றையும் கழித்துக்கட்டியபின் எஞ்சியவையே இத்தொகுப்பில் உள்ளன. இவற்றை ஒன்றுக்கும் மேற்பட்டத் தடவைகள் வாசித்தபோது பொதுவானதொரு கண்ணோட்டத்தில் இம்மனிதர்கள் கையறுநிலையையும் ஆற்றாமையையும் மிகுதியாக சந்திக்கிறார்களோ என்ற எண்ணம் ஏற்பட்டது. மரணம் நிழல்போல அங்குமிங்குமாகத் தொடர்ந்து வருவதையும் கவனிக்க முடிந்தது. வேறு சிலருக்கு மேலும் பலதும்

புலப்படக்கூடும். இக்கதைகளை வெளியிட்டபோது தொடர்ந்து வாசித்துத் தன் கருத்துக்களை உடனடியாகப் பகிர்ந்துகொண்ட நண்பர் நிலக்கோட்டை பாலமுருகனுக்கு நன்றி. அவருடனான கடித நாட்கள் நினைவில் எழுகின்றன. நண்பர்கள் குணா கந்தசாமிக்கும் ஜான் சுந்தருக்கும் அன்பும் நன்றியும்.

என் இருபதுகளின் தொடக்கத்தில் பணிக்குச் சென்று பெற்ற சொற்பச் சம்பளத்திலிருந்து சேர்த்துவைத்த பணத்தில் வாங்கிய நூல்களை அட்டைப்பெட்டியில் அடுக்கிவைத்திருந்தேன். நூலகத்திலிருந்து எடுத்து வந்தவை தனி. எனவே சகவாசம் புத்தகங்களோடு என்றானது. இது வீட்டிற்குள் பிரச்சினைகளைக் கிளப்பியது. வீடு என்றால் அதன் மையமும் குரலும் அப்பா தானே..! ஒரு கட்டத்தில் 'எல்லாத்தையும் தீயை வைச்சு கொளுத்திருவேன்...'என்று மிரட்டினார். அன்றும் என் ஆதரவுக்கரம் அம்மாதான். அந்தக் கசப்பைக் கடந்து வர ஒரு வருடத்திற்கும் மேல் ஆயிற்று. யாரோ ஒரு பெரிய எழுத்தாளர், பெரிய மனிதர் (சுந்தர ராமசாமி) இவனை மதித்து வாரத்திற்கு ஒரு கடிதமாவது எழுதிவிடுகிறாரே என வியப்புகொண்டார். அது அவரது பார்வையை ஓரளவிற்கு மாற்றியிருக்குமென நினைக்கிறேன். பிறகு மெதுவாக இதழ்களில் படைப்புகள் வரத் தொடங்கியபோதும் அவை நூலாக ஆன பின்பும் அவற்றை அவரே ஆவலுடன் வாசிப்பவராக மாறினார். சிலசமயங்களில் கருத்தும் சொல்வார். ஒருமுறை ஏதோவொரு கதையைப் படித்து விட்டு 'இவ்வளவு வெளிப்படையா வேண்டாம், கொஞ்சம் மறச்சு எழுது . . .' என யோசனை சொன்னார். பிறகு அவரே 'என்ன எழுதினே?' எனக் கேட்பவராகவும் ஏதேனும் எழுதிக் கொண்டிருப்பதைப் பார்த்தால் சத்தமில்லாமல் கதவைச் சாத்துபவராகவும் ஆனார். அவருக்கு அதில் பெருமையே இருந்தது என நினைக்கிறேன். அவர் மறைவதற்கு மூன்று மாதங்களுக்கு முன் 'அகாலம்' வெளிவந்தது. முதல் தடவை மருத்துவமனையிலிருந்து திரும்பிய பிறகு அதை எடுத்து வாசிக்க விரும்பினார். சோர்வு அவரை விடவில்லை. எழுத்து சிறியதாக இருப்பதாகச் சொல்லி வைத்துவிட்டார். எவ்வளவோ நினைவுகள் நெஞ்சில் மோதித் தளும்புகின்றன. வருத்தங்களுக்கு அப்பால் தந்தையைப் புரிந்துகொள்ள மகன்களுக்கு எப்போது முடிந்தது? இந்நூல் மறைந்த தந்தை நடராஜனுக்கு சமர்ப்பணம். என்னை எல்லாவகையிலும் காத்துவரும் அம்மாவுக்கு என் அன்பு.

என் இலக்கிய ஆசிரியர்களான சுந்தர ராமசாமிக்கும் சுகுமாரனுக்கும் என்றும் உள்ள அன்பும் வணக்கங்களும். இலக்கியம் சார்ந்தும் தனிப்பட்டும் சுகுமாரனிடமே தொடர்ந்து மிக அதிகமாக, எவ்வளவோ உரையாடியிருக்கிறேன். விவாதித்து

மிருக்கிறேன். அவை எனக்குப் பேரளவு உதவியிருக்கின்றன. அதற்கு என் நன்றி.

சில ஆண்டுகளுக்கு முன் ஒரு இலக்கிய நிகழ்வினிடையே 'தக்கை' வே. பாபு, தான் பதிப்பித்த நூல்கள் சிலவற்றைக் கையளித்தார். அவற்றில் அகச்சேரனின் 'அன்பின் நடுநரம்பு' என்னும் சன்னமான கவிதைத் தொகுப்பும் ஒன்று. அதிலிருந்த சில கவிதைகள் வெகுவாகப் பிடித்திருந்தன. மொழிமீதான பொறுப்புணர்வும் நிதானமும் கொண்ட அகச்சேரன் குறைவாக எழுதுபவர். நிறைய எழுதுகிறவர்களைக் குறை கூறுகிறேன் என இதற்குப் பொருளல்ல. ஆனால், தான் என்ன எழுதுகிறோம் என்கிற தெளிவும் எழுதியவைசார்ந்த விலகலும் ஒருங்கே கொண்டவர். எந்த அலட்டலுமின்றித் தன்னை முன்னிருத்திக் கொள்ளாமல் ஒதுங்கிச்செல்லும் சுபாவம் உடையவர். அவரை இத்தொகுப்புக்குப் பின்னட்டைக் குறிப்பை எழுதித் தர கேட்டேன். உடனடியாக ஒப்புக்கொண்டு தொகுப்பிலுள்ள மொத்தக் கதை களையும் வாசித்துக் குறிப்பை எழுதி அனுப்பிய பிறகு தன் கருத்துகளை விரிவாகவே பகிர்ந்துகொண்டார்.

இக்காலகட்டத்தில் ரோஹிணிமணி செய்த மிகச்சில அட்டை வடிவமைப்புகளுள் ஒன்று இது. அவர் உடல்நலக்குறைவிலிருந்து மீண்டுவரும்வரைக்கும் காத்திருந்தேன். அதன் பலன் கைமேல். ஆம். தொகுப்பைப் பிரதிபலிக்கும் விதமாகச் சிறப்பாக வடிவமைத்துத் தந்தார். பின்னட்டையிலுள்ள புகைப்படத்தை எடுத்தவர் தங்கை அமுதவள்ளி. இம்மூவருக்கும் என் அன்பும் நன்றியும்.

இந்நூலின் உருவாக்கத்தில் பங்கு கொண்ட ஹெமிலா, கலா முருகன் மற்றும் மெய்ப்பு பார்த்து உதவிய ஜெபாவுக்கும் நூலை வெளியிடும் காலச்சுவடு பதிப்பகத்துக்கும் அன்பும் நன்றியும்.

25.11.2021 **கே.என். செந்தில்**
அவிநாசி

சிதைவு

வழமையான கோடைகால விடுமுறை போலவே மகள்களும் அவர்களின் குழந்தை களுமாக வீடு நிறைந்திருந்தது. அவர்கள் போட்ட கூச்சல்களால் அந்த வீடு பறந்துவிடும் என்று பட்டது. வீட்டின் பின்புறம் வேயப்பட்டிருந்தப் பந்தலின் அடியில் சாக்பீஸால் கோடு கிழித்து எண்ணிப் போடப்பட்டக் கட்டங்களின் முன், உள்ளே தொட்டிலை ஆட்டிக்கொண்டிருந்த மருமகளுக்காக அவர்கள் காத்துக்கொண்டிருந்தனர்.

'அடுத்த தடவையாவது பையன பெத்துப் போடுவாளான்னு பாப்போம்' அத்தை யாரிடமோ சொல்வதுபோல தாயக்கட்டையை உருட்டினாள். சிறிது நேரமாகியும் எவருக்கும் தாயம் விழுந்திருக்க வில்லை.

"தேவப்படும்போது எதுவும் கிடைக்காது" என்ற பிறகு சற்றே நிறுத்தி "இப்ப பாரு, பத்து, பன்னெண்டு, ஆறுன்னு விழுகறத . . ." இளைய மகள் சலிப்புடன் தன் அக்காவிடம் தந்தாள்.

"உனக்காவது பரவாயில்ல, இங்க பூரா ரெண்டு மூணுன்னு கஞ்சத்தனமா வுழுகுது. பொழப்புதான் அப்படீன்னா இதுலயுமா . . ." சலித்தபடியே எடுத்துக் கொடுத்தாள்.

எதுவும் கேட்காதவள் போல அவர்களது அம்மா கட்டைகளை உருட்டி வீசினாள். "தாயம்."

“உன்ற யோகத்தை எங்களுக்குத்தான் கொஞ்சம் கொடேன் . . .” மகளின் பேச்சு காதில் விழாதவள்போல பெருமிதத்துடன் ஆட்டத்திற்குள் நுழைந்தாள். பின்னாலேயே மூவரும் உள்ளே இறங்கிவிட்டிருந்தனர்.

“எங்க போனாலும் தொரத்திக்கிட்டு வந்துருவீங்களே . . .” என்றபடி மருமகளிடம் கொடுத்தாள்.

எங்கும் வெட்டு விழாமல் சுற்றிவந்து பழமாகிவிட வேண்டும் என்கிற துடிப்பு அவர்களின் கட்டை உருட்டலில் வெளிப்பட்டபடியேயிருந்தது.

இரண்டாவது மலையை எட்டுவதற்குள் இளையவள் தன் அக்காவை வெட்டிவிட்டிருந்தாள்.

“இங்கயும் உன்னாலதான் யெனக்கு சனின்னு தெரியும்டீ . . .” அவளைப் பார்க்காமல் கட்டங்களைப் பார்த்த வாறே சொன்னாள்.

“ஆமா . . . நீ மகாராணி ஆகோணும்னு இருந்த. நான்தான் தட்டி வுட்டுட்டன். யென்ன காசு பணமிருந்தாலும் புத்தி நல்லதா இருக்கோணும் . . .” முதல் சவுக்கைச் சொடுக்கினாள்.

“ஆமாமா . . . அதுனாலதான் பொழைக்கப்போன ரெண்டாம் மாசமே உன்ற அத்தைக்காரி வூட்ல ஆகாதுன்னு தனிக்குடித்தனம் வச்சுக் கொடுத்துட்டா . . .” பதிலில் அதற்குள் காரம் ஏறிவிட்டிருந்தது.

அம்மா இருவரிடமும் மருமகள் மூன்றாவது மலையைத் தொடவிருப்பதைக் கண்களால் காட்டினாள். சட்டென்று அவர்களின் சச்சரவு நின்றது.

இளையமகள் தன் தம்பி மனைவியின் காயின் மீது கண் வைத்தபடியே கட்டையை எறிந்தாள். ஆசைப்பட்டது விழ வில்லை.

“நாம பாட்டுக்கு நம்ம பொழப்பப் பாத்துட்டு சிவனேன்னு இருக்கலாம்னா வுட மாட்டாங்க போலிருக்கு” மருமகள் தான் வெட்டப்படாது தப்புவதற்காகச் சற்று நேரம் உள்ளங்கைக் குள்ளேயே கட்டையை உருட்டிக்கொண்டிருந்தாள். ஏதோ வொன்றை அதன் காதில் சொல்லி வீசினாள். அவள் கேட்டதற்குப் பழுதில்லாமல் விழுந்தது.

“புருஷன்காரங்கிட்டதான் குசுகுசுன்னு பேசறான்னா இதுககிட்டயும் அப்படிதான் பேசறா . .” அவளது அத்தை தன் மகள்களிடம் சொன்னாள்.

'ஆமா பேசிப்பேசி உங்க புள்ளகிட்டயிருந்து புடுங்கிக் கையிலயும் கழுத்துலயும் விதவிதமா செஞ்சு போட்டுக்கிட்டேன், பாரு' என கழுத்தையும் கைகளையும் ஆட்டிக் காட்டினாள்.

இதற்குள் மூத்தவள் ஆட்டத்திற்குள் ஏறி விடுவிடுவென முன்னே வந்துகொண்டிருந்தாள்.

அம்மாவும் மருமகளும் நான்காவது மலைக்கு அருகில் இருந்தனர். அம்மா வாய்விட்டுச் சொல்லி எறிந்த எண் விழாமல் 'நான்கு' விழுந்தது.

"நாங் காசு போட்டு வாங்குனது எம்பேச்ச கேக்குதான்னு பாரு. எலவு," என எரிச்சலுடன் மருமகளிடம் தந்தாள். அவளுக்கும் நினைத்தது பலிக்காமல் மாறி விழுந்தது.

அடுத்த மூன்றாவது சுற்றில் மகள்கள் பின் ஒதுங்க தம் அம்மாவும் மருமகளும் மட்டும் அந்த நான்காவது மலையைத் தாண்டிவிட்டதைக் கண்டனர்.

அவளுக்கும் இரண்டு கட்டம் முன்னால் தன் அத்தை இருந்தாள். ஒருவருக்கு 'ஆறு'ம் இன்னொருவருக்கு 'மூன்று'ம் தேவையாக இருந்தது. அது விழாமல் போக்குக் காட்டவே மகள்களே ஆடித் தங்கள் காய்களை நகர்த்திக்கொண்டிருந்தனர்.

காய்களை நகர்த்த வழியின்றி அடுத்தவர் ஆட்டத்தில் கண் பதித்து அமர்ந்திருந்தனர்.

ஆட்டத்தின் விபரீதத்தைக் கண்டு மருமகள் சட்டென "கொழந்த அழற மாதிரி தெரியுது" என எழ முயன்றாள்.

மகள்கள் அவள் கையைப் பற்றி அங்கேயே இருத்தினர். நடக்கவிருப்பதை வேடிக்கை காணும் ஆவலும் சிரிப்பும் அவர்களின் முகத்தில் அப்பட்டமாகத் தெரிந்தன. பின்னே, பேத்தியே என்றாலும் பாட்டியைக் கொண்டு பிறந்திருந்ததால் கூடுதல் செல்லம், அதிலும் அந்த மூக்கும் வாயும். குப்புற விழுந்த தற்கே தெருவைக் கூட்டி விருந்து வைத்து அமர்க்களப் படுத்திய பரோபகாரி ஆயிற்றே. எனவே நடப்பதை வேடிக்கை காணும் ஆவல் அவரது மகள்களின் முகங்களில் தெரிந்தது.

மருமகளுக்கு எதிர்பாராதது போலவே விழுந்தது 'ஆறு'. காயை மூத்தமகள் நகர்த்தினாள். முதல் மூன்று நகர்த்தலில் தன் அம்மாவின் காயை வெட்டி வெளியே எடுத்து அடுத்த மூன்றுக்கு அவள் பழமாகி வென்றுவிட்டதாகச் சொன்னாள். சுற்றிலும் மௌனம் சூழ்ந்து இறுக்குவதாகப் பட்டது. இதற்குச் சம்பந்தமில்லாதவள் போல மருமகள் எழுந்து உள்ளே

போவதைத் தம் அம்மாவுடன் அவர்களும் பார்த்தனர். அவர்கள் எழுந்த பின்னும் அம்மா அங்கேயே உட்கார்ந்திருந்தாள். மகள்கள் முன் தன்னை வெட்டியெறிந்ததை ஏற்கவே முடிய வில்லை. கசப்பு அடிவயிற்றிலிருந்து திரண்டது. கட்டங்களை உற்றுப் பார்த்தபடியே இருந்தவள் கட்டைகளை அள்ளியெடுத்து ஆவேசத்துடன் உருட்டி வீசினாள். இப்போது அவளுக்குத் தேவையான மூன்று விழுந்தது. அதுகூடத் தன்னைக் கேலி செய்வதாகத் தோன்றியது. பெருமூச்சுடன் எழுந்து உள்ளே சென்றாள். அன்று முழுக்க ஒருவரையொருவர் பார்ப்பதைத் தவிர்த்தனர்.

மறுநாள் காலை நீர் தெளிக்கக் கதவு திறந்து பந்தலின் அடியே மருமகள் வந்தபோது தன் கால்களை முள்போல ஏதோ குத்துவதை உணர்ந்து கீழே பார்வையைத் தாழ்த்தியதும் திடுக்கிட்டு நின்றாள்.

சிமெண்ட் காரையின் மீது சாக்பீஸால் வரையப் பட்டிருந்த அந்தக் கட்டங்கள் மண்வெட்டியால் கொத்தி எறியப்பட்டுச் சிதைந்து சுக்கல்சுக்கலாகிப் பெயர்ந்து கிடந்தன.

கே.என். செந்தில்

தருணம்

தொடக்க நாட்களில் அச்சமும் புலப்படாத ஏதோவொன்றால் பீடிக்கப்பட்டவரைப் போன்ற நடுக்கமும் உடையவராக இருந்தார். கெட்ட கனவுகள் அவரை உறங்கவிடாமல் துரத்திக் கொண்டிருந்தன. கொசுக்களின் ரீங்காரத்திற் கிடையிலும் பிறர் குறட்டையிட்டு உறங்குவதையும் புலம்புவதையும் கேட்டவாறே தொலைவில் கண்ணீரோடு விட்டு வந்த குடும்பத்தை மனதிற்குள் கண்டு வெதும்பி தலையில் அடித்துக்கொண்டு பிறர் கேட்காத மாதிரி வாய் பொத்திக் குலுங்குவார். சில மாதங்களிலேயே அவை தணிந்து அமைதி சூழ்ந்தவராக உள்ளொடுக்கி எவருடனும் பேசாதவராக மாறினார். தன் விடுதலை நம்ப முடியாத தூரத்தில் இருப்பதாக குறுகிய காலத்திலேயே உணர்ந்துவிட்டிருந்தார். சிறைக்குள் எப்போதேனும் படங்கள் இடும்போதுகூட அவர் கண்கள் கருத்த வானத்தை வெறிக்கும் அல்லது அவரது விரல்கள் அமர்ந்திருக்கும் சூடான மணலில் தன் குழந்தைகளின் பெயரை எழுதி எழுதி அழித்துக்கொண்டிருக்கும்.

பனிரெண்டு ஆண்டுகளுக்கு முன் அவரே அறிந்துகொள்ள முடியாத கணத்தில் இரட்டைக் கொலையாளி ஆகியிருந்தார். சிறிய அடிதடியும் வாக்குவாதமும் முற்றி வார்த்தைகள் கொந்தளிக்க ஆரம்பித்த சில நிமிடங்களில் உயிரற்ற இரு உடல்கள் மண்ணில் விழுந்தன. உண்மையில் அவர்கள் மயக்கத்திலிருந்து சிறிது நேரத்தில்

எழுந்துவிடுவார்கள் என்று நம்பியே வீட்டுக்குச் சென்றார். குழந்தைகளின் புத்தகங்களுக்கு அட்டை போட்டு அவற்றைத் தலையணைக்கு அடியில் வைத்த பிறகு இரண்டு பேரையும் தலையணை மேல் குதிக்கச் சொல்லிக்கொண்டிருந்தபோது கதவு தட்டபட்டது. எங்கெங்கோ அலைந்து திரிந்து அவரை மீட்க போராடிவிட்டு ஓய்ந்து போய் அவர்களது அம்மா வருகையில் தன் அப்பா சொல்படி பிள்ளைகள் புத்தகங்கள் அட்டையுடன் பிணையும்படிக்கு தலையணையில் அழுத்தமாக தலையைக் கொடுத்து உறங்கிக்கொண்டிருந்தனர்.

சென்ற மாதம் பிறந்த தன் மகளின் குழந்தையைக் காண வேண்டும் என்கிற வேட்கை அவரை விரட்டிக்கொண்டேயிருந்தது. சர்க்கரை நோய்க்கும் ரத்த அழுத்தத்திற்கும் மாத்திரைகளைத் தின்றுகொண்டிருந்தார். அவ்வப்போது வரும் மயக்கத்திலும் வயிற்றுப் போக்கிலும் துவண்டுபோயிருந்தார். மருத்துவச் சோதனைகளுக்காக விலங்கிடப்பட்டு அரசு மருத்துவ மனைக்கு இன்னும் சில கைதிகளுடன் கூட்டிச் செல்லப்பட்டார். பலமுறை முன்னரே அப்படி அவர் வந்தவர் தான். ஆனால் அன்று பொறிதட்டியது. காவலரிடம் தீப்பெட்டி வாங்கிப் பீடி புகைத்ததும் மறைவிடம் தேடிப் போனார். அவரைத் தெரியுமென்றாலும் வந்திருந்த இரு போலீஸ்காரர்களில் ஒருவர் மட்டும் நம்பாமல் அவர் நிழலையே நோட்டமிட்டுக் கண்காணித்துக்கொண்டிருந்தார். அது சட்டென்று மறைந்ததும் இரண்டு காவலர்களுக்கும் குலை நடுங்கிவிட்டது. தப்பித்த கைதியைத் தேடி அவர்கள் அந்த நாள் முழுக்க அலைந்தனர். அங்கிருந்து சில கிலோமீட்டர்களுக்குப் பின் ஆரம்பிக்கும் காட்டிற்குள் அவரைக் கண்டதாக ஓலை வந்தது. மேலும் சிலரைக் கூட்டிக்கொண்டு உள்ளே இறங்கியதும் காடு அவர்களை விழுங்கியது.

இரவு முழுக்கக் காட்டிற்குள் ஒளிந்திருந்துவிட்டு விடியாத காலையில் கிளம்பிவிடும் திட்டத்துடன் பாறையினடியில் உறங்காமல் விழித்துக் கிடந்தார். அவரது பையில் பேத்திக்காக வாங்கிய சில பொம்மைகளும் காலுக்கு மாட்ட தண்டியும் இருந்தன. இலைகளின் சலசலப்புகளும் டார்ச் லைட்டின் ஒளியும் காட்டை ஊருடுவிச் சென்றுகொண்டிருந்தன.

அவ்வளவு வேகமாக ஓட முடியும் என்பதே அவருக்கு அப்போதுதான் தெரிந்தது. போலீஸ்காரன் விட்ட பெருத்த ஏப்பம்தான் அவருக்கான எச்சரிக்கை மணியாக இருந்தது. ஒரு மணி நேரக் கண்ணாமூச்சி விளையாட்டிற்குப் பின் அவர் பிடித்து இழுத்துச் செல்லப்பட்டார். அவர்கள் மிகவும் பின்னால்

வந்துகொண்டிருந்தபோது பொற்தருணம் போல மாபெரும் வாய்ப்பு அவர் முன்னால் இருந்தது. கரை புரண்டு வேகத்துடன் ஓடிக்கொண்டிருந்த ஆற்றின் கரையில் அழுதபடி நின்றிருந்த வரை இழுத்துச் சென்று வண்டிக்குள் எறிந்தனர்.

அவரால் மன அழுத்தம் நிரம்பிய பகலைக் கடத்தியிருந்த போலீஸ்காரர்கள் அதற்கான பரிசை அளித்து குற்றுயிராக அவரை அறையில் போட்டுச் சென்றனர். சில நிமிடங்களுக்கு பின் மிகுந்த பிரயத்தனத்துடன் ஊன்றி நிமிர்ந்தவர் ஓலமிட்டு அழுதார். வலியால் தான் கூப்பாடு போடுகிறார் என நினைத்த பிற ஆட்கள் ஏதும் சொல்லாமல் அவரையே பார்த்துக் கொண்டிருந்தனர்.

சிறு அமைதிக்குப் பிறகு திடீரென்று மீண்டும் சத்தமிட்ட படியே எழுந்து,

'ஐய்யோ . . . ஐய்யோ . . . எனக்கு நீச்சல் தெரியாம போச்சே . . . எஞ்சாமி . . . உன்னய வந்து பாத்திருப்பனே . . .' என்றபடியே வீங்கிக் கிடந்த கைகளால் தலையில் ஆக்ரோஷ மாக அடித்துக்கொண்டு அப்படியே கீழே சாய்ந்தார்.

விருந்து

பொழுது

நாற்பது நிமிடத்தில் நான்கு பஜ்ஜிகள், மூன்று பப்சுகள், தாகத்தைத் தணிக்க லெமன்கள், டீ–க்கள் என வெவ்வேறு கடைகளில் நின்று நேரத்தைக் கடத்தினாலும் வீங்கிய வயிற்றுடன் பூதம் போல வந்து நிற்கும் பேருந்துகள் ஒன்றில்கூட அவனால் ஏறமுடியவில்லை. இவ்வளவு ஜனங்கள் எந்தப் பொந்துக்குள் அப்பிக்கொண்டும் எந்தக் கூரையினடியில் முடங்கிக்கொண்டும் கிடந்தார்கள் என்றே தெரியவில்லை. ஆட்களின் மேல் மிதந்து போய் உள்ளே விழும் சாகசங்கள், ஜன்னல்வழி மொத்த உடலையும் நுழைக்கும் சர்க்கஸ்கள், வசவுகளால் மட்டுமே பிறரை பயமுறுத்தும் சேட்டைகளை விழிவிரித்து பார்க்க மட்டுமே அவனால் முடிந்தது. பதினோரு பஸ்களைத் தவற விட்டிருந்தான். படிக்கட்டின் நுனியைக்கூட தொட முடியவில்லை. எண்ணெயில் வேகும் உளுந்து வடையின் மணம் காற்றிலேறி வந்து மூக்கைத் துளைத்தது. அந்த எண்ணெய்க்குள் நீச்சலடித்து அவனிடம் வர ஆசைப்பட்டது போல அவை அவன் நிற்கும் பக்கம் நகர்ந்துகொண்டிருந்தன.

அங்கு ஏற்கனவே போடப்பட்ட பலகாரங்கள் கண்ணாடிப்பெட்டிக்குள் ஒன்றின் மேல் ஒன்றாக விழுந்து கிடந்தன. சில வினாடிகளில் சாம்பார் குளத்தில் முக்கிய வடைகளை ஒரு கை, அல்ல ஒரு வாய் பார்த்திருந்தான்.

அதற்குள்ளாக அவன் சில காதல்களை பேருந்தேற்றி அனுப்பியும் இருந்தான். வெவ்வேறு

ஊர்களுக்குச் செல்ல தோள்பைகளுடன் காத்திருந்த நான்கு பெண்களை தலா ஐந்து, ஏழு, பத்து, பதிமூன்று நிமிடங்கள் காதலித்திருந்தான். காதலின் முதல் அடிவைப்பு கண்கள் தான் என்றால் அதில் அவன் வென்றிருந்தான். அவர்களுக்கும் சில நிமிடங்கள் மட்டுமே காதலிக்கத் தெரிந்திருந்தது. ஒரு பெண்ணை ஏக்கத்துடன் வழியனுப்பியப் பின்பே கடவுள் அடுத்த பெண்ணை அவன் முன் அனுப்பினார். ஏக காலத்தில் பலரையும் நோட்டமிடாதவனை மெச்சி அவர் அளித்த பரிசுகள் அவை.

சில நிமிடங்கள் அவனையும் பல வினாடிகள் அவனிருக்கும் திசையில் கழுத்தை மட்டும் திருப்பி தொலைவிலெங்கோ காண்பது போல அவனையே பார்த்துக்கொண்டிருந்த நீல நிறத்தில் உடையணிந்திருந்த அந்த ஐந்தாவது பெண்ணுக்கு தெரியாதவாறு எண்ணெய் சட்டியின் பின் மறைந்து முட்டை போண்டாவுக்குள் பெப்பர் தூவ தட்டை நீட்டிக்கொண்டிருந்தான்.

அவள் தன்னை நோக்கி ஓடி வருவதைக் கண்டு முழுமையாக அதிர்ச்சி அடைவதற்குள் இருவருக்கும் நடுவே பேருந்து சத்தத்துடன் வந்து நின்றது. கிட்டத்தட்ட அவன் கால்களுக்கு மிக அண்மையில். கூட்டம் விரட்டி வந்துகொண்டிருந்தது. தட்டை அங்கேயே போட்டுவிட்டு கையை சரியாக கழுவாமல் படிக்கட்டின் மேல் பைகளை போட்டு விழுந்து எழுந்து உள்ளே போனான். நம்பமுடியாமல் இருக்கையில் அமர்ந்ததும் அரசனை போல மிதப்புடன் பிறரைப் பார்த்தான். தள்ளுமுள்ளுகள் தீர்ந்தபாடில்லை. அந்த நீலமான் கும்பலுக்குள் சிக்கி எழ முடியாமல் தவித்துக்கொண்டிருந்தது. அவளைக் கண்டதும் இடம் பிடித்து பிறரின் திட்டுகள் காதில் விழாதவனாக கை நீட்டி அழைத்தான். மறைக்கப்பட்ட சிரிப்புடன் தலை கவிழ்ந்து அவனை நோக்கி ஆட்களுக்கிடையே நீந்தி வந்து சேர்ந்தாள். ‘தேங்ஸ்’ என்றாள். ‘கடவுளே ...’ என மூச்சு விட்டான். தேங்ஸுடன் அண்ணாவைச் சேர்க்காமல் இருந்ததற்கு அவளுக்கும் கடவுளுக்கும் மனதிற்குள் நன்றி சொன்னான்.

‘கொஞ்சம் இதை வைக்க முடியுமா, ப்ளீஸ் . . .’ என்றபடியே அவன் மடியின் மீது சிலவற்றை வைத்தாள். ‘பசி’ என பைக்குள் துழாவி எடுத்த பொட்டலத்தைத் திறந்தாள். பலாச்சுளைகள். அவன் கேட்காமலேயே சில சுளைகள் கிடைத்தன. தித்திப்பின் சாறு அவன் மனதை நிறைத்துக்கொண்டிருந்தது. நீலமானின் முகம் இயல்பாக இருந்தது. கைகளில் இட்டிருந்த மருதாணியால் அவளது உள்ளங்கை சிவந்து கிடந்தது. இஞ்சின் முடுக்கப்பட்ட சில வினாடிகளில் கோளாறுடன் வயிற்றில் ஏதோ

சுழல்வது போலப் பட்டது. வியர்வை படர ஆரம்பித்ததும் அவள் மீண்டும் எதையோ தேடிக்கொண்டிருக்கையில் தன்னையே சபித்தபடி வெறுப்புடன் எழுந்து பிறரது கால்களை மிதித்த வாறே கீழிறங்கினான்.

கட்டணக் கழிப்பிடத்தில் மூன்று கதவுகளுக்கு வெளியே யும் ஆட்கள் நிற்பதைக் கண்டு எரிச்சலுடன் காறித் துப்பினான். கிட்டத்தட்ட இருபது நிமிடத்திற்கு பிறகு ஆசுவாசமாக வெளியே வந்தபோது அந்த நீலமான் மிரட்சியுடன் கண்களைச் சுழலவிட்டு நிற்பதைப் பார்த்தான். அவனைப் பார்த்ததும் வேகமாக வந்து

'என் பர்ஸும் லேப்டாப் பேக்கும் எங்க?' என முறைப்புடன் கேட்ட பிறகு அவன் பை மீதே அவை வைக்கப்பட்டிருப்பதைப் பார்த்தாள்.

'ஸாரி, வேணும்னு செய்யலங்க, எறங்க வேண்டிய சூழ்நிலை . . .' என்றதும் அதைக் காதில் வாங்காதவள் போல 'உங்க சூழ்நிலைக்கு நான் தவம் கிடக்கணுமா . . .' எனக் கத்தினாள். 'உங்க பலாப்பழத்தைச் சாப்பிட்டு தான் . . .' என திருப்பி அடித்தான். கோபத்துடன் வெடுக்கென பையை பிடுங்கிக்கொண்டு முன்னால் சென்று தலையிலடித்துக் கொண்டு பேருந்துக்காக நின்றுகொண்டாள்.

'இவள போயி மானு மயிறுன்னம் பாரு என்னய எதால யாவது யெடுத்து சாத்திக்கோணும். வெளங்காதவ, இவ சொத்தை தூக்கீட்டு வந்த மாரி கத்தறா . . . இங்கேயே என்னடி பாத்துக்கிட்டு இருக்கற, பெரிய இவளா நீ . . . ஐய்யய்யோ என்ன இந்த பக்கமா வர்றா ? காது கேட்டுருச்சா . . !'

அருகில் வந்து சிரிப்பை அடக்கிக்கொண்டு 'வாங்க, பசிக்குது. ஏதாவது சாப்பிடலாம்' என்றாள்.

ஒரு சொல்கூட பேசாமல் நாய்க்குட்டி போல அவள் பின்னால் குதித்தபடி நடந்தான்.

கடையில் வெந்துகொண்டிருந்த பருப்புவடையின் வாசம் அவர்களை நோக்கிச் சந்தோஷமாக வந்துகொண்டிருந்தது.

வாசனை

அங்கே ஒருவர் படுத்திருக்கிறார் என்கிற போதமே வீட்டினரைக் கலங்க வைத்துக் கொண்டிருந்தது. அவரது பேச்சுகள் குழறல்களாக மாறின சில நாட்களுக்குள்ளாகவே அதுவும் நின்றுபோய்விட்டது. பிறகு வெறும் சைகைகள் மட்டும்தான். நான்கு தலையணைகளைக் கால் களுக்கு அண்டக் கொடுத்தும் வீக்கம் வடியவே யில்லை. தடிப்புத் தடிப்பாக அந்த கால்கள் புடைத்திருந்தன. அது சிறிய கற்குளவி போல இறுகிப்போயிருந்தது. குச்சிதான் அது, கால்கள் அல்ல என்று அவர்களுக்குச் சில சமயம் தோன்றியது. ஆனால் மெதுவாக தலையணை உருவ கால்களைத் தூக்கினால் வலி பொறுக்கமாட்டாமல் பற்களைக் கடித்தபடியே கட்டிலை யாரோ தூக்கிக்கொண்டு போகப் போகிறார்கள் என்பது போல இறுக்கிப் பிடிப்பார். சிறு கிளை முறியும் ஒலி போல முழங்கால்களிலிருந்து சொடக்குகள் தெறிக்கும். அன்னிச்சையாகக் கண்களிலிருந்து நீர் காதுக்குள் இறங்கும்.

“என்ன பண்ணுது உங்களுக்கு . . ?” என்ற கேள்விக்கு பேச இயலாமல் தலையிலிருந்து கால் வரை சுட்டிக் காட்டி எல்லாம் போய்விட்டது எனச் சைகையாலேயே சொல்வார்.

“ஆஸ்பத்திரி போலாம் . . .” என்றவுடனேயே அவர் முகம் கோபம் கொண்டுவிடும். கையை நீரில் நீச்சலுக்கு வீசுவது போல காற்றில் வீசுவார். “அப்பறம் இப்படியே படுத்துக் கிடக்கலாம்னா . . .”

எனக் குரலை உயர்த்தினால் கை கூப்பி வணங்குவார். அதைப் பார்க்கச் சகிக்காமல் முகத்தைத் திருப்பிக்கொள்வான். மருத்துவர்கள் கைவிட்டு விட்டிருந்ததை அவர் அறிய மாட்டார் என்ற போதும் அங்கு வர அவர் விரும்பவேயில்லை.

அவருக்கு ஆகாரமே சிறிய தேக்கரண்டியில் புகட்டப்படும் பால் என்றானது. அவனது அம்மாவால் அவரைப் புரட்டி அமர வைக்க முடியாது. அவனில்லாதபோது அது ஓர் பெரும் போராட்டமாக மாறும். அவ்வளவு கால வாழ்க்கை அளித்த பிரியமும் கசப்பும் ஒருங்கே கொண்ட வயோதிகப் பிராணிகள் இரண்டும் மல்லுக்கட்டுவது போலிருக்கும். அவனைக் கடுமை யாகத் துன்புறுத்தியதெல்லாம் அவர் கண்களில் அணையாமல் ஒளிர்ந்துகொண்டே இருந்த வாழ வேண்டும் என்கிற துடிப்பு தான். இத்தனை உபாதைகளும் தீர்ந்து கால் நீட்டி அமர்ந்து வழக்கம் போல நாளிதழ் படிப்போம் என்கிற ஆசையை அவன் அவரிடம் கண்டுவிட்டிருந்தான்.

சைகையும் அற்றுபோனபோது திடீரென நினைவு வந்தவ ராக பிரயத்தனப்பட்டுக் கையைத் தூக்கி பல் விளக்குவது போலக் காட்டினார். கிட்டத்தட்டக் கட்டிலோடுப் பிணைத்துக் கட்டியது போல எவ்வளவு முயன்றும் அவரை எழுப்பவே முடியவில்லை. அப்படியே அலேக்காகத் தூக்கினான். 'ஐய்யோ . . . ஐய்யோ . . .' என வலியால் துடித்து முடியாமல் வாய் அசைத்தார். 'பேசாம இருக்க மாட்டீங்க . . .' என்ற அதட்டல் அவரை மௌனியாக்கியது. அவனது கழுத்தை கைகளால் அவர் இறுகப்பற்றுவதை உணர்ந்தான். அது வாழ்க்கை யைப் பற்றும் முயற்சி தான் என அவனுக்குத் தோன்றியது. அதே வீட்டில் அவரது அடிகளுக்குப் பயந்து சுவரோடு ஒண்டிக்கிடந்த நாட்களுக்குள் போய் மீண்டு வந்தான். அன்ன ஆகாரமில்லாதவர் எப்படி இவ்வளவு கனக்கிறார் என்பதே புரியவில்லை.

உள்ளே சென்று நிறுத்தியதும் அவர் சுவரை பற்றிக் கொண்டுக் கடுமையாக மூச்சிரைத்தார். 'முரட்டுத் தனம்' என்பது போல ஒன்று பிசிறாக அவனுக்குக் கேட்டது. அவருக்கு சக்தி எங்கிருந்து கிடைத்தது என்பதை அறிவதற்குள் பல்பொடியை வாயினுள் கொட்டி விளக்க ஆரம்பித்துவிட்டிருந்தார். அதன் எச்சில்கள் அவன் மீது விழுந்தன. ஏதேனும் சொல்வானோ என பயந்து நின்றிருந்தவரின் வாயை நீரில் துடைத்துவிட்டான். மெதுவாக வெளியே வந்து கதவை சிறிது சாத்தியதும் அது காற்றிற்கு படீரென அடித்ததுமே உள்ளே தாழ் விழுந்துவிட்டிருந்தது.

எவ்வளவு உலுக்கியும் நீக்கவே முடியவில்லை. உள்ளே அவர்விழுந்துவிட்டதுபோன்றசத்தம்கேட்டது.வெளியேவீட்டினர் கூடி அதை உடைக்கலாம் என்பதற்குள் அவர் வாயிலிருந்து

மேலெல்லாம் ஒழுகிய நீருடன் கதவைத் திறந்துவிட்டிருந்தார். வழியும் கண்ணீரைக் கூட துடைக்க மறந்தவனாக அவரைத் தூக்கி வந்து கிடத்தினான்.

அவனையே வெறித்துப் பார்த்தபடி கிடந்தவர் தலையை ஆட்டி அருகில் வரச் சொன்னார். அவனது முகமெல்லாம் விரல்களால் அளைந்த பிறகு கன்னத்தை இழுத்து வாய்க்குள் போட்டு முத்தமிட்டார். பேச்சு வந்துகொண்டிருந்தபோது அம்மாவிடம் 'அவனுக்கு நான் எதுவுமே செய்யல ... அவனாவே எல்லாம் செஞ்சுக்கிட்டான் . . . எதையும் வைக்கவுமில்ல' என புலம்பினதை அப்போது அம்மா சொன்னாள். சட்டெனே கழுத்தைச் சுவரைப் பார்த்துத் திருப்பிக்கொண்டார்.

வீடே அவரது நாற்றத்தால் முகத்தைச் சுழித்தபடியே செயலாற்றிக்கொண்டிருந்தது. நாளைக்கு மூன்று வேட்டிகள் மாற்றி விடும்படி படுக்கையிலேயே கழித்துக்கொண்டிருந்தார். அவனும் அம்மாவும் முகம் சுளிக்காமல் அதை செய்தனர். இது என்னவாக முடியும் என்பது முன்பே அம்மாவுக்கு தெரிந்து விட்டிருந்தது போலும்.

இரவில் படுக்கைப்புண்ணிற்குக் கட்டுப் போடும்போது மூச்சு இருந்துகொண்டுதான் இருந்தது. பிறகு நிசியில் எசகு பிசகாக எகிறி அடித்து சன்னமாக மாறி அடங்கும்போது ஏதும் செய்ய இயலாமல் வெறுமனே அவரைச் சூழ்ந்து நிற்கிற சாபம் அவ்வீட்டினருக்கு இருந்தது.

இனி செய்வதற்கு ஏதுமில்லை என்பதை உணர்ந்து வீட்டினரின் அழுகையின் ஊடே இறுகிய முகத்துடன் குளிர்ந்து கிடந்த உடலை நெருங்கித் தொட்டு, மடக்கிச் சுருட்டியிருந்த விரல்களை விரித்தபோது அவனது சட்டையின் நூல் பிசிறை வெளியே போகாமல் பத்திரமாக உள்ளங்கைக்குள் பொத்தி வைத்திருந்ததைக் கண்டான்.

எதுவும் பேசாமல் கொஞ்சம் தனியாக நிற்க வேண்டி படிக்கட்டில் ஏறிக்கொண்டிருந்தபோது கொடியில் கிடந்த அவனது துவைக்கப்படாத சட்டை காற்றிக்கு வந்து மேலே விழுந்தது. அவரைத் தூக்கி வந்த போது போட்டிருந்த சட்டை ..!

அவரது உடம்பின் மணம் அதிலிருந்தது. ஆழமாக உள்ளிழுத்தான். அதை உடலெங்கும் நிரப்பிக்கொள்ள முயல்பவனைப் போல. அது அவனது வாழ்நாளெல்லாம் உடன் வரும் வாசனைகளுள் ஒன்றாக இருக்கப் போகிறது. அந்தச் சட்டையை முகத்தின் மீது போட்டுக்கொண்டு கற்சிலை போல அங்கேயே அப்படியே நின்றுகொண்டிருந்தான்.

பிம்பம்

அவள் ஒரே சமயத்தில் இரு காதல்களில் இருந்தாள், இரண்டிலுமே தீவிரமாக. ஒருவருக்காக இன்னொருவரை இழக்க அவள் தயாராகவே இல்லை. அவர்களது அழைப்புகள் தான் அவளது வெறுமையின் பாலையில் மருதத்தை வரவழைத்திருந்தன. பிசகுகள் தடுமாற்றங்கள் சண்டைகளுக்குப் பின்னும் அந்த வளையம் மெல்லிய பனி சூழ்ந்த இளவெயில் போல வசீகரத்தையும் சுகக்கேட்டையும் ஒருங்கே தருவதாக இருந்தது. சில சமயங்களில் அது நெருப்பு வளையமாக மாறும் என்றாலுமேகூட. எப்படிச் சொற்களுக்கு தீப்பிடிக்க வைக்க முடியும் என்பதை அறிந்துகொண்டபோது வேறொரு உலகம் அவளுக்குள் திறந்தது. எப்படி சொல்லால் மனிதனை செல்லப்பிராணியாக மாற்ற முடியும் என்பதை கண் முன்னே உணர்ந்தாள். அதன் பின் பொய்களால் ஆனதாக மாறின அவள் நாட்கள். தேர்வுகளிலேயே அவள் அப்படித்தான். நான்கில் இரண்டைத் தெரிவு செய்ததும் அந்த இரண்டுமே சரியான பதில்கள் என்றுதான் தோன்றும். தீர யோசித்துத் தவறானதை எழுதி வைத்துவிட்டு வருவாள். அப்படித்தான் இதிலும் நேரப்போகிறதா என்கிற பயமே அவளை இருவரையுமே விடாமல் பிடித்து வைக்கச் செய்திருந்தது.

அவர்களின் மீதிருப்பது பரிதாபமா? கருணையா? அல்லது ஆழ்ந்த விருப்பமா? என்கிற கேள்விகள் அவளது அன்றாடத்தின்கொக்கிப்பிடியில் ஊசலாடிக்கொண்டிருந்தன. பகிர்ந்துகொள்ள விஷயங்களின் கிண்ணம் காலியானபோது சிறுமி

கே.என். செந்தில்

போல ஓர் விளையாட்டுக்கு ஆயத்தமானாள். இருவரையும் ஒரே இடத்திற்கு வரச் செய்யும் யோசனை ஓடியது.

இடத்தையும் நேரத்தையும் வேறு யார், அவளே தான் முடிவு செய்தாள். தன் நண்பன் என்றே ஒருவருக்கொருவர் அறிமுகம் செய்து வைத்தாள். யார் அவளுடன் அதிகமும் பேசுவது, அவளை சிரிக்க வைப்பது என்பதில் போட்டா போட்டி இருக்கும் என எதிர்பார்த்திருந்தவளுக்கு ஏமாற்றமே எஞ்சியது. சிறு உதடு விரிப்போடு அவர்களது சிரிப்புகள் உள்ளே சென்றுவிட்டன. அவள் யாரை அதிகமும் ரசிக்கறாள் ? அவளது கண்கள் யார் மீது மையலுடன் சரிகிறது ? எவரிடம் பேசுகையில் முகம் பொலிவுறுகிறது என்பதை நோட்டமிடுவதிலேயே அவர்களது நிமிடங்கள் கரைந்துகொண்டிருந்தன. எரிச்சலான உடலசைவுகளில் தருவிக்கப்பட்ட சிரிப்புகளில் அச்சந்திப்பு படுதோல்வியில் முடிந்தது. அவர்கள் கலைந்த அடுத்த நொடியில் இருவருக்கும் அடுத்தடுத்து 'அவன்தான் என்கிட்ட லவ் ப்ரபோஸ் பண்ணினவன்' என குறுஞ்செய்தி அனுப்பினாள். ஒருவனிடம் பதிலே இல்லை. எரிந்துகொண்டிருப்பானோ என்று தோன்றியது. மற்றவன் 'நீ என்ன சொன்னே...' என்று கேட்டு அனுப்பி இருந்தான். சிரிக்கும் பொம்மை ஒன்று அவனுக்கு போய் சேர்ந்தது. கொஞ்சம் துடிக்கட்டுமே .. ! அவள் நினைத்தது போலவே வந்த அழைப்பைத் தவிர்த்துப் பொய்யாக நடித்து 'எதுக்கு நீ இவ்ளோ பதற்றப்படற. . .' என அனுப்பினாள். அவன் பவ்யமாக 'ஸாரி . . . ஸாரி . . . 'என பல தடவைகள் இறைஞ்சுவது போலக் கேட்டு தன் குரலை அனுப்பினான். 'ஒரு தடவை எடு . . .' என்கிற செய்தியை படிக்கப் படிக்கவே அழைப்பு வந்து விட்டிருந்தது. 'ம் . . .' என்பதன்றி அவள் பதிலே பேசவில்லை. கிட்டத்தட்ட இருபது நிமிடங்களும் இப்பக்கமிருந்து மௌனமும் பிறகு ம் . . . மட்டும்தான் அவனுக்குக் கிடைத்தது. அப்போது அவள் மனம் இதுவரை ஏதுமே பேசாதிருக்கும் அந்த இன்னொருவனை நினைத்துக்கொண்டிருந்தது. 'குட் நைட் சொல்லு . . . அப்போதான் என்னால தூங்க முடியும் . . .' என பிச்சைக் கேட்டுக்கொண்டிருந்தவனுக்கு இறுதியாக அவளால் ஆசி வழங்கப்பட்டது. அதற்குப் பின்னும் அரைமணி நேரம் அவளை ஆராதித்து வர்ணித்து அனுப்பிய செய்திகள் ஒவ்வொன்றையும் தன் மீது விழும் பூக்களெனக் கண்டு அமர்ந்திருந்தாள். அவள் அதை வாசிக்கிறாள் என்கிற விஷயமே அவனுக்கு போதையாக இருந்தது. மனம் ததும்பப் படுக்கையில் கிடந்தான்.

அவள் அந்த மற்றவனின் யோசனையில் 'எங்க இருக்க . . . வீட்டுக்குப் போயாச்சா . . .' என அனுப்பிவிட்டு ஒளிரக் காத்திருக்கும் மொபைலையே பார்த்துக்கொண்டிருந்தாள்.

எந்த எதிர்வினையையும் காணோம். நடுநிசிக்குப் பிறகு எடுத்துப் பார்த்தபோது 36 தவறிய அழைப்புகள் அவனிடமிருந்து வந்திருந்தன. அனுப்பப்பட்ட 6 குரல் பதிவுகளும் இருந்தன. இளவரசியின் தோரணையில் ஒவ்வொன்றையும் திறந்து கேட்டாள். அந்த இன்னொரு நபர் யாரென்கிற கேள்வி அவனை விரட்டியதாகவும் அதற்கு பயந்து நிறுத்திய இடம் மதுக்கூடம் என்றும் அக்குரலின் முதல் பதிவு தொடங்கியது. குடித்துவிட்டு ஒருவருக்கும் தெரியாமல் அழுதபடியே வெளியேறினபோது போலீஸ்காரர்கள் பிடித்து நிறுத்திவிட்டார்களாம். காலில் விழுந்தும் விட சம்மதிக்கவில்லையாம். மிச்சமீதிகளைப் பிடுங்கிக் கொண்டு வண்டியையும் அங்கேயே விட்டுவிட்டு போகச் சொல்லி விட்டார்களாம். காலையில் தான் போய் எடுக்க முடியுமாம். அதனால் தான் அழைக்க தாமதமாம். ஆனால் இவ்வளவுக்கு மத்தியிலும் உன் முகத்தைத் தான் நினைத்துக்கொண்டிருந்தேன் என்றுவிட்டு தப்பாக இருந்தால் மன்னித்துக்கொள்ளும்படியும் அந்தபையன் யார் என்று தெரியவேண்டும் என்றும் கேட்டிருந்தான். அவள் தன் குரலில் ஒரு செய்தி அனுப்பினாள். உடனே அவன் அதைக் கேட்டு விட்டிருந்தான். அதில் அவள் சொன்ன ஒரு பொய் அவனது அத்தனை நேர ஊசலாட்டங்களையும் கண்ணீரையும் சரிக்கட்டிச் சமாதானப்படுத்தி விட்டிருந்தது. இனி மேல் குடிக்க மாட்டேன் என அவள் கேட்காமலேயே சத்தியம் செய்து உன்னிடம் எதையும் மறைக்கும் நோக்கம் எனக்கில்லை என்பதால் தான் குடிப்பதைக்கூட உன்னிடம் சொல்லி இருக்கிறேன் என மன்றாடிக் குரல் செய்தி அனுப்பினான்.

நேரம் இரண்டு மணியை நெருங்கிக் கொண்டிருந்தது. எப்போது உறங்கினோம் என்பது தெரியாமல் அதிகாலையில் கோவிலில் முழங்கும் பாடல் ஒலி கேட்டு கண் கசக்கிப் புரண்டெழுந்து அன்னிச்சை செயல் போல மொபைலை எடுத்ததும் இருவரது செய்திகளும் வந்திருந்தன. இழுத்துக் கொண்ட சிரிப்புடன் எழுந்து குளியலறைக்குச் சென்றாள். நீரால் முகத்தை அறைந்து கழுவியபடியே கண்ணாடியில் தன் உருவத்தைப் பார்த்தாள். ஏதோவொன்றால் உலுக்கப்பட்டவள் போல சத்தத்துடன் வெடித்து ஓலமிட்டாள்.

மெத்தையில் வந்து அப்படியே விழுந்து எதிர் கண்ணாடியில் மீண்டும் தன்னை பார்த்ததும் தனக்கு என்ன வேண்டும் எனக் கேட்டுக் கொண்டாள். தன் செயல்களை நினைத்ததும் அது அவளை மீளவும் கண்ணீரிடம் இழுத்துச் சென்றது. தன் முகத்தைக் காணக் கூசியவளாகப் படுக்கையில் விழுந்து வெளியே அம்மாவுக்குச் சத்தம் கேட்டு விடக்கூடாதென்றெண்ணி வாய்க்குள் மெத்தை விரிப்பைத் திணித்தபடிக் குலுங்கி குலுங்கி அழுதாள்.

யோகம்

மணிப்பூர், சிக்கிம், நாகலாந்து, பூடான், கர்நாடகா, கேரளா, இமாச்சல். ஒவ்வொரு மாநிலமும் அடுத்தடுத்து அவரது காலடியில் விழுந்து கொண்டிருந்தன. சிலவற்றிற்கு ஆண் உறுப்பின் வசவும் மற்றதற்கு பெண் வசவுமாக கீழே எறிந்தார். சற்று முன் வரை அந்த மாநிலங்களை குழந்தை போல மடியில் ஏந்தியிருந்தவர் அவர். துரதிஷ்டம் பீடித்திருந்த தன் அன்றாடங்களுக்கு அவை அதிஷ்டத்தின் காற்றை கொண்டுவந்து விடாதா என ஏங்கியிருக்கிறார். எண்களின் உலகிற்குள் அதைத் தேடிக்கொண்டே இருந்தார். கூரை போல அவர் மீது தங்கள் நிழல்கள் கவிழ, சூழ்ந்து நின்ற வர்கள் அந்த நாளிதழின் பக்கத்தை பிடுங்க முண்டுவதாகத் தோன்றியது. எவரோ நிர்ணியத்து அச்சடிக்கப்பட்ட எண்கள் சட்டெனெ யாரையோ பல்லக்கில் ஏற்றுவதையும் வேறொருவனை ஏதுமற்றவனாகச் சாலையில் நிறுத்துவதையும் ஆண்டுக்கணக்கில் பார்த்துவரும் அந்தக் கடைகாரன் சிறு அதட்டலுடன் நாளிதழைக் கிழிக்காதிருக்கக் கேட்டுக்கெண்டான்.

பரிசு விழுந்த லாட்டரிகளின் எண்களை கவனமாகச் சோதித்து அந்த சூட்சமத்தைக் கற்றுக் கொண்டுவிட்டதாக எண்ணினார். அது ஏறக்குறைய இருளுக்குள் பொருளைத் தடவி அறிய முற்படுவது போல. தோராயமாக குத்துமதிப்பாக போடப்பட்ட அக்கணக்குகள் தவறான விடைகளுடன் இருப்பதை அவரது அப்பாவித்தனம் ஏற்க மறுத்தது. பணம்

இல்லாமல் அவரது பாக்கெட் இருந்த நாட்களுண்டு. ஒரு போதும் லாட்டரிகள் இன்றி இருந்ததில்லை. பம்பர் குலுக்கல் என்றால் அறிவித்த நாளிலிருந்தே எண்களை ஓயாமல் கணக்கிட்டு வாங்கி வந்து பத்திரப்படுத்துவார்.

பல்வேறு வகைகளில் சோதித்துப் பார்த்திருக்கிறார். விற்பவர்களிடம் சில கட்டுகளை காலையிலேயே தனியாக எடுத்து வைக்கச் சொல்வது, அங்கு நின்றிருக்கும் குழந்தை எதையேனும் அழைத்து தெரிவு செய்ய வைப்பது, ஒற்றை வரிசைக்கு லாட்டரி அடித்திருந்தால் இரட்டை வரிசையை தேடி எடுப்பது, யாரேனும் எடுத்துவிட்டு வேண்டாம் என வைப்பவைகளைப் பாய்ந்து சென்று வாங்குவது.

இத்தனைக்கும் பிறகும் இரவுகளில் விற்காமல் மிச்சமிருப்பவைகளுடன் நின்று அந்த வியாபாரிகள் தயங்காமல் கதவைத் தட்டுவார்கள். ஏதோ தேவதையிடம் பெற்றுக்கொள்வது போல சிரித்த முகத்துடன் வாங்கிக்கொள்வார். இது போக தினசரிகளில் பரிசு விழுந்தவர்களின் கதையை படித்துவிட்டு அது போலவும் செய்து பார்ப்பார். ஒரு வாரம் முழுக்க தொப்பலாக மழையில் நனைந்து வாங்கி வந்துகொண்டிருந்தார். பிறகு பரிசு விழுந்தவனின் பக்கத்தில் போய் கொஞ்ச நேரம் நின்றுகொள்வார், அவனுடைய காற்று தன் மீதும் படட்டுமே என்று. சிறிது நாள் குறிப்பிட்ட கடைக்காரனுக்கே விழுகிறது என்றெண்ணி லாட்டரி வாங்க வெளியூரெல்லாம் போயிருக்கிறார்.

லட்சுமி கடாட்சம் கிட்டினால் ஐஸ்வர்யத்தால் வீடு நிறையும் என நினைத்தார். ஒன்றுக்குமாகாதவன் கண்முன்னாலேயே காரில் கை அசைத்தபடியே போவதைப் பார்த்தப் பின் நாளை அக்காட்சி தன்னுடையதாகவும் மாறும் என மனப்பூர்வமாக நம்பினார். ஆனால் பணத்தை அவர் பொருட்டாக மதிக்கவேயில்லை. ஏனெனில் எப்போதேனும் பணம் புடைத்திருந்ததால் கூட பிறருக்கு வாங்கிக் கொடுத்து தானும் குடித்துவிட்டு வருகிறவர் அவர். லாட்டரியும் குடியும் அவரையும் அவரது குடும்பத்தையும் சீரழித்தது. தலையெடுக்க விடவேயில்லை.

விடிந்ததும் கையை விரித்துக் காட்டி 'ஓட்டைக்கை எதுவும் தங்காது, அதான்' என புலம்புவார். அந்தச் சிறிய வீட்டின் மூலையில் தொங்கிய பையில் விழாத லாட்டரிகள் குவிந்திருக்கும். சில நம்பர்களுக்குள் பரிசு கை நழுவிப் போயிருந்தால் அவரால் தாங்கவே முடியாது. அந்த வாரம் முழுக்கக் குடித்துவிட்டே வீடு வருவார். சில இரவு பாட்டுகளின் சுகந்தம் வீசுமென்றால் மற்ற இரவுகளை கொடூரத்தின் நகங்கள் கிழிக்கும். மனிதனை கட்டுப்படுத்த முடியாத பிரியமுள்ளவனாக மாற்றும் அதே

குடி எப்படி மற்ற இரவுகளில் அவனையே ராட்சசனாக குரூர மானவாக வன்முறையாளனாக மாற்றுகிறது என்பது அந்தக் குழந்தைகளுக்குத் தெரியவேயில்லை.

மனதிற்குள் கட்டி வைத்திருந்த ஆசையின் கோட்டைக்குக் கதவு வாங்கக் கூட அதிர்ஷ்டத்தின் கடைக்கண் அவர் பக்கம் விழவில்லை. அடுப்பெரிக்க அந்த பரிசு விழாத லாட்டரிச் சீட்டுக்களை நெருப்பிற்குள் வீசுந்தோறும் அம்மா விசும்புவாள். தலையில் போட்டுக்கொள்வாள். சிறந்த நல்வாழ்க்கை தீயில் பொசுங்குவதாக அப்பா சொல்லும்போது 'சம்பாரிச்ச பணத்தை யெல்லாம் எங்கையில கொடுத்திருந்தா எப்பவோ மேல வந்திருக்க லாமே பாவி இப்படி ஒன்னுக்குமாகாத காகிதமா வாங்கி நெருப்புல வீச வக்கிறயே ...' அது உண்மை. எனவே எரிச்சலை விழுங்கியவராக அமைதியாக இருந்தார். அவள் தேம்புவது காதில் விழாதவாறு தன் மகளை மடியில் போட்டுக்கொண்டு பாடத் தொடங்குவார். அம்மாவின் முகம் கடுகடுவென ஆகி வார்த்தைகள் தடித்தால் பிறகு அடிகளின் கோலாகலம் தொடங்கும்.

அன்று வேலைக்குச் சென்ற கையோடு வீடு திரும்பியவர் மனைவியிடம் பரிசு விழுந்த விஷயத்தைச் சொன்னார். பரபரப்புடன் கிளம்பியவரை இழுத்து நெற்றியில் திருநீறு வைத்துவிட்டு அனுப்பினாள். 'பணத்தை வூடு கொண்டுவந்து சேத்து ... சாமி ... சாமி ... நல்லாயிருப்பே ...' அவள் கைகூப்பித் தொழுவதைக் காணாதவர் போல மகிழ்ச்சியில் வலது இடது செருப்பை மாற்றி போட்டுக்கொண்டு சிறிது தூரம் சென்ற பின் சிரித்தபடியே தலையிலடித்துச் சரி செய்தார்.

பள்ளி முடித்து வந்ததும் மகனை அழைத்துக் கொண்டு பெரிய கடையொன்றுக்குள் நுழைந்தாள். திறந்த வாய் மூடாமல் அவன் பார்த்துக்கொண்டிருந்தான். கட்டில், பீரோ, மின்விசிறியைக் காட்டச் சொன்னாள். அவர் சொன்ன பணத்திற்கு அவ்வளவுதான் ஆசைப்பட முடியும். மிச்சமிருப்பது அந்த மாதத்தின் வீட்டுச் செலவுக்கு. வெறுந்தரையில் புழுக்கத்தில் உருளும் தன் குழந்தைகளுக்கு இனி விடுதலை என ஆசுவாசமாக மூச்சு விட்டாள். அவன் தெரு நண்பர்களிடமெல்லாம் வீட்டிற்கு என்னென்ன வருகிறது என ஓடியோடிக் கூக்குரலிட்டுக் கூவினான்.

அந்த நாள் அப்பா வீட்டிற்கு வரவேயில்லை. விசாரித்த போது வெளியூர் போய்விட்டார் என பதில் கிடைத்தது. மறுநாள் இரவு பொதிமூட்டையுடன் தள்ளாடியபடியே வந்து பொத்தென அமர்ந்து அப்படியே படுத்துக்கொண்டார்.

பரிசு விழுந்த பணம் முழுவதற்கும் லாட்டரிகளை வாங்கி இருக்கிறார். அவற்றில் நூறு ரூபாய்கூட விழவில்லை. கோபமும் துக்கமுமாக ஓயாமல் குடித்துவிட்டு வந்திருக்கிறார். அம்மா எதுவும் பேசாமல் அலங்கோலமாகக் கிடக்கும் அவரது கை கால்களை ஒழுங்குபடுத்துகையில் 'இதே கையில எத்தனை ரூபா போயிருக்கும் . . .' என்றபடி நெஞ்சின் மேல் ஓங்கி ஓங்கி அடித்துக்கொண்டார்.

அவர் குடித்துவிட்டு வந்தால் வீடு நரகமாகும் என்பதால் மகன் மூலையில் சுருண்டு நின்றிருந்தான். திடீரென எதனாலோ உலுக்கப்பட்டவள் போல அம்மா சத்தமின்றி குழந்தைகளை அணைத்துக்கொண்டு அழுதாள். அப்பா சட்டென எழுந்து 'வாடா இங்க . . .' என்ற பிறகு அவன் மீது இருபது ரூபாய் நோட்டை வீசி 'போய் சிகரெட்டும் ஆறாம் நம்பர்ல முடியற மாரி தமிழ்நாடு லாட்டரி ஒன்னு நாஞ்சொன்னனேன்னு சேகர் கடையில வாங்கீட்டு வா . . . உன் கைராசியைப் பார்ப்போம்.'

'எனக்கு நோட்டு வாங்கணும் காசு கொடுங்க' என்றான்.

பெரிதாகச் சிரித்து 'நோட்டு அடிக்கிற மில்லையே வாங்க லாம்டா.போ.' என உக்கிரமாகப் பார்த்தார். அம்மா சைகையால் போகச் சொன்னாள்.

தெருவில் நேராக போனால் நேற்று பீற்றிக்கொண்டதை ஞாபகமூட்டி சோட்டாளிகள் கேலி பேசுவார்களே அவர்களிடம் என்ன சொல்வது என அஞ்சி எந்நேரமும் நாய்கள் உறுமியவாறே திரியும் குறுக்குச் சந்துகள் வழியாக நடுக்கத்துடன் பயந்தபடியே கடையை நோக்கி அவன் நடந்துகொண்டிருந்தான்.

ஈரம்

மூவரும் ஒரே சமயத்தில் கிளம்பினோம் என்றாலும் ஒருவரையொருவர் தொட்டுக் கொள்ளாமல் இரண்டடி தள்ளி விலகியபடி ஓடிக்கொண்டிருந்தோம். எந்நேரமும் சாக்கடைக் குள்ளும் அதன் ஓரங்களிலும் சுற்றித் திரிபவன் உடன்வந்துகொண்டிருந்தான். சற்றுமுன் எங்கு புரண்டெழுந்தானோ! காது வேறு மந்தம். ஒரே அழுக்கும் சகிக்க முடியாத வாடையும். இவன்களை யெல்லாம் கிட்டயே நெருங்கவிடக்கூடாது.

தெருவில் வீட்டுப் பெண்கள் கேட்டுகளின் முன்நின்று அழைத்துச் சோறிடுவார்கள். 'டாமி' என்றால் எங்கிருந்தாலும் ஓடிவருவேன். சில தறுதலைகள் எங்கோ ஒளிந்துகொண்டு கூடவே 'மாமி...' என இழுப்பார்கள். அவன்களால் எனக்குத் திட்டு விழும், 'சனியனே...' கேட்காதவாறு தலை நிமிராமல் ஒரு பருக்கையும் மிச்சமின்றித் தரையை நாக்கால் சுத்தம் செய்துவிட்டுத்தான் நகர்வேன். அசைவத்திற்குத் தனி வீடுகள் உண்டு. பொட்டுக் கடலைபோல எலும்பைக் கடித்து மெல்வதைக் குழந்தைகளும் கிழவர்களும்தான் கண் அகலாமல் பார்ப்பார்கள். ஒருமுறை பழைய காதலியைத் தேடிச்சென்றுவிட்டுத் திரும்ப நேரமாகிவிட்டது. அதற்குள் இந்தக் காது கேளாதவன் வந்து சோற்றின் முன் குனிவது தொலைவிலிருந்தே தெரிந்தது. 'எச்சக்கல...யேய்...'எனக் கத்திக்கொண்டு வருவதைக் கண்டதும் ஓட்டமெடுத்தான். விரட்டிப் போய் உடம்பெல்லாம் குதறிவைத்துவிட்டு மூச்சிரைக்க வந்தபோது எழுந்த களேபரச் சத்தத்தில் தெரு

ஆட்களின் கோபத்துக்கு ஆளானேன். அந்தக் காயம் இன்னும் அவனுடம்பில் இருக்கக்கூடும். அதனால்தான் அவனாகவே ஒட்டாமல் விலகி விலகி ஓடுகிறான். கறுப்பிக்கு இடப்பக்கம் வந்துகொண்டிருப்பவன் காரியம் ஆகும் மட்டும் குழைந்து நடிப்பான். பசிக்கான வழி கிடைத்ததும் அவ்வளவேதான். மறுநாள் வேறொரு ஏரியாக்காரனுடன் தலையெடுத்தும் பார்க்காமல் திரிவான்.

கடைசியாக ஏனோதானோவென்று பின்னால் வருபவன் கடைந்தெடுத்த சோம்பேறி. காரின் அடியிலிருந்து பீழைவழியும் கண்களுடன் எழுந்து வெளிவருவான். தூக்கமும் பகல் கனவு களுமே அவனது மாளிகைகள். பெரிய கொட்டாவியுடன் நெட்டி முறித்து ஏதோ சொர்க்கத்திலிருந்து தவறாக வந்து விட்டவனைப்போல உலகை ஒருமுறை தலையை ஆட்டிப் பார்த்துவிட்டு 'என்னைவிட யாரு சந்தோஷமா இருக்கா இங்க?' என்பதுபோலக் கூப்பாடு போட்டுக் கத்திக் கேட்டுவிட்டுச் சுற்றும் முற்றும் பார்ப்பான். அவனுக்கும் ஏதோ கிடைக்கும். கிடைக்காவிட்டாலும் வந்து படுத்துக்கொண்டு கண்களை மூடிக்கொள்வான். நோஞ்சான் உடம்பில் வயிறு சுருங்கி அவசரமாக விரியும். சுருண்டுகொள்வான். அப்படியென்னதான் தூங்குவானோ ! கனவு காண்பானோ ! அவனுக்கும் ஆள் இருந்தது. கூச்ச சுபாவி அவன். எனவே இரவு ஒருமணிக்கும்மேல் எவரும் வராத இடத்தில் காதலியுடன் கூடுவான். கட்டி முடிக்கப்படாத ஒதுங்கிய வீட்டொன்றின்முன் கொட்டப்பட்டுக் கிடந்த மணல்மேல் அவளுடன் போட்ட ஆட்டத்தைப் பார்த்தேன். மணலின் முகட்டில் அவளை நிற்கவைத்துவிட்டுச் சுற்றிச்சுற்றி வந்தான். இருவரும் மண்ணில் மல்லாக்கப் படுத்து ஊளை யுடன் ஒருவரையொருவர் தொட்டும் தொடாமலும் கீழே விழுந்து எழுந்தனர். அவள் யாருக்கோ காத்திருப்பதை அறிந்து எவ்வளவோ நைச்சியமாகப் பேசியும் பிறகு மிரட்டியும்கூடப் பணியவைக்க முடியவில்லை. மறைந்திருந்து கவனித்து 'இந்த சோதாப் பயலுக்கா...' எனக் கறுவினேன். இவன் அவளது காதை உரசி முகத்தைத் தேய்த்து ஏறிக் குதித்து விளையாட்டுக் காட்டி முனகியபடியே என்னென்னவோ பேசினான். அவன் சோர்ந்துபடுத்திருக்கும் காட்சியை நினைத்தபோது காது விடைத்தது. நிலா வெளிச்சம் வேறு. அவன் தயாராக, அவள் ஏதுவாகிக்கொண்டிருக்கும்போது பொறுக்க முடியாமல் அருகில் சுற்றிக்கொண்டிருந்தவர்களைக் கூட்டிவந்து காட்டினேன். அக்கிரமம் முடிவுக்கு வந்தது. அவன் மிரண்டு ஓடினான். அவளைப் பிடிக்க ஆளாளுக்குத் துரத்தினோம். எங்கேயோ பதுங்கிக் கொண்டு விட்டாள். மறுநாள் தெருவிலிருந்த குண்டுப் பெண்ணின்

சேலையை இழுத்துவிட்டு காரின் அடியில் சென்று மறுபக்கம் வந்து ஒளிந்துகொண்டேன். அவள் ஆட்களைக் கூட்டி வந்து அந்தச் சோம்பேறியின் காலை முறித்தாள். சற்றுமுன் இவனை காரின் அடியில் கண்டபோது கறுப்பி வேறு எவரையேனும் கூப்பிட்டுவிடுவாளோ என்றெண்ணிக் கழுத்தை ஆட்டி முகர்ந்து பரிந்துரை செய்தேன். அன்று நடந்ததைக் கறுப்பி யிடம் சொல்லியிருப்பானோ! அப்போது கறுப்பியும் என் சுபாவம் ஒத்துவராமல் வேறு ஒருவனோடு இருந்துகொண் டிருந்த நேரம். நம்பவும் செய்திருப்பாள். என் மீதான தவறான எண்ணத்தை ஒழிக்க அவனை அழைத்துப் பெருந்தன்மையுடன் நடந்துகொள்வது எனத் தீர்மானித்துவிட்டிருந்தேன்.

பிள்ளை பெற்று நான்கு நாட்கள் ஆனதுபோலவா இருக்கிறாள்..? முடியாத போதும் எப்படி ஓடுகிறாள்? முகத்தில் எப்போதும் பார்த்திராதவொரு ஆவேசம். குறுக்கே புகுந்து எதையும் கேட்டுவிடக் கூடாது. அவள் தற்போது பெறக் காரணமானவன் சென்ற வாரம் சாலை கடக்கையில் அடித்து வீசப்பட்டு ஓரமாக இழுத்தெறியப்பட்டிருந்தான். நிறை வயிற்றுடன் சில நாட்கள் அங்கேயே முகர்ந்து அலைந்தபடிக் கிடந்தாள். இப்போது அந்தத் துக்கம் அவள் முகத்தில் இல்லை. எப்படியோ வளைத்துவிட வேண்டும். இப்போது என்னுடன் திரிபவளை எங்கே அழைத்துப் போய் ஆகாரத்தைக் காட்டித் தின்ன வைத்தாலும் அவளைத் திருப்திபடுத்தவே முடிவ தில்லை; ஒப்பாரி வைத்து மானத்தை வாங்குகிறாள். கறுப்பி அவ்வளவாக ஒன்றும் தளர்ந்துபோய்விடவில்லை. ஓடும்போது மட்டும் அசதி அவள் உடம்பில் தெரிகிறது. எங்கும் சிறு புண் கூட இல்லை. இப்போதும் என்னை மறக்கவில்லையே..! நேராக முதல் ஆளாக என்னைத்தானே தேடி வந்தாள். பிகு செய்யாமல் இருந்திருந்தால் இந்த இரண்டு கழிசடைகளும் வந்து ஒட்டிக் கொண்டிருந்திருக்க மாட்டார்கள்.

இந்த முலையில் பாலுறிஞ்சிய குட்டிகள் எவ்வளவு இருந்திருக்கும் என மீண்டும் ஒருமுறை கால் தூக்கி இருந்துவிட்டு மண் பறித்து முகந்த பின் நடந்தபோது கறுப்பிக்குத் தோன்றியது, எவரெவர் வீட்டிற்கோ காபந்து பண்ணத் தான் அப்படி சுமந்து பெற்றேனா! ஒவ்வொரு முறை பெற்றுக் களைத்துக்கிடக்கும் போதும் ஏதோ கிணற்றை எட்டிப்பார்ப்பதுபோல பயத்துடன் (எங்கே பாய்ந்துவிடுவேனோ என) பார்ப்பார்கள். முதல் தடவை முத்து போல ஆறு குட்டிகள். நக்கிக்கொடுக்கும்போதும் அவை முனகி மேலேறிப் பின் கீழே விழுந்து முலையில் வாய் பற்றும் போதும் பூரிப்பாக இருந்தது. அடுத்த சிலநாட்களில் ஒன்றைக்கூடக் காணோம். அடுத்த பருவத்தில் ஒன்றைத் தவிர பிறவனைத்தும்

பெட்டைகள். கேட்பாரற்றுக்கால்களைச் சுற்றிவந்தன. வளர்ந்ததும் மூலைக்கொன்றாக எவன் பின்னோ சென்றுவிட்டிருந்தன. இதுபோல எவனிடம் ஏமாந்து பிள்ளைபெற்று மூலையில் கிடக்கிறதுகளோ! ஆனால் இந்த முறை விட்டுவிடக்கூடாது எனச் சங்கல்பம் உரைத்தேன். ஆட்களைக் கூட்டிப் போய் இழுத்து வந்துவிட வேண்டும். கால்களுக்கிடையில் கோல் முளைத்தவன்களுக்கு எப்போதும் அதே நினைப்புதானா? எவள் கிடைப்பாள் எனத் தலைநிமிர்த்தியே நடக்கிறான்கள்! எவ்வளவோ யோக்கியத்துடன் பேசி முகம் உரசி மூக்கால் முட்டி விளையாடிக் களிப்பவன்களுக்குக் கூடக் கடைசியாக என்ன வேண்டியதிருக்கும் என்று அவளுக்குத் தெரிந்தே இருந்தது. மறுத்தாலும் விலகினாலும் உக்கிரமாகத் தன் போட்டியாளர் களுடன் சண்டைபோட்டு மனதை வென்றுவிடுவான்கள். கறுப்பி மோகித்துச் சல்லாபிக்க ஆசைப்பட்டவன்களுக்கு அவளுடையது மோகம் என்பதறியவே நாட்கள் ஆகும். அவ்வளவு மரமண்டைகள். அப்படி ஒருவனை வழிக்குக் கொண்டுவந்து ஏகாந்தமாகப் பிணையல் போட்டபோது இரண்டு கால் யோக்கியவான்கள் காறித்துப்பியும் கல்லெறிந்தும் துரத்தியிருக்கி றான்கள். சிலருக்குப் பார்க்க ஆசை துடிக்கும். வேறு சில வெளிச்சத்தின் ஒழுக்கசீலர்கள் தன் யோக்யதையை ஊருக்குக் காட்டக் கல்லெறிந்து விரட்டுவான்கள். மறைவிடத்தில் ரசிக்கும் சில கண்களையும் கண்டிருக்கிறேன். அப்போது பைக்கில் சென்றவன் பின்னால் அமர்ந்திருந்தவளிடம் இடித்துக் காட்டினான். அவள் முகமெல்லாம் பல்லாக வெட்கத்தில் முந்தானையை முக்காடாகப் போட்டபடி முதுகில் முகம் புதைத்தாள். அப்போதும் பார்த்துக்கொண்டிருந்த அவள் ஓரக் கண்ணில் எவ்வளவு பிரகாசம்! பாவம் இந்த இரண்டு கால் பிராணிகள். அடிபட்டு அவன் செத்துப்போகாமல் இருந்திருந்தால் இந்தச் சுயநலக்கிருமியை அழைத்துவர வேண்டியதே இருந்திருக்காது. அவன் எவரையும் நெருங்கவே விடமாட்டான்.

“இவ்ளோ பெரிய ஊருக்குள்ள அதுகளைத் தேட முடியுமா . . ?” என்று கேட்டுவிட்டு ஜால்ராக்காரன் பக்கம் திரும்பினேன். ‘அதானே . . .’ என்பதுபோலத் தலையசைத்தான். காது கேளாத அவன் என்ன பேசுகிறோம் என்பதை அறிய காதைப் பக்கத்தில் கொண்டுவந்தான். ‘டேய் . . .’ என உச்சத்தாயியில் அலறினேன். வெடுக்கென்று தலையைத் திருப்பி ஓடி நின்று சற்றுநேரத்துக்குப் பின் கறுப்பியை நோக்கி மெல்ல வந்தான்.

அந்தச் சுறுசுறுப்புக்காரனின் சத்தத்தைக் காணோமே எனத் தேடினேன். நிழலில் படுத்துக்கொண்டு முன்னங்கையால் முகத்தைத் தேய்த்தபடியே ‘சித்த படுத்திருந்துட்டு போலாமா . .’

என்றவாறு பார்த்தான். கறுப்பியின் முறைப்பைப் பார்த்ததும் 'வந்து தொலையறேன்' எனச் சலிப்புடன் சிறிய ஊளையை எழுப்பியபடி எழுந்து வந்தான்.

கறுப்பியின் உடல் முறுக்கேறியதுபோல விறைப்படைந்தது. குட்டிகளின் ஒன்றுக்கு வாசத்தைப் பிடித்துக்கொண்டு விட்டாள். மூவரையும் கூக்குரலிட்டு அழைத்துக் காட்டினாள். 'தப்பவே முடியாது . . .' எனக் கறுப்பியின் காதில் போய்ச் சொன்னேன். சில நிமிட ஓட்டங்களுக்கும் அலைச்சல்களுக்கும் பிறகு சற்றே பெரிய ஒயர்கூடையுடன் இருவர் அந்தப் பகுதியி லுள்ள ஒவ்வொரு வீட்டின் முன்னும் ஏறியிறங்குவதைப் பார்த்தோம். கறுப்பி காற்றைக் கிழித்தபடிப் பாய்ந்தாள். அவர்களின் கையில் ஏதேனும் தடிகள் இருக்கிறதா என ஜால்ராக்காரன் முன்னும்பின்னும் ஓடித் திரும்பிப் பார்த்துக் கொண்டிருந்தான். நான் கூப்பாடு போடுவதற்கு முன்பாகவே காது கேளாதவனும் நோஞ்சானும் ஆரம்பித்துவிட்டிருந்தனர். அந்தப் பகுதி அல்லோலகல்லோலப் பட்டது. கறுப்பி அவன்களின் தொடையைக் கடித்துக் கிழித்துவிடுவாள் என நினைத்தேன். எங்குமே அவர்களால் தப்ப முடியவில்லை. கருணைகொண்ட இரு கால் பிராணிகள் சில அவர்களை மிரட்டிக் கூடைகளைப் பிடுங்கி உள்ளே இருந்த குட்டிகளை வெளியே எடுத்துப் போட்டனர். கறுப்பியின் கால்களை அவை சுற்றிக்கொண்டு அழும் குரலில் சிரித்தன. நக்கிவிட்டதும் அப்படியே சொக்கிப் படுத்துக் கொண்டன. அந்த ஒயர்கூடைப் பின்னலின் இடைவெளியில் அந்தக் குட்டிகளின் ஒன்றுக்கு மண்ணில் சிந்தியபடியே வந்திருக்கிறது. பெண்குட்டி என்பதால் ஒரு குட்டியை வழியி லேயே விட்டுவிட்டனர். அது குப்பையைக் கிளறியபடிச் சோர்ந்து கிடந்தது. கறுப்பி அதை எங்கிருந்தோ கவ்விக்கொண்டுவந்து முன்னால் போட்டாள். இந்தக் கலவரங்களைக் கேட்டுச் சங்கிலிகளை இழுத்தபடியே வெளியே வரத்துடிக்கும் குரல்களைக் கேட்டோம். அப்போதுதான் காது கேளாதவனைத் தள்ளி விட்டுவிட்டு அந்த ஏரியாக்காரன்கள் சிலர் வந்து நிற்பதைப் பார்த்தேன். அதில் ஒருத்தியிடம் தானாகவே மனம்சென்றுவிட்டது. கறுப்பியை விடவும் உடல்வலுவும் முகவடிவும் கொண்டவள். அருகில் மெதுவாகப் போய் 'வெயிலா இருக்கு. நிழல்ல நிக்க லாம்ல . . .' என்றேன். 'யார்ரா இவன் . . .' என முகம் உயர்த்திப் பார்த்ததும் வேறு பக்கம் திரும்பினாள். ஒரு மாதிரி வட்டமிட்டுத் திரும்பிமுகத்தைக்குனிந்தபடி மெல்லத்தலையுயர்த்தினாள். அதற்கு ஒன்றுக்கொன்று சம்பந்தமில்லாத ஏழெட்டு அர்த்தங்கள் உள்ளன. இப்போது என்ன அர்த்தம் என்று தெரியாமல் குழம்பினேன். அப்போது கறுப்பி நினைவிலேயே இல்லை. மெதுவாகப் பின்னால்

விருந்து 39

பதுங்கிப்பதுங்கிச் சென்றேன். திடீரென ஓட்டமெடுத்தாள். விரட்டிப்போனால் அங்கேயே பத்துப் பனிரெண்டு தடியன்கள் உலவிக்கொண்டும் படுத்துக்கொண்டுமிருந்தனர். அவளுடைய ஆட்கள்போல. வசமாகச் சிக்கவைக்கப் பார்க்கிறாளே! பின்னங்கால் பிடரியில் அடிக்க கறுப்பியைப் பிடிக்கப் பறந்து வந்தேன்.

மூச்சிரைக்க வந்து மேட்டில் நின்று பார்த்தபோது காது கேளாதவனைக் காணோம். கறுப்பி அந்தக் குட்டிகளை முட்டிக் கீழே தள்ளினாள். அவை மண்ணில் புரண்டு முன்னே ஓடி நின்று மீண்டும் திரும்பிவந்தன. கறுப்பி நிழலில் போய் மல்லாக்கப் படுத்து ஒருமுறை உருண்டாள். குட்டிகள் ஓடிவந்து பால் குடித்தன. கண் மூடினாள். 'இதைத்தான் நான் அப்பவே சொன்னேன்...' என்றபடியே நோஞ்சான் அங்கு எங்காவது கார் நிற்கிறதா என நோட்டமிட்டான். வீடுகள் மட்டும்தான். 'த்தூ...' என்றுவிட்டுச் சற்றுத் தள்ளிச்சென்று சிறுநிழலில் படுத்ததுமே உறங்கிவிட்டான். கறுப்பி குட்டிகளை ஜாடை காட்டினாள். மூன்றும் ஓடி அவனை உசுப்பி எழவைத்தன. 'ச்சே...தூங்க விடுதுகளா! இன்னும் அவ்ளோ தூரம் போகணுமா...' என்பது போலச் சலிப்புடன் எழுந்தான். கறுப்பி குஷியுடன் அவனைத் தள்ளியது. இப்போது மூன்று குட்டிகளுடன் அவனும் மேலேயும் கீழேயும் உருண்டபடி முன்னால் நடக்க ஆரம்பித்தான். கறுப்பி மீண்டுமொருமுறை அவர்களுக்கு முன்னே ஓடி அந்த நோஞ்சானைத் தள்ளிவிட்டது. கறுப்பியுடன் குட்டிகளும் சேர்ந்து கொண்டு சிரித்தபடியே அவனுடன் விளையாடத் தொடங்கின.

நிமித்தம்

'இங்கே என்ன செய்கிறாய்?' முதுகைத் துளைக்கும் கண்களுக்கு உரியவனை நோக்கி திரும்பிக் கேட்டேன்.

'அதற்குள் மறந்துவிட்டதா? நீங்கள்தான் வரவழைத்திருந்தீர்கள்' குரலில் மிடுக்கிருந்தது.

குழப்பத்துடன் நெற்றியைச் சுருக்கி 'இன்னும் பத்து பக்கங்கள் கடந்த பின்னர்தான் உன் வருகையை உத்தேசித்திருக்கிறேன். நீயோவெனில் இப்போதே நுழைய ஆசைப்படுகிறாய் போலிருக்கிறது.' கேலியும் குழப்பமும் கொண்ட பார்வையை வீசினேன்.

'ஆனால் என் பெயரை சற்று முன் முணுமுணுத் தீர்கள். வேறு யாரேனும் என் இடத்தை பங்கு கொள்ள வந்துவிடுவாரோ எனக் கருதி நினைவூட்ட லாகக் காத்திருக்கிறேன்' பணிவுடன் தலைத் தாழ்த்தினான்.

'ம்' என்ற பின் அவனை நோக்கி 'உன்னை எச்சரிக்கிறேன். அமைதியாக நின்றுகொள். மூச்சு விட மட்டுமே அனுமதிக்கிறேன். தொந்தரவாக மாறினால் இந்த உலகிலிருந்து தூக்கி எறிந்து விடுவேன்.' பேனாவை கீழே வைத்துவிட்டு கண்களைத் தேய்த்துக்கொண்டேன்.

'உண்மையில் என்னை ஒரு உபபாத்திரமாக தானே யோசித்திருக்கிறீர்கள்? பிறகு ஏன் இவ்வளவு பதற்றம்?' அக்கறையுடன் ஓர் அடி முன்னால் எடுத்து வைத்தான்.

'சற்று பேசாமலிரு. உன்னுடைய காதலி உன்னை விட்டு நீங்கி செல்லும் பகுதியை எழுதிய பிறகு என்னை நீ தான் ஆகர்ஷித்திருக்கிறாய். இப்போது கதையே உன்னை சுற்றித் தான் வட்டமிடுகிறது. அதைத் தெரிந்துகொண்டுதான் தொண தொணக்கிறாயோ என எரிச்சலடைந்தேன்' என்ற பிறகு 'காரணம் போதுமா?' எனத் தலையாட்டிக் கைகளாலேயே கேட்டேன்.

'ஆனால் இதே மாதிரி சில கதைகளில் வேறு சிலருக்கு நம்பிக்கை அளித்துவிட்டு அவர்களை கால்வாசியிலேயே அம்போவென விட்டுவிட்டீர்கள்...' இன்னும் நெருங்கி வந்தான்.

'பிரச்சினையே அதுதான். மனதிலுள்ள முகத்திற்குரிய வாழ்க்கைக்கான குறிப்பையும் பின்புலத்தையும் ஓரமாக எழுதும் கணத்திற்கு முன்பு வரை 'அவர் எங்கே இருந்தார்?' இந்த கேள்வி எப்போதும் என்னை பரவசத்துடன் துன்புறுத்தவும் செய்கிறது. 'எதற்கு இவனுடன் இவ்வளவு பேசுகிறோம்?' என்று தோன்றவே பறக்கத் துடித்தத் தாள்களில் முழங்கை ஊன்றி எழுத்தின் ஓட்டத்தில் கண் பதித்தேன்.

'மீண்டும் குறிப்புகளாக மட்டுமா? அப்படி எழுதியதை நீங்கள் சிறிது நாட்களுக்கு பிறகு கிழித்துவிடுகிறீர்கள். மூலையில் போடுகிறீர்கள். நேற்று வந்தவனையோ/வந்தவளையோ போஷித்து வளர்த்து மெச்சுகிறீர்கள். பெருமிதத்துடன் வாழ்க்கையை அளிக்கிறீர்கள்.' காற்றிற்கு பறந்து அவனருகில் போய்விட்ட தாள்களை எடுத்து வந்து மேஜையில் வைத்துவிட்டு கள்ளத்தனமாகப் பார்த்தான்.

அவன் பார்வையைத் தவிர்த்தபடியே 'ஆனாலும் ஒரு பாத்திரத்துக்கு அதன் ஆசிரியனிடமே இத்தனை வாய்த்துடுக்கு ஆகாது.' அவனை தள்ளி நிற்கச் சொல்லி அறிவுறுத்தினேன்.

'அதற்கும் நீங்கள்தான் காரணம். ஆறு மாதமாயிற்று எனக்கான குறிப்பை எழுதி. எங்கு சென்றாலும் தோளிலும் முதுகிலும் தூக்கிக்கொண்டு திரிகிறீர்கள். மானசீகமாக நீங்கள் என்னுடன் பேசுவது கேட்காதென்றா நினைக்கிறீர்கள்?' பின்னால் நகர்ந்து சுவரோடு சாய்ந்து நின்றுகொண்டான்.

'அந்தளவுக்கு என்னிடம் அத்துமீற உனக்கு உரிமை இல்லை. நீ ஒரு சாதாரணமான பாத்திரம் என்பதை மறந்து விடுகிறாய்' எழுந்து போய்விடலாமா என்று தோன்றியது.

'பிறகு ஏன் ஓர் நாள் இரவு உறக்கத்திலிருந்து விதிர்விதிர்த்து எழுந்து அதுவரை இருந்த என் சுபாவங்களை ஏதோ

ஆவேசத்திற்கு ஆட்பட்டது போல மாற்றி எழுதினீர்கள்? எழுதிவிட்டு என்னையே வெறித்து பார்த்து அமர்ந்திருந்தீர்களா இல்லயா? பிறகு கூரையை பார்த்து ஏதோ சொல்லிவிட்டுப் படுத்தீர்கள். ஆனால் தூங்கவேயில்லை.'

'அன்றே உன்னை ஒழித்து போட்டிருக்க வேண்டும்.'

'அது முடியாது என அறிவீர்கள். ஏனெனில் காலையில் எழுந்து எழுதியதை வாசித்து பார்த்துவிட்டு தாளின் கீழே ஓரத்தில் கிறுகிறுக்கலாக 'மகிழ்ச்சியாக உணர்கிறேன்' என எழுதி வைத்தீர்கள். பிறகு புன்னகைத்தீர்கள்.'

'ஆமாம். உண்மைதான். இப்போது திடீரென வேறு ஒன்று தோன்றுகிறது. எதிர்பார்த்தது இதுவல்ல. கதையின் லயமும் போக்கும் அடிபடுகிறதோ என கவலையடைகிறேன்.'

'ஆனால் எழுதி முடிக்காதவரை அதை எப்படி கண்டு பிடிப்பீர்கள். போராடுவதை விட்டுவிட்டு பார்வையாளராக இருங்களேன். இது ஒரு பாத்திரம் என்று சொன்ன பிறகும் ஏன் இப்படி அல்லாடுகிறீர்கள். இதனால்தான் உங்களை விட்டு போகவும் எனக்கு மனம் வருவதில்லை.'

'பார்வையாளனுக்கு சில சட்டதிட்டங்களும் கட்டுப்பாடு களும் உள்ளன. பாத்திரத்தின் குணவிசேஷ இயல்பு பற்றி பார்வையாளனுக்கு எந்த அக்கறையும் இல்லை என்பது நினைவிருக்கிறதா? எனவேதான் ஆரம்பத்தில் மட்டும் பொய்யாக அந்த வேடத்தை போட்டுக்கொண்டு சடுதியில் அதைக் கலைத்தும் விடுகிறேன். என் பாவைகளாக மனிதர்களைச் சிருஷ்டிக்க ஒரு போதும் முனைந்ததில்லை. எனக்கு கற்று தரும் முன்னிலைகளாகவே உங்களை கண்டு வந்திருக்கிறேன்.'

'ஆமாம். எழுதிவிட்டு அதன் முன் அமர்ந்து கண்ணீர் சிந்துவதையும் மிதப்பாக பார்வையை உயர்த்துவதையும் கோபத்தில் கசக்கி எறிவதையும் பார்த்திருக்கிறேன். சில சமயம் துப்பக்கூட செய்கிறீர்கள் . . .'

'முட்டுச் சந்திலோ நகராமலோ நின்றுவிடும் கதைகளின் மீதுதான் அளவற்ற பிரியமும் கடும் வெறுப்பும் எழுவதை நீ அறியமாட்டாய்.'

'பின்னே, உருப்படாத, தேறாத பிள்ளைகள் மீதுதானே பெற்றவர்களுக்கு வாஞ்சை அதிகமும். மறக்கவும் மாட்டார்கள்.'

'யாரிடமும் சார்பேதுமில்லை. அதை உனக்கு நிரூபிக்க வேண்டிய அவசியமுமில்லை. எரிச்சலூட்டிக்கொண்டே இருக்கிறாய்.'

‘ஓகோ… அதனால்தான் நான் உயிரை மாய்த்துக்கொள்ள போவதற்கான வரிகளை எழுதிவிட்டு அமர்ந்திருக்கிறீர்களா?’

‘மன்னித்து விடு. காப்பாற்ற முடியாததற்கு . . .’

‘யாருடைய பரிதாபமும் தேவையில்லை. என்னை படைத்தவனிடமிருந்தும்.’

‘குரலை உயர்த்தாதே. குரூரமாக உன் மரணத்தை நிறைவேற்றிவிடுவேன்.’

பரிகசிக்கும் தொனியில் சிரித்தான்.

‘உங்களால் நிச்சயமாக முடியாது.’

கதவு தட்டும் சத்தம் கேட்டது. ‘தட்டுவது யாரென்று நினைக்கிறீர்கள். என் காதலி தான் அது.’

‘இல்லை. அவள் வருவதற்கு இன்னும் தாமதம் ஆகும். ஏன் வராமலேயே போகக்கூடும்.’

‘நீங்களே பார்த்துக்கொள்ளுங்கள் . . .’

அவள் நின்றுகொண்டிருந்தாள். தப்பித்து ஓடி வந்தவள் போல மூச்சு சீரற்று ஏறி இறங்கிக்கொண்டிருந்தது. அவன் பார்வையின் சூக்குமம் அறிந்து

‘உன் முகத்தைப் பார்க்கும்வரை காண்பது எதுவும் நரக மாகவே தெரிந்தது. அங்கிருந்து தப்பிக்கும் பாதைகள் கொடியதாக இருந்தபோதும் வழிப்பலகையாக உன் முகமே என் எதிரில் வந்துகொண்டிருந்தது.’

மின்விசிறியைச் சுவட்டினான்.‘உன் முட்களின் காலம் முடிந்து விட்டது. இனி நான் உனக்கு அபூர்வ மலர்களின் விதைகளை அளிப்பேன்.’

அவளது இதழின் சூடு அவன் உடலெங்கும் பரவியது. பரஸ்பரம் தங்கள் உடலை அறிந்துகொள்வதற்கான அடிவெப்புகள் இருவரிடமும் வெளிப்பட்டன.

சாவகாசமாக திரும்பிப் பார்த்தான். பரவசம் பொங்கும் புன்னகையுடன் ஆசிரியன் அமர்ந்திருந்தார். இலக்கைத் தோராய மாகக் கண்டுகொண்ட தேர்ந்த சவாரிக்காரனைப் போல தாள்களின் நெடும்பரப்பின் முன் அமர்ந்து தன் குதிரையின் விலாவில் மெல்லக் குத்தினான். அது காற்றைக் கிழிந்தபடிப் பறக்க ஆரம்பித்தது.

இடம்

எப்படியாவது கார்த்தியை அடிக்கவேண்டும். அவனது கொட்டத்தை ஒடுக்க வேண்டும். தன்யாவின் பக்கத்தில் உட்காருவதைச் சதி செய்து தடுத்தவன் அவன். வகுப்பில் தான் இப்படி போட்டிக்கு நிற்கிறான் என்றால் டியூசனிலும் மல்லுக்கட்டுகிறான். அதுவரை தரையில் உட்கார்ந்திருந்தது போய் ஐந்தாம் வகுப்பில்தான் பெஞ்சாக மாறியிருக்கிறது. இடம் பிடிப்பதில் தள்ளுமுள்ளைப் பார்த்தபிறகு உயரவாரியாக அமரவைத்தபோது கடைசி பெஞ்சுக்கு ஒதுக்கப்பட்டுவிட்டேன். நீளமான பெஞ்சுகளில் பையன்களுக்கும் பெண் பிள்ளைகளுக்கும் தனித்தனியாக அமர வைக்கப் பட்டிருந்தனர். பெஞ்சுகள் கொஞ்சம் ஒட்டிப் போடப்பட்டிருக்கும் என்பதால் இரு முனைகளிலும் அமர்ந்தால் கிட்டத்தட்ட பக்கத்தில் உட்கார்வது போல தான்.

நேற்றுவரை பக்கத்திலிருந்துச் சிரித்து பேசிக் கொண்டிருந்தவள் இப்போது அவனிடம் அதே போல பல்லைக் காட்டுகிறாள். இப்போதெல்லாம் அவள் திரும்பிக் கூட பார்ப்பதில்லை. ஏனென்று கேட்டதும் 'ம்... உன்ன மாதிரி தான் அவனும் எனக்கு ப்ரெண்ட்' என்றாள். 'நானும் அவனும் ஒன்னாடீ?' என்றதுக்கு 'இங்க பாரு டீ போடற வேலையெல்லாம் வச்சுக்காத... பல்லை தட்டி கையில கொடுத்திருவேன். கிளாஸ் டீச்சர்கிட்ட சொல்லிருவேன்...' என மிரட்டினாள். 'ஸாரி' கேட்டுவிட்டு வகுப்பில் யாருமில்லாதபோது இருவரது டிபன் பாக்ஸையும் திறந்து எச்சிலைத் துப்பி வைத்தேன்.

மரத்தடியில் புளியங்காய்களுக்குக் கல்லெறியும் இடைவெளியில் பட்டென்று சீனி 'உன்னய விட அவன் வெள்ளயா இருக்கான். அதுதான்...' என்றான். கையை ஒரு முறை வெய்யிலில் நீட்டி பார்த்தேன். அது உண்மைதான். எனவே கோபம் வந்தது.

'அவனை விட நான் உயரமா இருக்கறனல்லோ . . .'

'உயரத்தை வச்சு மயிரா பண்றது . . ?'

'நீ மூடு . . .'

'மொதல்ல நீ மூடு . . .' பெல் அடிக்கும் சத்தம் கேட்டது. எனவே எல்லோருக்கும் மூடிக்கொண்டு உள்ளே போனோம்.

முரளி 'நாளைக்கு டியூசனுக்கு என்ன கலர்ல ட்ரெஸ் போட்டுட்டு வருவான்னு சொல்லு. அவனையும் நைஸா கேட்டு வைக்கிறேன்' என்றான். அவள் இரு நாட்கள் டியூசனுக்கே வரவில்லை. திடீரென காசு சுண்டி எறிந்து கையில் பொத்தி 'ராஜாவா பட்டாவா சொல்லு' என்றான். சீனி. 'வேண்டாம் அவனுக்கு வந்திருச்சுன்னா என்ன பண்றது' என்றதை இருவருமே ஒப்புக்கொண்டனர். 'நான் பக்கத்துல போய் நிக்கறன். யார் கூட மொதல்ல பேசறான்னு பார்ப்போம்.' என்றபின் 'தன்யா' என அழைத்ததுகூட கேட்காமல் கார்த்தியின் கையைப் பிடித்து பையிலிருந்த நெல்லிக்காயைக் கொடுக்கிறாள். இடப்புறம் நின்றுகொண்டிருந்த என்னைக் கண்டுகொள்ளவேயில்லை. கிளாஸ் லீடரான முரளியிடம் வகுப்பில் பேசுகிறவர்கள் பெயரை போர்டில் எழுதச் சொல்லிவிட்டு டீச்சர் வெளியே போனதும் அவன் பேரை போர்டில் எழுதி வைக்கச் சொல்லி ஒரு ரூபாய் கொடுத்தேன். அவனுக்கும் அவள் மேல் கண்தான் போலிருக்கிறது. அதை தன்யாவிடம் சொல்லிவிட்டான்.

'நான் யாருகூட பேசினா உனக்கென்ன . . ?'

'ம் . . . நீ கணக்கு தெரியாம முழிச்சுக்கிட்டு இருக்கும்போது நான் தானே காட்டுனேன். அவனா காட்டுனான்...' அவள் முறைத்த படியே விலகிப் போனாள். மறுநாள் அவளுக்கு கொடுத்திருந்த கலர் பென்சில்களை திருப்பிக் கொடுத்து 'இனிமே எங்கிட்ட பேசிறாதே' என்றுவிட்டு சென்றாள்.

கார்த்தி அமருமிடத்தில் மட்டும் தண்ணீர் ஊற்றி வைத்த போது அது காயும் வரை அவனுடன் சேர்ந்து அவளும் கீழேயே அமர்ந்துவிட்டாள். அவனது இரண்டு புத்தகங்களை எடுத்து ஒளித்து வைத்தபோதும் அவளும் அவனுடன் சேர்ந்து தேடி எடுத்துக் கொடுத்தாள். நோட்டில் கிறுக்கி வைத்தேன்.

திரும்பி பார்த்து ‘த்தூ ...’ என துப்பினாள். முரளி சிரித்தபடியே பார்த்துக்கொண்டிருந்தான்.

வேறு வழியில்லை. கார்த்தியை அடித்துவிட வேண்டியது தான். ரீசஸ்க்கு வரும்போது மரத்தின் பின் மறைந்து நின்று முரளி அவன் காலை தடுத்து விழ வைக்க வேண்டும். தாமதிக்காமல் கீழே தள்ளி மேலமர்ந்து நான் மூக்கை உடைக்க வேண்டும். கெட்ட வார்த்தைப் பேச தாமு தயாராக இருந்தான். இதைக் கேட்டுக்கொண்டிருந்த அவிநாசியப்பன் அங்கே போய் சொல்லி விட்டான். பிறகு அவன் எங்கு திரிந்தாலும் தன் கூட்டாளி களுடனேயே சுற்றினான். இதைக் கேள்விப்பட்ட பிறகு என்னுடன் யாராவது பேச வந்தாலும்கூட தன்யா தன் இருக்கையிலிருந்து எழுந்து வந்து அவர்கள் காதை பொத்தி ‘அவங்கூட பேசாத ...’ என சொல்லிவிட்டு ஓடினாள். அவள் ஹோம் வொர்க் நோட்டை எடுத்து சில பக்கங்களைக் கிழித்து எறிந்தேன். விஷயம் டீச்சர் வரைக்கும் போய்விட்டது. முழங்காலில் வெய்யில் நிற்கும்படி ஆனது. பிறகு அவளைக் கண்டுகொள்ளவேயில்லை என்றாலும் தாண்டி போகும்போது மட்டும் ‘என்னடீ ... சொல்லுடீ ..!’ என்றபடி சீனியின் சட்டையை பிடித்து உலுக்குவேன். ‘நாய்க்கு எவ்வளவு சொன்னாலும் புத்தி வர மாட்டேங்குது’ என மோவாயை தோளில் இடித்துக் காட்டியபடியே போவாள். அப்போது கணக்கு நோட்டுடன் எங்களருகே நின்றுகொண் டிருந்த பிரியாவை ஓரக் கண்ணால் பார்த்து அவள் அலட்சிய மாகச் சிரித்ததாக முரளி சொன்னான்.

சிலவாரங்களுக்குப் பின் முரளி தனியே இழுத்துக்கொண்டு போய், ‘டேய் ரெண்டு பேருக்கும் ஃபைட்டாமா . . ! நேத்திருந்து பேசிக்கறதில்லையாமா . . . அவன் அவளை மக்குன்னு சொல்லீட்டானாம்’ என்றான். எரிச்சலுடன் ‘பாவம் . . . அவனுக்கு இப்பதான் தெரிஞ்சிருக்குது போலிருக்குது’ என்றேன். பிறகு இருவரும் ஓடித் துரத்தி முதுகை தொட்டு விளையாடியவாறே வீடுவரைக்கும் பையை வானத்தை நோக்கி எறிந்து கேட்ச் பிடித்தபடியே போனோம். அடுத்தநாள் வேறு இடத்தில் அமர்ந்திருந்தாள். கார்த்தி பேச முயன்றபோதுகூட முகத்தைத் திருப்பிக்கொள்வது தெரிந்தது.

சில நாட்களுக்குப் பிறகு நாங்கள் மூவரும் ஒருசேர வகுப்பிற்குள் நுழைந்தபோது என் பெஞ்சின் அருகில் புது உடையுடன் தன்யா நின்றுகொண்டிருந்தாள். பார்க்காதது போல பையை வைத்தேன். ‘ஏய் . . . ஸாரி . . . உன் கூட பழம்.’ என இரு விரல்களை என்னை நோக்கி நீட்டினாள். சீனியைப் பார்த்தேன். அவன் முரளியைப் பார்த்தான். முரளி சாக்லேட்டையே பார்த்துக்கொண்டிருந்தான்.

'இன்னைக்கு என் பர்த் டே... ஒனக்கு தான் மொத சாக்லேட் கொடுக்கணும்னு வெயிட் பண்ணிக்கிட்டு இருந்தேன்' என்றபடி பெட்டியைக் காட்டினாள். தயக்கத்துடன் விரல் தாமதிப்பதைப் பார்த்துவிட்டு 'இன்னும் எடுத்துக்கோ' என இரண்டு மூன்றை கையில் திணித்தாள். 'ட்ரெஸ் நல்லா இருக்கா?' என்றபடியே ஒரு முறை வட்டமடித்து அமர்ந்தாள். அது குடை போல விரிந்து அமுங்கியது. சிரித்துக்கொண்டோம். சட்டென்று 'இனிமே அந்த பிரியா கூட ஒன்னும் சேராத. அவ நல்லவ இல்ல. பொறாமை புடுச்சவ' என்ற பிறகு அவளே 'இனிமே நான் தான் உனக்கு பெஸ்ட் ப்ரெண்ட்... சரியா' என சிரித்தவாறே முகத்தை பார்த்தாள்.

    'சரி' என்றேன்.

மிச்சம்

வெய்யில் எரிக்கிற மதியத்தில் பசி வயிற்றுக்குள் குமிழ்களை உற்பத்தி செய்துகொண்டிருக்கும்போது இலையின் சகல இடங்களையும் வழித்தெடுத்து உள்ளே தள்ளுபவனுக்குப் பின்னால் இருக்கைக்காக நிற்பது தலையினுள் புகையையும் நாக்கினுள் எச்சிலையும் ஒரு சேரக் கிளப்பக் கூடியதே. அதோ அங்கே ஒருவன் விவஸ்தையின்றி எப்படி சிப்பந்தியைக் கூவி அழைக்கிறான். சற்று தள்ளி ஒருவனோ ஏறக்குறைய இலை மீது சாய்ந்து படுத்த படி உண்டுகொண்டிருக்கிறான். ஏககாலத்தில் கேட்கும் ரசத்தை வழித்து உறிஞ்சுகிற சத்தம் குளத்தில் மாடுகளை நினைவுக்குக் கொண்டு வருகின்றன. இவன் எப்போது எழுவான்? பின்னால் பெரிய மனுஷன் நிற்கிறானே சட்டென்று முடித்து விட்டு எழலாம் என்று இருக்கிறதா? என்னுடைய காலத்தில் மூத்தவர் வந்தால் அந்த இடத்தில் நிற்பதற்கே அஞ்சுவோம்..! தின்று தின்றே கொழுத்த உடம்பு போல. வெறுத்து போய் கக்கத்திலிருந்தத் தினசரியை விரித்தேன். இவனை போன்றே வெட்க மற்ற, ஊழலில் திளைத்த எருமையொன்று கை அசைத்தயபடியே சிறைச்சாலைக்கு போகும் புகைப்படம் கண்ணில் பட்டது. கெடுகாலம். சுரணையற்றக் கொடுங்காலம்.

அப்பப்பா..! பசி ஆறியதும் எரிச்சல்களெல்லாம் எப்படி மறைந்துவிடுகின்றன. கண்கள் தெளிந்து முகம்கூட மலர்ந்துவிடுகிறது. கையை முகர்ந்தேன். ஆ... என்னவொரு மணம்..! பசியைக்

கிள்ளுகிற மணம். ஆனாலும் இந்த சாப்பாட்டுக்கு 120 ரூபாய்..! கொள்ளை..! பெருமூச்சுடன் ஐநூறை நீட்டிவிட்டு காத்திருந்தேன்.

கண்களை நம்பவே முடியவில்லை. வயதாகாமல் இருந்திருந் தால் ஏற்பட்டிருந்த குஷியில் வீடு வரை நடந்தே சென்றிருப்பேன்! கல்லாவில் அமர்ந்திருந்தவரை ஓரக்கண்ணில் பார்த்தேன். ஏதுமறியாதவர் போல அடுத்தவரிடம் பணத்தை வாங்கிப் போட்டுக்கொண்டிருந்தார். விடுவிடுவென வெளியே வந்து பாக்கெட்டை மீண்டும் சோதித்தேன். நான்கு இரண்டாயிரம் ரூபாய்கள். ஹோட்டலிலிருந்து யாராவது துரத்திக்கொண்டு வந்தால் பெரியவர் என்கிற அந்தஸ்து போய் தலைகவிழ்ந்து நிற்க வேண்டி வந்துவிடுமே..! இந்த காலத்திலெல்லாம் 'அய்யா' ஒரே வினாடியில் 'டேய்...'யாக மாறிவிடுகிறது. வெளியிலேயே அங்குமிங்கும் நடந்து பார்த்தேன். எவரும் வரக் காணோம். ஆனாலும் பயம் போகவில்லை. மனதில் பீதி படர்ந்துவிட்டால் என்ன செய்கிறோம் என்பது கட்டுப்பாட்டிலேயே இருப்ப தில்லை போலும். அவர்கள் என்ன நினைக்கிறார்கள் என்பதை அறிய விவரமின்றி மீண்டும் உள்ளே நுழைந்தேன். இப்படிதான் தவறு செய்பவர்கள் தான் சுத்தமானவன் என வலிய வந்து காட்டிக்கொள்ள முயன்று சிக்குவார்கள் போலிருக்கிறது என வீட்டிலிருக்கும்போது தோன்றியது.

ஒவ்வொருவரும் உற்றுப் பார்ப்பது போலவும் பார்க்காதது போலவும் இருந்தது. உண்மையில் என்னை இந்த பதினைந்து நிமிடத்திற்குள்ளாக மறந்துவிட்டிருந்தனர். கூட்டம் நெருக்கியது. 'ஐயாவுக்கு இலயப் போடு' என்ற குரல் எட்டுவதற்குள் 'என் கண்ணாடி உறைய விட்டுட்டு போயிட்டனாட்டயிருக்குது' என பணிந்த குரலில் சொன்னேன். தேடி அது இல்லை (அது தான் தெரியுமே) என்றதும் குழப்பமாக முகத்தை வைத்துக் கொண்டு வெளியேறும் போதும் முதலாளியை நோட்டமிடத் தவறவில்லை.

ஒரு கணம் திருப்பித் தந்துவிடலாமா என்று தோன்றியது. ஆனால் உள்ளேயிருந்து 'லூஸா தாத்தா நீ..!' என பேரன் கேட்பது போலவே ஒரு குரல் ஒலித்தது. மேஸ்திரியாக ஆன தொடக்கக் காலத்தில் வீட்டுக்காரர்களிடம் ஐம்பதுக்கும் நூறுக்கும் எப்படியெல்லாம் கெஞ்சியிருக்கிறேன். பிடிவாதமாக மறுத்துவிடுவார்கள். இல்லாதவர்கள் கூட நிலைமையை அனுசரிப்பார்கள் ஆனால் பணத்தில் புரள்கிறவர்கள் பெரும்பாலும் வரக்கஞ்சர்கள். ஆனால் ஊரையே கொள்ளையடித்திருப்பார்கள். வாழ்நாளெல்லாம் உழைத்தாலும் சொந்தமாக வீடும் துண்டு நிலமும் குழந்தைகளுக்கு நல்வாழ்க்கையும் பாதுகாப்புக்காக

ரொக்கமும் மட்டும்தானே சேர்க்க முடியும். நான் அப்படிதானே இருக்கிறேன். அவ்வளவுதானே யோக்கியவானால் முடியும். இதை தாண்டி சேர்த்திருப்பவையெல்லாம் குறுக்குவழியும் அயோக்கியத்தனமுமின்றி வேறென்ன?! இந்த ஹோட்டல் காரனும் அப்படிதான் இருப்பான். இல்லையென்றால் நகரின் இந்த மையமான இடத்தில் இவ்வளவு பெரிதாகக் கட்ட முடியுமா? எப்படி யாரையெல்லாம் ஏமாற்றினானோ..! இன்னும் எங்கெங்கெல்லாம் சொத்து வைத்திருக்கிறானோ..! திருப்பிக் கொடுத்தால் சிரித்தவாறே வணங்குவான். யாருக்கு வேண்டும் இவன் வணக்கமும் புண்ணாக்கும். நாளிதழ்களில் சில முட்டாள் ஆட்டோக்காரர்கள் ஒரு புகைப்படத்திற்கு ஆசைப்பட்டு லட்சக்கணக்கில் கிடைத்த பணத்தை திரும்பக் கொடுத்து சிரித்தபடி நிற்பார்கள், எப்படிதான் பாவிகளால் சிரிக்க முடிகிறதோ . . !

வீட்டிற்குள் நுழைந்ததும் கிண்டலும் என் முதுகிலிருக்கும் மருவைத் தொட்டுக் கிள்ளுவதில் ஆர்வமும் கொண்ட பேரன் எதிரில் வந்தான். அவனுக்குப் பரிட்சை நடந்துகொண்டிருந்தது. வினவினேன்.

'நேத்து எக்ஸாம் செம ஈஸி. அதுனால அதே சர்ட் பேண்ட்டை தொவைக்காம போட்டுட்டு போனேன். இன்னைக்கும் ஈஸி . . .' என்றான்.

பொறி தட்டியது. மறுவாரம் அதே போன்ற புதன்கிழமை அதே உடையுடன் அன்றைய மதியத்தில்(நேரம் துல்லியமாக தெரியவில்லை)அந்த ஹோட்டலுக்குச் சென்றேன். கூட்டம் குறைந்திருந்தது. ஆட்களும் வேறாக இருந்தனர். ஒரு தற்செயலை மீண்டும் நிகழ்த்த ஆசைப்பட்டால் எப்படி ஏமாறுவோம் என்று தெரிந்தது. சூழ்நிலைதான் முதலில் கைவிடும். வந்தது நஷ்டமோ . . ! சாப்பிட்டு முடிக்கும் நேரத்தில் 'சோறெல்லாம் முடியா இருக்கு . . ! எப்படி சாப்பிடுறது . . ?' என சத்தமிட்டேன். ஏதோ ஆர்டர் கொடுக்க பேசிக்கொண்டிருப்பார்கள் போலிருக் கிறது. எச்சில் கையுடன் எழுந்து முறையிட்டேன். முதலாளி எழுந்து வந்து விசாரித்து

'அய்யாவுக்கு பார்சல் கட்டி கொடுத்திரு . . .' என்றுவிட்டு போனார். பணம் தந்த போதும் மறுத்துவிட்டார்.

அட . . ! விஷயத்தை சொல்லி பணத்தைக் கொடுத்து விடலாமா . . ! வேண்டாம் இவன்கள் இப்படிதான். வெளியே நல்லவன்கள் போல காட்டிக்கொள்வான்கள். ராஸ்கல்கள் . . ! எதற்கும் முயன்று பார்க்கலாம் எனத் தோன்றி கல்லாவிடம்

ஐநூறுக்கு சில்லரை கேட்டேன். அத்தனை களேபரத்துக் கிடையிலும் சரியாக எண்ணிக் கொடுத்தான். வேறு வழியின்றி அவனைச் சபித்தபடியே வெளியேறினேன்.

பேருந்து நிலையத்தில் அழுக்குச் சடைபிடித்து வெறும் மேலோடு கையேந்தி அமர்ந்திருந்தவனை அழைத்து பார்சலை தந்து 'மனசார சாப்பிடுங்க' என்ற பிறகு அருகில் நிற்பவரை பார்த்து 'போகும்போது என்னத்த கொண்டுட்டுப் போகப் போறோம், சொல்லுங்க . . !' என சலிப்புடன் சிரித்துவிட்டு பெருமூச்சுடன் நடந்தேன்.

'சாமி மகராசரு . . . ஊட்ல அன்னலட்சுமி குறையாம இருக்கோணும்...' என வாங்கி போய் படுதாவை விலக்கி உள்ளே வைத்தான். அங்கு ஏற்கனவே சில பொட்டலங்கள் இருந்தன. மேலும் ஏதாவது சொல்வான் என நின்றேன். நன்றியெல்லாம் அவ்வளவுதான் போலும். பொல்லாத காலம் . . !

பேருந்தில் எவருமே எழுந்து சீட் தரவில்லை. தேறாத கழிசடைகள். அன்றைக்கு நான்கிற்குப் பதிலாக எட்டு இரண்டாயிரம் ரூபாய் நோட்டுக்களை ஹோட்டல்காரன் கொடுத்திருந்தால் எவ்வளவு நன்றாக இருந்திருக்கும் என்று தோன்றியது. இத்தனை அலைச்சலுக்கும் எதிர்பார்ப்புக்கும் தேவை இருந்திருக்காது. இந்த கண்டக்டர் வேறு இரண்டு ரூபாய் பாக்கி தர வேண்டும். இந்த பக்கமே வரவே மாட்டேன் என்கிறானே . . ! ஏமாற்றிவிடுவானோ . . ?! இவனே இப்படி யிருந்தால் பிறகு நாடு எப்படி உருப்படும் . . ! ச்சேய் . . .

பொருத்தம்

தலையை விரித்துப் போட்டபடி எதிர்வீட்டில் நின்றுகொண்டிருந்த அம்மாளைப் பார்த்ததுமே சுந்தரமூர்த்தி சட்டென்று வீட்டிற்குத் திரும்பி சற்று நேரம் அமர்ந்து நீர் அருந்தியப் பின் தன் மனைவியை அழைத்துத் தெருவை சகுனம் பார்த்து வரச் சொன்னார். வெறுங்குடங்களுடன் புலம்பியபடியே நேர்வருபவளும் வெங்காய வியாபாரியும் சென்ற பிறகு தலை அசைத்தாள். சட்டை மீதெல்லாம் ஒழுக தண்ணீர் குடித்தப் பின் பூனை குறுக்கே போய்விடக்கூடாது என மனதிற்குள் வேண்டியபடியே வாகனத்தை முடுக்கினார்.

முன்னர் ஆச்சரியக்குறிகளாக இருந்தவை யெல்லாம் கேள்விக்குறிகளாக மாறியதை நம்ப முடியாமல் பார்த்துக்கொண்டிருந்தபோதே அவை முற்றுப்புள்ளியாகி நின்றுவிடுமோ என்கிற அச்சத்தில் தூக்கத்தையும் நிம்மதியையும் தொலைத்துவிட்டிருந்தார். அறுந்த செருப்பை மூன்று முறை தைய்த்தும் பின்னூசியால் குத்திச் சரிசெய்தும் போட்டு திரிந்தத் தரித்திர வாழ்க்கை, காவ்யா பிறந்தப் பின்பே வாசலில் எப்போதும் நான்கைந்து ஜோடி செருப்புகள் கிடக்கும்படியாக மாறியது என்பதில் அவருக்கு உறுதியிருந்தது. கோடிக்கணக்கில் கடுமையாக உழைப்பவர்கள் இருக்கையில் ஏதோ ஒரு அதிர்ஷ்டம்தான் மிகச் சிலரை செல்வத்தின் கோட்டைக்குள் சிவப்புக் கம்பளம் விரிக்கிறது. தொலைவில் எங்கோ முகவரி

தெரியாமல் நின்றுகொண்டிருந்த லட்சுமியை மகள்தான் விரல்பற்றி வீட்டிற்குள் அழைத்து வந்தாள் என மனைவியிடம் தனித்திருக்கும் பொழுதுகளில் சொல்லியிருக்கிறார்.

மெய்க்காப்பாளர்கள் போல நான்கைந்து பையன்கள் பின் தொடர்வதும் அவளுக்காக அவர்களுக்குள் போட்டி ஏற்பட்டு அது சண்டையாகி மண்ணில் புரண்டெழுவதும் வழக்கமாக மாறியது. அவளது உதாசீனம் என்றேனும் பூவாக மலரும் என்கிற நப்பாசை மீளவும் அவளது பாதைகளில் அவர்களை கோடை மரங்களைப் போல அசையாது நிற்க வைக்கும். பருவங்கள் மாற்றமடையுந்தோறும் சுற்றும் பையன்கள் மாறுவார்கள். கெஞ்சல்களும் தூதுகளும் மாறும். கர்வத்தின் பல்லக்கில் பவனி வருவது போல அவளது நடை இருக்கும். ரகசியமாக அவற்றை விரும்பவும் செய்தாள். ஆனால் எந்த சமிக்ஞையும் அவள் யாருக்கும் அளித்தவள் அல்ல.

அவளது சிநேகிதிகள் பத்திரிகைகளுடன் வரும்போது தான் பெற்றவர்களுக்கே அவளது வயது உறைத்தது. திருமணப் பேச்சுகள் ஆரம்பித்தத் தொடக்கத்தில் மடியில் வந்து விழுந்த கனிகளையெல்லாம் ஏதேனும் குற்றங்கண்டு ஒதுக்கி வைத்தனர். தன் மாளிகையின் முன் காரை நிறுத்தி இறங்கி வந்து மகளுடன் நிற்க விரும்புபவனுக்குச் சில அருகதைகள் வேண்டும் என சுந்தரமூர்த்தி நினைத்தார்.

சில வருடங்களுக்குப் பின்னும் தோதான வரன்கள் வராதபோது ஜோதிடர்கள் சொன்ன சில தோஷங்களை கழிக்க ஆறுகள் ஓடிய கோவில்களை நாடிச் சென்றனர். பிறகும் உட்கார்ந்து பேசும்படி ஒன்றுமே அமையாமல் போக்குக்குக் காட்டுவது ஏனென்று அவருக்குப் புரியவேயில்லை. வயது றெக்கைக் கட்டிக்கொண்டு பறந்தது. அவளுக்குப் பின்னாலேயே மீசையும் வருமானமுமாக நின்றுகொண்டிருந்த தம்பிக்கு பெண் தர ஒரு வித போட்டி சொந்தங்களுக்குள் ஏற்பட்டு மனஸ்தாபம் கூட உண்டாகியிருந்தது.

இரண்டு வரன்கள் உறுதியாகி கைவிட்டு போன மர்மம் ஏனெனெத் தெரியவேயில்லை. தட்டு மாற்றிய இரண்டாம் நாள் இரவு போனை வைத்துவிட்டு வந்த மகள் ‘அவரு ஒரு மாதிரியா பேசறாரு…’ என்று சொன்னாள். அவன் முத்தம் கேட்டிருந்தான். மறுபேச்சிற்கு இடமேயின்றி அங்கேயே நிறுத்தப்பட்டது. பார்த்ததும் பிடிக்கும் என புரோக்கர் கூட்டிக்கொண்டு வந்த பையன் கால்களைச் சற்றே சாய்த்துத் தாங்கி நடப்பதைக் கண்ட பிறகுதான் அவருக்கு நிலைமையின் விபரீதம் புரிந்தது.

தன் மகள் திருமணச் சந்தையிலிருந்து வெளியேறிக்கொண்டிருக் கிறாளோ என்கிற ஆதங்கம் மனதில் மோத அவர்களை கை கூப்பி அனுப்பி வைத்தார். முன்பென்றால் பெரிய சண்டை போட்டிருப்பார். சென்ற பின் மகள் வந்து

‘எனக்கு இதெல்லாம் வேண்டாம்பா. நான் உங்ககூடயே இருந்துக்கறேன். தம்பிக்கு பாத்து நல்லபடியா பண்ணுங்க’ என சாதாரணமாகச் சொல்லி உள்ளே போன பிறகு கேவல் போல ஒலி கேட்டது. அம்மா அவளை இழுத்து வந்து அறைந்து

‘இந்தாளை நம்பினா இப்படியே சீரழிய வேண்டியதுதான். ஊர்ல எத்தன பசங்க இருக்கறானுக . . . எவனும் சிக்கலையா . . . இழுத்துட்டு ஓட வேண்டியது தானோ . . .’ என பொரிந்துத் தள்ளினாள்.

‘வருஷத்துக்கு ஒரு பையன்னோட பைக்ல ஏறிட்டு தொண்டு சுத்துன முண்டைக எல்லாம் எப்படி பொழைக்குதுக . . ! இவளுக்கொன்னை கண்டுபிடிக்கத் துப்பில்லையா ஒனக்கு’ என்றபடி நடுவீட்டில் அவர் சட்டையைப் பற்றி உலுக்கினாள். வழக்கம் போல தீராத வாக்குவாதமாக தொடங்கி அது சண்டை யில் முடிவதை அப்போது அவர் விரும்பவில்லை. பதில் பேசாமல் எழுந்து போனார்.

அவளது ஜாதகம் இல்லாத இடமே இல்லை என்கிற அளவுக்கு ஆன பின்பும் எதுவும் நகரவில்லை. எவரோ சொன்னதை நம்பி வீட்டிலிலும் பூஜை செய்து பார்த்தாகி விட்டது. கோளாறு எங்கேயென்று புரியவேயில்லை. அடைபட்டு கிடக்கும் தடைகள் எப்போது நீங்கும் என தெரியாது பரிந்துரைக்கும் ஜோதிடர்களிடமெல்லாம் போய் நின்றார். அவர்கள் சொன்னவையனைத்தும் செய்யப்பட்டது. யோகம் கூடும் என்ற நம்பிக்கை வார்த்தைகளைப் பிடித்தபடி வீடு சேர்வார். அவரே பாதி ஜோதிடர் ஆகிவிட்டிருந்தார்.

அவர்களே எதிர்பாராது வந்த அழைப்புக்குப் பின் அனுப்பட்டக் குறிப்பை எடுத்துக்கொண்டு சகுனம் பார்த்துக் கிளம்பினார். வயதான நீண்ட அனுபவம் உள்ள ஜோதிடர் ஒருவரின் சொற்களில் முகஸ்துதியோ புரட்டுகளோ இல்லை என்பதை தன் நீண்ட அலைச்சலில் கண்டுபிடித்திருந்தார். அவர் நிமிர்ந்து

‘ஒரே ஏடாகூடமா இருக்கேப்பா . . . ஒண்ணும் ஒத்துவரல’ என்ற பிறகு ‘பாப்பாவுக்கு குருபலனே இல்ல, வர்றதுக்கு ரெண்டு வருஷம் ஆகும். வேற வழியில்ல, அவங்களுக்கு சம்மதம்னா கோவில்ல பூ கேட்டுட்டு கடவுள் மேல பாரத்தை போட்டுட்டு

காரியத்தை முடிக்கிற வழிய பாருங்க. உங்களுக்குங்கறதால தான் இதை சொல்றேன்...' என்றார். ஏதோ கேட்க வாயெடுப்பதற்குள் சொல்வதற்கு இனி ஏதுமில்லை என்பது போல வெளியே காத்திருந்தவர்களை உள்ளே அழைத்தார்.

முன்னர் காண்பதெல்லாம் வழிகளாக இருந்ததே..! இப்போது வேறு வழியேயில்லையா..! பூ மாறி விழுந்துவிட்ட தென்றால் என்ன செய்வது..? கூட்டிக்கொண்டு ஓடுகிறவர்கள் நன்றாக பிழைப்பதில்லையா..! ஜாதகமா பார்க்கிறார்கள்..! முடிவெடுத்தவர் போல அழைத்து

'சரியா இருக்குதுன்னுடாங்க..! தேதி பாத்துட்டு சொல்லுங்க... உறுதி பண்ணிக்கலாம்' என்றார். பேசிய பிறகு இதை சொன்னது தானல்ல என்பது போல போனையே பார்த்துக் கொண்டிருந்தார். அந்த மத்தியானத்தில் அதுவரை அமைதியாக நின்றுகொண்டிருந்த நாய் திடீரென முகமுயர்த்தி ஊளை யிட்டது.

அவருக்கு கைகால்களெல்லாம் நடுக்கமெடுத்தது. மீண்டும் அழைத்து மறுப்பு சொல்லிவிடலாமா என யோசித்தார். ஆனால் அதை செய்யப் போவதில்லை என அவருக்குத் தெரிந்திருந்தது. பதற்றத்தை மறைத்தவராக உதைத்தார். எவ்வளவு உதைத்தும் வண்டிக் கிளம்ப மறுத்தது. சாவி போட மறந்திருந்தார். பின்னும் சண்டித்தனம் செய்தது. அப்போது தான் காரில் தானே வந்தோம் என்பது நினைவுக்கு வந்தது. நொந்தபடியே உள்ளே அமர்ந்து சாவியைத் திருகியதும் பற்றிக் கொண்டு தயாரானது. சாலையே தெரியவில்லை. கண்களை யும் முகத்தையும் ஒரு முறை நன்றாக அழுந்தத் துடைத்த பிறகு தெரு துலங்குவதை உணர்ந்தார்.

ஆனால் அது வெறிச்சிட்டு வெறுமையாக தன் முன் நீண்டு கிடப்பதைக் கண்டார்.

மணல்

விளக்கமுடியாத உந்துதலால் கிளம்பினான் என்றாலும் அந்த நெடுந்தொலைவுப் பயணத்தில் தினசரிகளில் வந்திருந்த சுனாமி புகைப்படங்களையும் செய்திகளையும் பார்க்குந்தோறும் உள்ளே குமுறவும் புலப்படாதத் தெய்வத்தைத் தூற்றவுமாக ஏதேனும் ஆசுவாசம் கிட்டாதாவென ஜன்னல் வழி பின்னகரும் காட்சிகளில் கண் பதித்து அமர்ந்திருந்தான். வெறும் அரைமணி நேரம் எப்படி கணக்கிட முடியாத வாழ்க்கைகளை இல்லாமல் செய்து விடும் என்பதை நம்ப முடியாமல் இறங்க வேண்டிய நிறுத்தத்தில் அலைபாயும் கண்களை ஊன்றியபடி எழுந்து நின்றான். இயற்கையாக மரணித்தவர்கள் எவ்வளவு பாக்கியவான்கள் என்று தோன்றியது.

நினைப்பதற்கும் அதை நேரில் காண்பதற்கும் இடையேதான் எத்தனை முரண்கள், போதாமைகள், கற்பிதங்கள். மனதிற்குள் துரும்பாக நினைத்தவை நடைமுறையில் பூதாகரமாக ஆவதையும், வியந்துத் தயங்கி நின்றவை கைநொடிக்கும் கணத்தில் ஒன்றுமில்லாமல் போவதையும் என்னவென்று உரைப்பது? இந்த அளவிற்கு உக்கிரமானச் சாவுகளைப் பார்த்த பிறகு முளைக்கும் தத்துவார்த்த கேள்விகள் எதிலும் சிக்கிக் கொள்ளக் கூடாது என்பதை முதலிலேயே முடிவு செய்திருந்தான்.

திறந்து விடப்பட்டப் பைத்தியகார விடுதி போல ஜனங்கள் ஏனென்றும் தெரியாமல்

எதற்கென்றும் புரியாமல் எல்லாமே குழம்பிப் போய் அலைந்து கொண்டிருப்பதுதான் முதலில் கண்ணில் பட்டது. காவல்காரர் களின் தடுப்புக்களை மீறி ஒரு புகைப்படக்காரரின் வாலைப் பிடித்துக்கொண்டு அந்தக் கடற்கரைக்குள் போய்விட்டான். முடிவேயில்லாதப் பெண்களின் ஓலம் விண்ணை முட்டி பதிலின்றி திரும்பிக்கொண்டிருந்தது. தூக்கி எறியப்பட்ட, பார்த்தவர் களால் தாங்கள் இறக்கும்வரை நம்ப முடியாத உயரத்தில் (மூன்று பனைமர உயரம்) எழுந்த அலைகளின் தாண்டவம் மனிதர்களை பொம்மைகளாக எண்ணி விளையாடியிருந்தது. வீடுகளின் சுவர்களைப் பிளந்தபடி கிடந்தவர்கள், மரக்கிளைகளில் தலை சிக்கித் தொங்கியவர்கள், குழாய் பதித்தது போல கரைமணலில் தலைபுதைந்து அந்த நிலையிலேயே உயிர் பிரிந்தவர்கள், மிகச் சிறிய வங்குக்குள் ஏதோ அடுப்பிற்குள் சொறுகப்பட்ட விறகு போல திணிக்கப்பட்டுப் போய் சேர்ந்தவர்கள், வீட்டிற்குள் மணலில் குளித்துவிட்டு வந்தது போல வானம் பார்த்து உறங்குவது போல கிடந்த குழந்தைகள், தன் பிள்ளைகளை கையால் பிடித்தபடியே முகம் குப்புறக்கிடக்க அலங்கோலமாகக் கிடந்த பெண்கள்.

எளியவர்களை நிர்மூலமாக்கிய கடல் அமைதியாக அலைகளே இல்லாமல் குளம் போல கிடந்தது. மதம் அடங்கி நல்ல பிள்ளையாக ஓலையைச் சுருட்டி மென்றுகொண்டிருக்கும் யானை போல. உடம்பிற்குள் அவ்வளவு தூரத்திற்குத் துளைக்க மணலால் முடியுமா எனும் கேள்வியின் முன் திகைக்கத்தான் வேண்டியிருந்தது. ஆட்களுக்குள் காட்டு அட்டைப்பூச்சி போல மணல் ஊடுருவிச் சென்றிருந்தது. அச்சமும் பீதியும் ஏனென்று புரியாமல் தூக்கி எறியப்பட்டிருந்த அதிர்ச்சியும் அடிகளும், காவு வாங்கிய உயிர்களை விடவும் மணற்துகள்கள் நிரம்பி இறந்த உடல்கள்தான் அதிகமும்.

அழுகைகளுக்கும் பிலாக்கணக்களுக்குமிடையேப் பிணங் களை உடனடியாக அப்புறப்படுத்தும் வேலைகள் நடந்து கொண்டிருந்தன என்றாலும் பற்றாக்குறை ஊழியர்களை வைத்துக்கொண்டு அதைத் துரிதப்படுத்த அவர்களால் முடிய வில்லை. மருத்துவமனைகளில் யார் எங்கே கிடக்கிறார்கள் என்பது தெரியாத அவலத்துடன் கண்ணீர் பெருக அலைந்து கொண்டிருந்த ஜனங்கள், ஓயாத ஆம்புலன்ஸ்களின் சத்தங்களுக்கு பழகிவிட்டிருந்தனர். உடம்பைக் கண்டுபிடித்து அடையாளம் காட்ட அங்குமிங்கும் ஓடித் திரிந்த உறவினர்கள் கிடக்கும் உடல்களைப் பார்த்து ‘இது இல்லை’ எனத் தெரிந்தால் ஒரு நிமிடம் நிம்மதியடைவதும் சைரன் ஒலி கேட்டால் பதற்றம் ஏறி பையித்தியம் போல திறக்கப்படாத வாகனத்தின் கதவு முன் போய் நிற்பதுமாக மனம் பேதலித்துத் திரிந்தனர். உள்ளே

இடமின்றி வராண்டாக்களில் ஏதோ பொதிகள் போல போடப்பட்டிருந்த உடல்களுக்கிடையே தனக்குரியதைத் தேடி அலைந்தனர். சில முறை வாந்தி எடுத்த பிறகும் வயிறு எக்கிக் கொண்டே இருந்தது. கசந்த வாயில் குடித்த நீர் சில நிமிடங் களிலேயே குமட்டியபடி வெளியேறியது.

வெளியே வந்து சிறிது தூரம் நடந்து திறந்திருந்த சிறிய கடையின் பெஞ்சில் போய் விழுந்தான். பீளையும் உறக்கமும் அப்பிக் கிடந்த வீங்கியக் கண்ணைத் தேய்த்தபடியே வந்தவர் தகவல் போல

'சம்சாரம், மருமக, புள்ளைக எல்லாம் போயாச்சு. மகன் அடிபட்டு கிடக்கறான். உத்தரவாதமில்லை' என எங்கோ பார்த்தபடி சொன்னார். 'இதெயெல்லாம் வாங்கி புதைக்கிற வரைக்குமாவது உயிரோட இருக்கணுமே...' என்ற பிறகு 'சாப்புட்டு ரெண்டு நாள் ஆச்சு... பல்லைக் கடிச்சுப் பார்த்தும் பாழாப்போன பசி...' எனக் கெஞ்சும் குரலில் கேட்டார். ஏதும் கேட்காதவன் போல பார்வையை வேறு பக்கம் திருப்பிய படியே பணத்தை அவர் கை மேல் வைத்தான். எடுத்துக்கொண்டு மெல்ல எழுந்து விழுந்துவிடுவார் என்பது போல நடந்து போனார்.

சற்று முன்னர் உள்ளே அவனை மருத்துவராக நினைத்துக் கொண்டு கதறியபடியே ஒரு பெண் மயங்கி விழுந்திருந்தாள். அவளது மகன் இறந்து இன்றோடு இரண்டு நாட்கள் ஆகி விட்டது. கடற்கரையிலிருந்து தூரமாக எறியப்பட்டுக் கிடந்தது தன் மகன் என அறிய இரவாகி விட்டிருக்கிறது. நாய்களும் பூனைகளும் சுற்றிக்கொண்டிருந்திருக்கின்றன. அங்கே கிடந்த ஐந்து உடல்களையும் விடியும்வரை எதுவும் அண்டாதவாறு கற்களை வீசி துரத்தியபடி உறக்கமின்றி காபந்து செய்திருக்கிறாள். மேலும் கேட்கத் திராணியற்றுதான் அந்த இடத்தை விட்டே அகன்று வந்திருந்தான்.

தினசரியைப் புரட்டியதும் கோரமானப் புகைப்படங்க ளிடையே, இறந்து கிடந்த உடல்களிலிருந்து பணங்களையும் நகைகளையும் திருட ஒரு கும்பல் சுற்றி வருவதாகப் படித்த செய்தி அங்கிருந்து உடனே கிளம்பிவிட வேண்டும் என அவனை விரட்டியது. பையை உள்ளேயே வைத்துவிட்டு வந்ததை நினைத்து நடுங்கும் கால்களுடன் எழுந்து சென்றான்.

மூன்று மணி நேரமாக அந்த வளாகத்திற்குள் மகனின் கையை பற்றி அலைந்துகொண்டிருந்த பெண் வேகவேகமாக எங்கோ செல்வது தெரிந்தது. ஆம்புலன்ஸிலிருந்து இறக்கப்பட்ட புதிய பிணங்கள் இடம் போதாமல் அருகில் இருந்த சிறிய அறைக்குள் கொண்டு செல்லப்பட்டது. சூழ இருந்தவர்கள் அலை போல

விருந்து

எழுந்து ஓடி உள்ளே நுழைய முற்பட்டனர். அவனை அவர்களே அங்கு தள்ளிக்கொண்டு போயிருந்தனர். அந்த பெண்ணுக்கு அருகில் நிற்கும்படி ஆனது. கிடத்தப்பட்ட ஆட்களுக்குள் சென்று ஓர் இடத்தில் உறைந்துபோய் நின்றாள். 'ஐய்யோ ...' என்ற அவளது அலறல் பிறரது சத்தங்களின் முன் அமுங்கியது. மணல் ..! மூக்கு, வாய், கிழிந்திருந்த தொண்டை, வயிறு என அவன் உடம்பிற்குள் மணல் அடைத்துக் கிடந்தது. இறந்தவனின் விவரம் தெரியாத வயதுள்ள சிறிய மகன் முகத்தைப் பார்க்கக் கால்களை எக்கினான். பையனைத் தூக்கி முகத்தைக் காட்டினான். அசந்து தூங்கும் அப்பாவுக்கு தான் வீட்டில் செய்வது பையனுக்கு சட்டென ஞாபகத்துக்கு வந்தது. கீழிறக்கச் சொல்லிக் கேட்டு எங்கோ ஓடி சிறிய அட்டையை தேடி எடுத்து வந்தான். மீண்டும் தூக்கச் சொல்லி கை காட்டினான். தூக்கியதும் உறங்கும் தன் அப்பாவுக்கு விசிறியபடியே அவனைப் பார்த்துத் திரும்பி

"அப்பா முகத்துல ஈ மொய்க்கிது..." என்றான்.

காத்திருத்தல்

எப்போதுமே தோள்பையில் கேமரா தோலுறையுடன் கிடக்கும். அதைப் பல தடவைகள் தவறாக இயக்கிப் பழுதடையக் காரணமாக இருந்திருக்கிறேன். பின்னே . . . தவறு செய்யாமல் எப்படி கற்றுக்கொள்வதாம் . . ! கற்றுக் கொண்டபின் பெரிய விஷயங்களைத் தேடிச் சென்றேன். அப்பயணத்தில் கண்டடைந்தவை களே மாலுமியின் திசைகாட்டிபோலப் பெரும் திறப்பாக இருந்திருக்கின்றன. குறிப்பாக, சிறிய வற்றின் மீதிருந்த அலட்சியம் குமிழ்போல உடைந்து சிதறிற்று. மகத்தானவை பிரம்மாண்டத்திலோ ஆகிருதியிலோ இல்லை, அதன் உள்ளடக்கத்திலேயே அடங்கியுள்ளது என்கிற முதன்மைப் பாடத்தைச் சிறுவயதிலேயே கற்றுக்கொண்டது கொடுப்பினை. அதுதான் கண்விரிய மலைச்சிகரங்களை, தொடை யிடுக்குகள் கூசும் பள்ளத்தாக்குகளை, ஓர் அழைப்பு போலத் திறந்திருக்கிற அடர்வனங்களைக் காணுந் தோறும் உருவாகும் வியப்புக்கு நிகராகவே, குட்டி நாய்கள் தங்கள் தாயுடன் செல்லம் கொஞ்சும் காட்சியின் முன்னும் பணிவுடன் நிற்கச் செய்தது.

சாதாரணமாக கிரிக்கெட் ஆடிக்கொண் டிருந்த பிற்பகலில் மரத்தினடியில் வெகுநேரமாக வாடிய தோற்றத்தில் இருந்தவரை, பார்ப்பதும் பந்தைப் பார்ப்பதுமாக இருந்தேன். 'ஓ . . .' என்ற கூக்குரல். பிறகு ஆரவாரமாகச் சத்தமிட்டுச் சிறுவனைப்போலச் சில குட்டிக்கரணங்கள். தலை யிலும் உடலெங்கும் மண். பயந்து பின்வாங்கியவனை அட்டகாசமாகச் சிரித்தபடியே அருகில் அழைத்து

மிகச்சிறிய குகையைத் திறப்பதுபோல கேமராவைத் திறந்து காட்டினார். முதலில் கண்ணுக்கு எதுவுமே புலப்படவில்லை. மெல்ல இருள் விலகி ஒளி வந்தது. வந்ததிலிருந்து கல் எறிந்து விரட்டிக்கொண்டிருந்த விரற்கடை அளவேயுள்ள பறவை அது. இதைக் காண எங்கெங்கோ தேடிப் பதினெட்டு மாதங்கள் சுற்றியலைந்தாராம். பேருந்தில் கண் அயர்ந்திருந்தவர் இதன் கூவல் கேட்டுப் பதறி எழுந்து நடுவழியில் இறங்கித் தேடி வந்ததாகச் சொன்னார். நாங்கள் கொண்டுவந்து வைத்திருந்த குடத்திலிருந்து நீரை மொண்டுமொண்டு குடித்துக்கொண்டே இருந்தார். பிரதி உதவியாக எங்களில் சிலரைப் புதிய கோணத்தில் படம் பிடித்துத் தந்தார். அதிலொன்று இன்றும் என் மேஜை விளக்கினருகில் சட்டமிடப்பட்டு நிற்கிறது. அன்றிரவே அவரது தோளில் அமர்ந்து மழையில் நனைந்த படியே விதம்விதமாகப் புகைப்படம் எடுப்பதுபோலக் கனவு கண்டேன். இதோ மாதம் ஒரு லட்சம் வருமானம் பெறும் வேலையில் சேர்ந்த பின்பும்கூட அவரது வழித்தடத்தைப் பின்தொடரும் ஆவல், அந்த வேட்கை சிறிதும் குறையவில்லை. அதன்பின் அவர் முகத்தை எவ்வளவோ தடவைகள் நினைவு கூர முயன்றிருக்கிறேன். ம்கூம். துடைத்தழிக்கப்பட்டுவிட்டது போலும். பிறகு எத்தனை வகுப்புகள், பயின்ற நூல்கள், சென்று சந்தித்த துறைபோகியவர்கள். அலட்டல், அடக்கம், ஊழல், திமிர் என அவர்களில் எத்தனை வகையினர்...! அவையனைத்தும் சொல்லிக்கொடுத்தவை ஏராளம். ஆனால் நேரடியாகக் காட்டையும் கானுயிர்களையும் பறவையினங்களையும் தேடிச் சென்றபோது அறிந்துகொண்டவை அதைவிடவும் பன்மடங்கு அதிகம். ஆனால் அதை எடுத்துக்கொண்டு லௌகீக உலகிற்குள் வரக்கூடாது. லௌகீக உலகின் நியதிகளையும் காட்டிற்குள் சுமந்துகொண்டு திரியக் கூடாது.

புகைப்படத்தில் ஒரு தருணம், ஒரு கணம் துல்லியமாக உறைந்து காலம் சிறைபிடிக்கப்படுவதற்குரிய சூழ்நிலை அமைந்து வர எத்தனை உயிர்களின் ஒத்திசைவு தேவைப்படுகிறது என மெதுவாக அறிந்துகொண்டபோது அது காத்திருந்தல் அல்ல தியானம் என்பது உறைத்தது. ஆரம்பத்தில் சிதறிச் செல்லும் எண்ணங்களை ஒரு மையத்தில் கவனமாகக் குவித்து அமர்ந்திருப்பது கடும் சவாலாக இருந்தது. பிறகு பயிற்சியில் நாள் செல்லச்செல்ல ஒரே இடத்தில் பல மணிநேரங்கள் சிறிதும் சலிப்பின்றி இருக்க முடிந்தது. எப்போதும் உயிர்ப்புடனும் ஆற்றலுடனும் இயங்கிக்கொண்டிருக்கும் பேருலகம் காடு. இயல்பாகவே வெவ்வேறு குழுக்களுடன் தொடர்பு ஏற்பட்டது. உபவிளைவாகக் காட்டிலாகா அலுவலகங்களுடனும் அதன்

அதிகாரிகளுடனும். பிறகு சில ஆண்டுகளிலேயே தனித்துச் செல்வதன் போதையை உணர்ந்துகொண்டேன். இப்போது கூட அதிகாரப்பூர்வமற்ற அனுமதியுடன்தான் இங்கே டெண்ட் போட்டிருக்கிறேன். இரு நாட்கள் மட்டும். ஓடையில் நீர் அருந்த வரும் பறவையினங்களை, யானைகளை எடுக்கத் திட்டம். நேற்றிரவு மழை பெய்ததன் சேறு ஷூவில் ஒட்டிக்கொண்டிருக் கிறது. ஆனால் அந்த மழையின் ஈரமின்றிப் பகலில் வெய்யில் உலைபோலக் கொல்கிறது. ஒன்றுமில்லாத அசமந்த வேளையில் வேகவைத்த கிழங்கை மென்று நீருக்காகக் குளம் நோக்கிச் செல்லும் பள்ளத்தில் மண் சரிவில் சறுக்கிவிளையாடியபடி சென்றபோது திடீரெனப் புதர் சலசலப்பதைக் கேட்டேன். புலி. அது அபூர்வமான வகையினம் என உடனே கண்டுகொண்டேன். எத்தனைபேர் எவ்வளவு நாட்கள் கடும் தவம் புரிந்து கிடக்கிறார்கள். ஆனால் இதோ எடுத்துக்கொள் என்பது போலப் பொன்வாய்ப்பு. பரவசத்தில் மயங்கிவிடுவேன் என்று தோன்றியது. புதரை விலக்கியபடிக் கனமான கால்தடங்களுடன் சுழற்றிய நாவை மூக்கின் மீது தேய்த்தபடி வருவதைக் கண்டேன். நடுப் பகல். ஒருபோதும் விலங்குகள் வெளியில் வராத உக்கிரக் கோடை. பச்சைநிற உடைதான் என்றாலுமேகூட அது வெட்ட வெளி. சரசரப்பு கேட்டு நீரில் வாய்வைத்த புலி ஒருமுறை திரும்பிப்பார்த்தது. கையில் கேமரா இல்லாத மடத்தனம். ஓடி ஏற மரமேனும் இருக்கிறதா எனக் கண்கள் துழாவுவதற்குள் அடித்து இழுத்துச் செல்லப்பட்டுக்கொண்டிருந்தேன். அதன் முகத்தை அருகில் பார்த்ததுமே முதற்கட்டப் போராட்டங்களைக் கைவிட்டுவிட்டேன். வெறுமனே தரையில் இழுத்துச் செல்லப்பட்டுக்கொண்டிருந்தேன். எந்தக் கூப்பாடுக்கும் பொருளில்லை என்பதால் பல்லைக் கடித்தபடியே வலியைப் பொறுத்துக்கொண்டேன். உயிர் போவதன் அச்சம் அல்ல, கையில் கேமரா இருந்திருக்கலாமே என்கிற எண்ணம்தான் முதலில் தோன்றியது. மேலே வானத்தின் அடியில் பச்சை நிறத்தில் முடிவற்ற கூடாரம் தொடர்ந்து வந்துகொண்டேயிருந்தது. சில குரங்குகளின் தாவல்கள், பறவைகளின் கீச்சுகள் கூடக் கண்ணி லிருந்து தப்பவில்லை. விசித்திரமாக, வீடு பற்றிய எண்ணமே ஏற்படவில்லை.

நீர் அருந்திய புலி அதே நடையுடன் வேறொரு பாதைக்குள் இறங்கிப் பாறைமேல் தாவுவதைப் பார்த்தேன். ஆ . . ! என்ன இன்னும் உயிருடன் இருக்கிறேனா? ஒன்றுமே ஆகவில்லையா! அம்புபோலப் பறந்துசென்று கூடாரத்தை அடைந்து கழற்றி வைத்திருந்தவற்றைப் பொருத்திக்கொண்டு இரை கண்ட நாட்டு நாய்போல ஓடினேன். கிட்டத்தட்ட இரண்டரை நாட்கள்!

அதிசயிக்கத்தக்க புலி மட்டும் கண்ணிலேயே படவில்லை. முதல்நாள் இரவு கூடாரத்திற்குத் திரும்பி 'என்னைத் தேட வேண்டாம். புலியைத் தேடிச் செல்கிறேன்,' என ஒலிப்பதிவு செய்துவைத்துவிட்டு மூர்க்கமாகக் காட்டிற்குள் அலைந்து கொண்டே இருந்தேன். வினோதமான ஆச்சர்யங் கொள்ளத் தக்க காட்சிகள், கோணங்கள் கிடைத்துக்கொண்டே இருந்தன. ஒன்றையுமே மிச்சம் வைக்காமல் சுட்டுக்கொண்டே இருந்தேன். ஆனால் உள்ளே தவிப்பும் ஆவேசமும் கனன்றுகொண்டே இருந்தன. அந்தப் புலியைக் காண வேண்டும். புகைப்படத்திற்குள் பிடித்துக் காலத்தில் வாழச் செய்ய வேண்டும். இல்லையேல் மலைமேல் ஏறிப் பாறையினுள் விழுந்து மடிய வேண்டும். தோல்வியை வேறு எப்படியும் அர்த்தப்படுத்திக்கொள்ள முடியாது.

மூன்றாம் நாள் கண் விழித்தது அடிவாரத்தின் தேநீர்க் கடையின் மரபெஞ்சில். வீங்கிய கால்களுடன் எழவே முடியாமல் திணறியவனை இருவர் கைப்பிடித்து அமர வைத்தனர். பாறைமேல் மயங்கியதுபோல கிறக்கத்துடன் பிதற்றிக் கிடந்தவனைத் தூக்கி வந்த மலைவாழ் பழங்குடிகள் அங்கு கிடத்திச் சென்றிருந்தனர். கடையினுள் நிற்பது தெரியாமல் நின்றிருந்த குள்ளமான ஏட்டன் கூரையளவு கையுயர்த்தி அடித்துக்கொடுத்த தேநீரின் சுவை அதன்பின் வேறு எங்குமே கிடைக்கவில்லை. முதல் மிடறு மட்டும் வயிற்றுக்குள் அமிலம்போல எரிந்து குடலைக் குத்திப் பரவியது. அடுத்தடுத்த இரு தேநீர்கள் குடித்தபோதும் அந்த முதல் தேநீரின் சுவையை எட்ட முடியவில்லை. தெம்பு வற்றிக் கால்கள் நடுங்க எழுந்து நடந்தபோது அவர் அந்த மலைக்காரர்கள் தந்துவிட்டுப் போனதாகச் சொல்லி 'உன்னி' எனக் கூப்பிட்டுக் குழந்தை போல ஓடிவந்து எண்ணெய்யைக் கொடுத்தார். அவர் நெற்றியி லிருந்த சந்தனக் கீற்றுபோல அந்தச் சிரிப்பும் குளிர்ந்திருந்தது.

கால் வீக்கமும் புண்களும் ஒருவாரத்திற்குள் வற்றின. அதன்பிறகு அந்தக் காட்டிற்குள் செல்ல மனம் வரவில்லை. அந்த இரண்டரை நாட்களில் எடுத்த புகைப்படங்கள்தான் என்னை உலகெங்கும் கூட்டிச்சென்றன. சீடப் பிள்ளைகளை உருவாக்கின. அவை முன்மாதிரிகள் என இப்போதும் பலரால் மேற்கோள் காட்டப்படுகின்றன. வகுப்புகளுக்கு லட்சங்களில் பணம் வரத் தொடங்கின. விருதுகள், வியப்பேற்படுத்தும் டாலர்களில் விருதுத் தொகைகள்! உடம்பு பெருத்துவிட்ட இந்த வயோதிகத்தில் பழைய நாட்கள்தான் மருந்தாக இருக்கின்றன. மகன் தற்கொலை செய்துகொண்டுவிட்டான். மகள் தொலைதூரத் தேசத்தில் வாரத்திற்கொருமுறை வீடியோ காலில் வருவாள். எப்போதும்போலச் சிறிது தூரம் நடந்து

விட்டு வந்து படுத்ததும் வழக்கத்திற்கதிகமாக வியர்த்தது. தூக்கத்திலேயே உயிர் நீங்கிய மூன்றுமணிநேரங்களுக்குப் பிறகு வீடு பெருக்க வரும் அம்மாள்தான் ஆட்களைக் கூட்டி வந்தாள். சாவதற்குச் சில நிமிடங்களுக்கு முன்பு சிறுவனாக மரத்தடியில் நின்ற நாளுக்குள் சென்றுவிட்டிருந்தேன். அப்போது இந்த என் வாழ்க்கையைத் தீர்மானித்த மனிதரின் முகம் அவ்வளவு துலக்கமாக மனதில் வந்து நின்றது.

எங்கிருந்தெல்லாமோ சிஷ்யர்கள், நண்பர்கள், தோழிகள், காதலிகள் என என் பிணத்தின் முன் சூழ நின்றிருப்பதைப் பார்த்தேன். உடல் எரியூட்டப்பட்டதுமே அடங்காத தாபமாகப் புலியின் நினைவு வந்தது. நேராகக் காட்டிற்குள் நுழைந்து விட்டேன். அந்தப் புலியின் வாரிசையேனும் கண்டுவிட வேண்டும் என்பதற்காக இதோ இன்னும் சில மணித்துளிகளில் குட்டி போடவிருக்கிற இந்தக் காட்டெருதிற்குள் புகுந்திருக்கிறேன்.

பொத்தென்று மண்ணில் விழுந்து மலமலங்க விழித்த படியே புதிய உலகத்தைப் பார்த்துக்கொண்டிருக்கிறேன்.

அந்தி

முதுகில் ஏதோ ஊர்வது போலப்பட்டது. அதை அலட்சியம் செய்தவனாக ராஜேஷ் மேலும் நிமிர்ந்து அமர்ந்தான். பென்சிலால் மெல்லக் குத்துவதை உணர்ந்ததும் பின்னால் திரும்பக் கழுத்தைப் பாதி திருப்புவதற்குள் காலரைப் பற்றி இழுத்த முருகன் காதுக்குள் ரகசியம் போல அதைச் சொன்னான். கேட்டதும் பூரிப்பில் முகம் புன்னகையுடன் மலர்ந்தது. கரும்பலகையை கணக்குகளால் நிறைத்துக் கொண்டிருந்த புஷ்பா டீச்சரை மறைத்துக்கொண்டு அக்காட்சி முன் வந்து நின்றது. இரண்டு வரிசை பின்னால் அமர்ந்திருக்கும் சீனியிடம் விஷயத்தைச் சொல்ல மனம் பரபரத்தது.

ஸ்கூலுக்குக் கிளம்புவதற்கு முன்பே அவன் தெருவுக்கு வந்துவிட்டதாமே.! அப்படியானால் இந்த பக்கமாக இன்னும் ஏன் வரவில்லை? 'B' பிரிவிலும் 'C' பிரிவிலும் அமர்ந்திருக்கும் தன் சோட்டாளிகளுக்கு இது தெரியுமா? ஒரு வேளை இப்போது வந்துவிட்டுப் போயிருக்குமா? ரீசஸ் விட்டபோது அவர்களிடமெல்லாம் இதைச் சொன்னான். சனிக்கிழமை ஸ்கூல் வைத்த ஹெச். எம்–மை நினைத்துக்கொண்டே சிலேட்டில் பெரிய கண்ணையும் பூதம் போன்ற உடம்பையும் வரைந்த ராஜேஷ் அதன் மீது பெருக்கல் குறி இட்டான். பிறகு எச்சில் துப்பி அழித்தான். நிமிடத்தை எண்ணிய படியே அவனும் அவன் சகாக்களும் உட்கார்ந் திருந்தனர். அன்று ஒரு மணிக்கு நீண்ட பெல் அடித்து பள்ளி விட்டதும் பையைத் தூக்கி மேலே வீசி கையில் பிடிக்க முயன்று மண்ணில் போட்டு

கே.என். செந்தில்

எடுத்துக் கொண்டு வீட்டிற்கு ஓடினான். அம்மா எங்கோ செல்லத் தயாராகிக்கொண்டிருந்தாள்.

❍

மூன்று நாட்களாக அந்த வீட்டிற்குள் இருந்து கேட்கும் சத்தமும் அழுகுரலும் இன்னும் ஓய்ந்தபாடில்லை. புவனா ராஜேஷைப் பார்த்ததும் அவனுக்கு வேறு உடுப்புகள் போட்டு செல்வியின் வீட்டில் விட்டுவிட்டு மல்லிகாவோடு அங்கு சென்றாள்.

அந்த நடுஇரவின் நிசப்தத்தைக் கிழித்துக்கொண்டு பெரிய 'க்ரீச் ...' சத்தத்துடன் கார்கள் வந்து நின்றன. ஊர் உறங்கட்டுமென சற்றுத் தள்ளிக் காத்திருந்த பின் வந்து சேர்ந்தார்கள். சுற்றிலும் கண்ணைச் சுழலவிட்டபடி அவர் கார்க்கதவைத் திறந்தார். ப்ரியா அடக்கப்பட்ட கண்ணீருடன் வெளியே வந்தாள். தடித்து வீங்கிய உதடுகளும் கலைந்து கிடக்கும் தலைமுடியுமாக உள்ளே போனாள். அவளைக் கண்டதும் பெருங்குரலெடுத்து அவள் அம்மா அழும் சத்தத்திற்கு தான் தெரு எழுந்தது. அவள் அப்பா வேகமாகப் போய் ப்ரியாவின் முன் அவள் அம்மாவை அடித்து உதைத்தார். அவள் வாயைப் பொத்தியபடி மகளைக் கூட்டிக் கொண்டு அறைக்குள் சென்றாள்.

பேருந்தில் உடன்வருபவனோடு ப்ரியாவுக்கு சிநேகம் ஏற்பட்டு அது காதலாக மாறிய சில மாதங்களில் அவனுடன் எங்கோ ஓடிப் போனாள். சல்லடைப் போட்டுத் தேடிய நான்காவது நாளில் முந்நூறு கிலோமீட்டருக்கு அப்பால் அவளைக் கண்டுபிடித்து இழுத்து வந்தனர். அது வரை ப்ரியாவின் அம்மா தண்ணீர் கூட குடிக்காமல் அழுது தேம்பியபடி வெறுந்தரையில் படுத்துக் கிடந்தாள். சொந்தங்கள் ஏதேனும் சமாதானத்துடன் எழுப்ப முயன்றால் ஊளை போல ஒலி எழுப்பி கத்தி அழுவாள். மிரண்டு பின் வாங்கி விடுவார்கள்.

'கூட்டீட்டு போன அந்த பையனுக்கு என்னக்கா ஆச்சு? இப்போ எங்க இருக்கிறானாமா?' என்னும் மல்லிகாவின் கேள்விக்கு புவனா உதட்டைப் பிதுக்கிக் காட்டினாள்.

செத்துப்போன முகத்தோடு ப்ரியா தேம்பிக் கிடந்தாள். எது கேட்டாலும் பதிலே சொல்லாமல் விழுந்த அடிகளையெல்லாம் வாங்கிக்கொண்டு வெறித்துப் பார்த்து அமர்ந்திருந்தாள். ப்ரியாவை அவள் அம்மா தான் கிடைத்தவற்றால் எல்லாம் அடித்து வெறியைத் தணிக்க முயன்றுகொண்டிருந்தாள்.

'முணுக்முணுக்குன்னு இருக்கறவ தான் முன்னூறு வூட்டுக்குத் தீ வைப்பாளாம். ஊமை ஊரைக்கெடுக்கும் சொன்னது செரியாப் போச்சு பாத்தயா புவனா ... என ஒப்பாரி

வைத்தவாறே சட்டென ஏதோ நினைவு வந்தவளாக 'பல சாதிக்கு பொறந்த ஊர் மேயற தொண்டு நாய நம்பி போன ஓடுகாலி முண்ட' என்றபடியே எங்கிருந்தோ வந்திறங்கிய ஆவேசத்துடன் எழுந்து சென்று ப்ரியாவை ஓங்கி ஓங்கி அவள் அம்மா அறைய ஆரம்பித்தாள். அவர்கள் தான் விலக்கிவிட வேண்டியிருந்தது. அப்போது அழும் ஒலி தான் எழுந்ததே தவிர வேறு ஒரு சொல்லும் பிரியாவிடமிருந்து வரவில்லை. தண்ணீர் எடுத்து கொடுத்து சேலையெல்லாம் ஒழுக பாதி குடித்து அப்படியே தரையில் சாயப்போனவளிடம் மெதுவாக மல்லிகா ஆறுதல் மொழிகளைச் சொன்னாள். அவள் கேட்ட கேள்விக்கு 'போலீஸ் ஸ்டேசனுக்குப் போயிருக்குது. இந்த பாழாப் போன முண்டைனால உன்னும் ஒரு வாய்ச் சோறு திங்காம அந்த மனுசன் அலைஞ்சிக்கிட்டு கிடக்கறாரு.' என்றாள்.

யாரிடமோ சொல்வது போல 'சொந்தத்துலயே ஒருத்தனைப் பாத்தாச்சு . . . இவோ சில்லுண்டித்தனமெல்லாம் இங்க வேகாது. நானே உசுரோட கொளுத்திப் போடுவேன் . . .' என்றபோது ப்ரியாஅம்மாவின் முகமே வேறு மாதிரி இருப்பதாக புவனாவுக்குத் தோன்றியது. திரும்பி வரும்போது ப்ரியாவின் கண்கள் அவள் அம்மாவையே வைத்த கண் வாங்காமல் பார்த்துக் கொண்டிருந்ததாக மல்லிகா சொன்னாள். கார் வந்து நிற்கும் ஒலி கேட்டதும் இருவரும் மெல்ல எழுந்து சொல்லிக்கொண்டு கிளம்பினர். பிரியாவுடன் பேச முடியாதவாறு சுவரைப் பார்த்துச் சுருண்டு படுத்துக் கிடந்தாள்.

❍

அம்மா எங்கே போயிருக்கிறாள் என ராஜேஷ், செல்வியை நச்சரித்துக் கொண்டே இருந்தான். அவன் எதிர்நோக்கியிருக்கும் வருகையும் இன்னும் வந்தபாடில்லை. அவளும் பொறுத்துப் பொறுத்துப் பார்த்துவிட்டு 'என்ன பய்யனோ . . . எந்நேரமும் நைய்யி . . . நைய்யினுட்டு . . .' எனச் சலித்தவாறே விஷயத்தைச் சொல்லிவிட்டாள். அவன் டவுசரை ஒரு கையில் பற்றியபடி ஓடினான். அம்மாவை வாசலிலேயே பார்த்துவிட்டான். அந்த வீட்டிலிருக்கும் உடம்பெங்கும் வெள்ளைமுடி முளைத்த நாயை பார்த்துக்கொண்டே 'அப்பறமா வர்றேன் போ . . .' என்று அம்மாவை அனுப்பிவிட்டிருந்தான். ப்ரியா அக்கா அவனை அழைத்து ஏதோ சொல்ல வந்தாள். அருகில் வரும் தன் அம்மாவைப் பார்த்ததும் மௌனமாகி விட்டாள். அவன் போய் வழக்கமான உரிமையுடன் கையைப் பற்றி 'என்னக்கா?' என சிரித்தான்.

‘வெளியில போய் வெளையாடு . . . போ . . .’ என அவள் அம்மா கிட்டத்தட்ட விரட்டி விட்டாள். அவனுக்கு அங்கிருந்து செல்ல மனமேயில்லை. சிறிது நேரம் தோட்டத்திற்குச் சென்று சுற்றி வந்தான். அந்த நாயைப் பார்க்க வேண்டும் என்று தோன்றியது. பிரியாக்காவைத் தேடினான். அவள் அறைக்கதவு தாளிட்டிருந்தது.

சிறிய திட்டுப் போல இருந்த இடத்தில் மெதுவாகக் கால் வைத்து ஜன்னல் கம்பியைப் பற்றி நின்று உள்ளே பார்த்தான். அங்கு ப்ரியாக்கா ஒரு சேரின் மீது ஏறி நின்றுகொண்டிருந்தாள். அவள் முன் சேலை சிறிய வட்டமாக முடிச்சிடப்பட்டுத் தொங்கிக்கொண்டிருந்தது. அதை ஒரு முறை இழுத்துப் பார்த்துக் கொண்ட பின் தன் தலையில் ஓங்கி ஓங்கி அடித்துக்கொண்டு வாயிலிருந்து நீர் வழிய குலுங்கிக் குலுங்கி அழுதாள். ராஜேஷுக்கு என்ன செய்வதெனத் தெரியாமல் கம்பியை இறுகப் பற்றினான். அவன் பெயரைக் கூப்பிடும் சத்தம் சன்னமாகக் கேட்டது. தெருவில் நின்றுகொண்டு பிரகாஷ் அவனை நோக்கி

‘டேய் . . . யானை வந்திருச்சு . . . ஓடியா . . . சீக்கிரம் வாடா’ என்றபடியே அவனுக்காக நிற்காமல் ஓடுவதைப் பார்த்தான்.

வெளி வாசலில் சிலர் நுழைவதைப் பார்த்ததும் சிறிய மூட்டையொன்று கீழே விழுவது போல விழுந்து ஒளிந்தபடியே வெளியே வந்துவிட்டிருந்தான். கலங்கலான சத்தம் நெருங்கி வருவதைக் கேட்டு தெருவில் இறங்கினான். தெருமுனையில் யானை மெல்ல குலுங்கியபடி நடந்து வந்துகொண்டிருப்பது தெரிந்தது. ஒரு வினாடி திரும்பி அந்த வீட்டைப் பார்த்தான். பிறகு தன் சோட்டாளிகளை நோக்கிக் கூவி அழைத்து உற்சாகமாகக் கைதட்டிக் குதித்தபடி யானைக்கருகே செல்ல வேகமாக ஓடினான்.

அடகு

வினோதமான ஆனால் தீராத வசீகரம் கொண்ட பொருளை விழுங்கியதைப் போன்ற அவஸ்தையுடன் அல்லாடிக்கொண்டிருந்தார். தொண்டைப்புண் வந்தவர் போல் எச்சிலைக் கூட்டி அதை வயிற்றுக்குள் தள்ள முயன்றும் அது கீழிறங்க மறுப்பதை அச்சத்துடன் உணர்ந்தார். மூடிய இமைகளுக்குள்ளும் காணும் வெளிக ளெங்கும் அவளது மிகச்சிறிய பொட்டையும் செடியி லிருந்து உதிர்வது போலும் உதிராதது போலும் இணுங்கில் தொக்கி நிற்கும் மயக்கமூட்டும் மலர் போன்ற மெல்லிய சிரிப்பையும் தன் மறதிக்குள் தள்ளி தாழிட முயன்று தோற்றுப் போய்க்கொண்டே இருந்தார்.

'அறுபதை நெருங்கும் வயதில் இதென்ன விவஸ்தை கெட்டத்தனம்..!' என தனக்குள் கடிந்துகொண்டாலுமேகூட இது மீள வழியற்ற ஒற்றையடிப் பாதை என்பதை விரைவிலேயே கண்டுகொண்டு தவித்தார். அவளை மீண்டும் ஒரு முறை காண வேண்டும் என்கிற தாபம் பெருகிப் பெருகி புற்று போல வளர்ந்து அவரை மூடுவதாகப் பட்டது. அவள் தன்னை மறைத்துக்கொள்வதன் மூலம் தன்னுடன் விளையாடுகிறாளா அல்லது தன் வேட்கையைச் சீண்டுகிறாளா என்பதை அறியமுடியாமல் போராடினார். அந்த வயதிலும் அவள் போட்டிருந்த மெல்லிய கொலுசொலி தன் மன அறையில் அதே துல்லியத்துடன் அவளை நினைவுகூருந்தோறும் ஒலிப்பதை எப்படிக் கட்டுப்படுத்துவது எனத் தெரியாமல் திணறினார்.

கே.என். செந்தில்

அவளது நடத்தை குறித்துத் தவறாக நினைத்துக்கொள்வதன் மூலம் உருவாகும் கசப்புணர்வைச் சாக்காக வைத்து அவளது நினைவை உமிழ்ந்துவிட்டு தலையைத் திருப்பிக்கொண்டு விடலாம் என்றால், விடிகாலை பொழுது அவளது துலங்கிய முகத்தை தான் முதல் வேலையாகக் கண்களுக்குள் கொண்டு வந்து நிறுத்தியது.

தீவிரமானப் பிரச்சினைகள் பெரும்பாலும் வேடிக்கையான அல்லது சுமாரானத் தொடக்கத்தைக் கொண்டிருப்பது போல தான் அவருடையதும் இருந்தது. சோர்வும் பசியும் அவரை கலங்கச் செய்தபோது சென்று நின்ற மருத்துவமனை அது சர்க்கரையின் தொடக்கம் என்று காரணம் சொல்லி கை கொள்ளாத மாத்திரைகளுடன் அவரை வீட்டிற்கு அனுப்பி வைத்தது. மருத்துவர் காலை நடையை வழக்கமாக்குவது இதற்கான மாமருந்து என்று அறிவுறுத்தியிருந்தார். அப்படி தான் இவையெல்லாம் ஆரம்பித்தன.

மைதானத்தில் இரண்டாவது வாரத்தில் அவர் வயதை யொத்தவர்களுடனான அறிமுகமும் வேடிக்கைப் பேச்சுகளும் நடையை உற்சாகமாக்கின. பச்சையாகப் பேசப்பட்ட பெண்களின் உடல் மீதான பரவசச் சொற்களால் அவர்களுடன் ஒட்ட முடியாமல் தவித்தார். ஏனெனில் தன்னை விடவும் மூத்த கிழங்களிடம் அப்படி எதிர்பார்க்கவில்லை. வீடு திரும்பியதும் அவர்கள் எச்சில் ஒழுக பேசிய நடிகைகளின் சதைகளை மனதிற்குள் கண்டு ரகசியமான சிலிர்ப்புக்குள்ளானார். பெண்களது முலைகளின் அளவு பற்றிக் கூச வைக்கும் கிழடுகளின் அலங்கார வர்ணனைகளைக் கேட்ட பிறகு அவரையறியாமலேயே அவர்களுக்குள் ஒருவராக மாறிப் போயிருந்தார். இவரது அப்பாவித்தனமும் அந்த இரட்டை அர்த்த கானங்களில் கலந்து கொள்ளாமல் தயங்கி புன்முறுவலித்தபடி நிற்கும் இயல்பும் கண்டு அவரை ராமநாதனுக்கு பிடித்துப் போய்விட்டது என்பது வெளியே சொல்லப்பட்ட காரணம். சொல்லப்படாதது அவர் விருப்ப ஓய்வு பெற்ற வங்கி அதிகாரி என்பது. எனவே அவருடனான தனிப்பட்ட நட்பை ராமநாதன் விரும்பினார்.

பின்னும் ஒரு வாரம் கழித்து பரஸ்பரம் குடும்ப விஷயங்களை பேசியதற்கு மறுநாள் ராமநாதன் வற்புறுத்தி அவரை வீட்டிற்கு அழைத்துச் சென்றார். வியர்வை மின்னிய உடலில் நீர் ஊற்றித் துடைத்தபடியே வந்து மனைவியை காபிக்காகச் சத்தமிட்டார். அவளைப் பார்த்து அந்தப் புன்னகையை அவளது வடிவழகைக் கண்டதுமே தன் வசம் இழந்துவிட்டிருந்தார். அவளுடன் பேச வேண்டும், அவளைத் தொட வேண்டும் என்கிற தீ அவரைப் பற்றிக் கொண்டுவிட்டது. சில வாரங்களுக்குள் பழக்கம் சகஜமாகி

விட்டது. இவரது கற்பனைகள் அவள் காலையே சுற்றிசுற்றி வந்தன. பேத்தியை இடுப்பில் தாங்கியபடி நின்றவள் தன்னைக் கண்டதும் கீழிறக்கிவிட்டு தனியாளாக எதிர்கொள்வதும் அந்தச் சிரிப்பு தனக்கு மட்டுமேயானதாக இருப்பதும் அவரை தன் சொந்த வீட்டிற்குள் நிலைகொள்ளாது நடக்க வைத்தது. வாலிபன் தான் காதலிக்கும் பெண்ணைக் காணத் துடிப்பது போல அவள் செல்லும் வழிகளெங்கும் தெரியாதது போல மறைந்து நின்றுகொண்டு ரசித்துக்கொண்டிருந்தார். அவளுக்குப் பின்னாலோ எதிரிலோ இயல்பாகச் செல்வது போல சென்று பேசுவதில் (சில சமயம் வெறும் தலை அசைப்புகளும் பார்வையும்) அதை மனதிற்குள் ஓட்டிப் பார்ப்பதில் தாங்கொண்ணாத கிளர்ச்சி அடைந்தார். அவளுக்கும் இது போலவெல்லாம் இருக்கிறதா என்பதை அறிந்துகொள்ள ஆர்வமிருந்தது என்றாலும் சிறுவயதிலிருந்தே பெண்கள் சார்ந்து அவருக்கிருந்த பயம் அந்த இடத்தை நோக்கிச் செல்ல முடியாமல் செய்திருந்தது. அவள் அப்படியேதுமில்லை என மறுத்திருந்தாலுமே கூட பெண்கள் காட்டிக்கொள்வது வேறு உள்ளே கிடப்பது வேறு என்கிற உண்மையை அவளிடம் சொல்லி இருப்பார். அதற்கு பயந்திருக்க மாட்டார். ஏனெனில் அச்சத்தைக் கடந்த பின் வெட்கமின்மைதானே . . !

தலைதொங்கிப் போயிருந்தவளை விகற்பமற்ற குரலில் காரணம் கேட்டார். பிரியமானவர்களுடன் ரகசியம் பகிர்ந்து கொள்ளும் குரலில் ‘விஷேசத்துக்குப் போட்டு போக நகையே இல்ல, பிஸ்னஸு பிஸ்னஸுன்னு எல்லாத்தையும் கொண்டு போய் பேங்க்ல வச்சிருக்காரு . . .’ என்றாள். பத்தாவது நிமிடத்தில் திருட்டுக் கண்களுடன் வீட்டிற்கு சென்று தன் மனைவி அறியாதவாறு பீரோவின் உள்ளறையில் கிடந்த அவளது செயினை எடுத்து வெளியே வந்தார். ராமநாதன் இல்லாதபோது அவள் மட்டும் தனித்திருக்கையில் சென்று ‘நீங்க கவரிங்கே போடக் கூடாது. போட்டுக்கிட்டு போயிட்டு வந்து கொடுங்க’ எனப் பூரிப்புடன் எடுத்து கொடுத்தபடியே சொன்னார். மறுப்பதும் கட்டாயப்படுத்துவதுமாக சில நிமிடங்கள் சென்றன. பரிசை மறுத்த காதலனைப் போல அழும் நிலையில் அமர்ந்திருந்தவரைப் பார்த்து அதே சிரிப்புடன் வாங்கிக்கொண்டாள். ‘இது அவருக்குத் தெரிய வேண்டாம்’ என்றபோது அடிமை போல குறுகி பரபரப்பில் பேச்சே எழாமல் சரி என்பதற்குப் பதில் வாயிலிருந்து வெறும் காற்றை வெளியே தள்ளினார்.

அதற்கு பின் அவளது வீட்டிற்கு செல்ல தயங்கினார். வாங்க வந்துவிட்டேன் என தவறாக எண்ணிக்கொள்வாளோ என மறுகி அலைந்தார். பத்து நாட்களிலேயே வீட்டிற்குள் புயல் எழுந்தது.

நகை காணாதது கண்டு தன் மனைவியின் பதைபதைப்பையும் அழுகையையும் பார்க்காதது போல அவரும் உடன் சேர்ந்து தேடினார். 'கோயில்ல மொளகாய் அரச்சு கோழி வெட்டி போட போறேன். எடுத்த குடும்பம் மண்ணா போகப் போகுது' எனச் சாபமிட்டுத் தூற்றவும் பயந்துவிட்டார்.

எப்படி போய் கேட்பது, அப்படி திரும்பி வாங்கினால் தன்னுடன் பேசுவாளா, நகையை கையில் எடுத்தபோது அவள் முகம் எப்படி மின்னியது, வீட்டிற்கே திரும்பி போய்விடலாமா இல்லை இதை திருப்பி வாங்கிக்கொண்டு புதிதாக வாங்கிக் கொடுத்துவிடலாமா அதை ஏற்றுக்கொள்வாளா போன்ற பல்வேறு யோசனைகளுடனும் குழப்பங்களுடனும் ராமநாதனின் வீட்டிற்கு போய்க்கொண்டிருந்தார்.

இவையெல்லாவற்றிற்க்கும் அப்பால் அவளை பத்து நாட்களுக்குப் பின் பார்ப்பதே அவரை மகிழ்ச்சியின் அலையில் நனைக்க வைத்தது. உள்ளே சந்தோஷத்துடன் கூவிக்கொண்டார். ஒரு முறை சட்டையை நன்றாக நீவி விட்ட பிறகு கண்ணாடியில் தன் முகத்தை பார்த்து திருப்தியாகத் தலையசைத்த பின் அவள்தான் வந்து கதவைத் திறக்க வேண்டும் என மனதிற்குள் நினைத்தபடியே அழைப்புமணியை அழுத்தி வாய்கொள்ளாச் சிரிப்புடன் காத்திருந்தார்.

எஞ்சுவது

அவமானத்தைப் பற்றிய பேச்சு வந்தது. எனவே தவிர்க்கவே முடியாமல் மௌனம் சூழ்ந்தது. யார் தொடங்குவது என்பதில் அல்ல பிரச்சினை. எப்படி எங்கிருந்து ஆரம்பிப்பது எனக் குழப்பமாகவும் நினைவுகளைக் கிளறுவது கடினமாகவும் அவர்களுக்கு இருந்தது. நேற்று நடுநிசி தாண்டித்தான் உறங்கச் சென்றார்கள் என்பதால் அசதியும் கண் எரிச்சலுமாக மாறி மாறிப் பார்த்துக்கொண்டனர். சொல்லி வைத்தாற் போல அந்த ஐவரின் கண்களும் பூபதியைத் தேடின. வாடிய முகத்துடன் அரைக்கண் திறந்து தூங்கிக் கொண்டிருந்தான். பேருந்தில் இடம் கிடைத்தாலுமே கூட அப்படித்தான். முன் சீட்டின் முதுகின் மேல் முழங்காலை ஊன்றி ஊஞ்சல் போல கால்கள் ஆட, அரைக்கண் திறந்திருக்க குறட்டையிட்டபடியே பக்கத்துத் தோள் மேல் விழுந்து விழுந்து எழுந்து கொண்டிருப்பான். அவனை மெதுவாக உலுக்கிய போதும் எழுவதற்கான எந்த அசைவையும் காணோம். எங்கிருந்தோ பாங்கு சொல்வது கேட்டதும் இன்னும் விடிந்திருக்கவில்லை என அறிந்து கொட்டாவியும் அலுப்புமாக மீண்டும் படுக்கையில் புதைந்தனர். விழித்ததும் அவனைச் சரிக்கட்டிக்கொள்ளலாம் என போர்வைக்குள்ளிலிருந்து ரவி முனகியது பிறருக்குக் கேட்கவில்லை. ஏனெனில் அதற்குள் அவர்கள் உறக்கத்துக்குள் அமிழ்ந்துவிட்டிருந்தனர்.

நேற்றைய குளிர் நிரம்பிய முன்னிரவில் தளும்பிக்கொண்டிருந்த போதையில் ஒரு கட்டத்தில் மிக இயல்பாக சரவணனும் ரவியும் ஆங்கிலத்தில் நடுநடுவே ஊறுகாய் போல சிறிது தமிழைக் கலந்து

மும்முரமாகவும் வேடிக்கையாகவும் பேச்சைக் கொண்டு சென்றனர். நடுவில் அமர்ந்திருந்த பூபதியைக் கலந்துகொள்ள கண்களாலேயே அழைத்தனர். அவனுக்கு ஏதும் புரியவில்லை என்றாலும் மையமாகச் சிரித்து வெளிக்காட்டிக்கொள்ளாமல் அவர்களைத் தவிர்க்கும் பொருட்டு வெளியே பார்த்தான். அங்கு அக்கடுங்குளிர் உறைக்காமல் செஸ் போர்டின் முன் பாதி குடித்த கண்ணாடித் தம்ளர்களுடன் பிரசாத்தும் மணிகண்டனும் புகைப்பது தெரிந்தது. சற்றைக்குள்ளாகவே திடீரென வீசிய சாரலுக்கு நடுங்கியபடியே எழுந்து ஓடிவந்தனர். சமையல் வல்லுநனான சுரேஷ் எதிலுமே பட்டுக்கொள்ளாமல் சுவரின் கால்வாசியை ஆக்கிரமித்திருந்த டிவியில் பாடல்களைச் சன்னமாக ஒலிக்கவிட்டு சோபாவில் கிடந்தான். உள்ளே வந்தவர்களுக்கு அந்தப் பேச்சுகள் புரியாமல் என்ன என்பது போல பூபதியைக் கேட்கவும் அவன் உதட்டைப் பிதுக்கினான். எண்ணிப் பத்திருபது சொற்களுக்கு மேல் தனக்கு ஆங்கிலம் தெரியாது எனப் பற்களைக் காட்டினான். அவர்களுக்குச் சிரிப்புப் பொத்துக்கொண்டுவந்தது. பூபதி குடிப்பவனல்ல என்பதால் தன்னைத் தீனியாக மாற்றிவிடுவார்களோ என அஞ்சியவாறே படுக்கைக்கு செல்ல முயன்றான். ஆனால் அவர்கள் கிடைத்த இரையைத் தப்பவிடும் பேதைகளல்லவே..! இங்கு வந்திருக்கவே கூடாது என மனக்குமுறலுடன் அமர்ந்திருக்கும்படி ஆயிற்று. எதிர்த்துப் பேசும் திராணியற்றவன் என்பதால் அவர்களின் போதைக்கு வடிகாலாகக் கருதிவிட்டிருந்தனர். அவனது இறைஞ்சும் பார்வையும் கெஞ்சும் உடல்மொழியும் அவர்களை மேலும் சில படிகட்டுக்களை ஏற வைத்தன. அவர்களில் அவன் தான் இளையவன். குடிப்பவனல்ல என்பதால் ஓட்டுநனாக இருக்க ஒப்புக்கொண்டான். அதற்காகச் செலவில் பாதி மட்டும் அவன் பகிர்ந்தால் போதும். எனவே கிளம்பிவிட்டான்.

அவர்கள் ஒரே வழித்தடத்தில் ஓடும் பேருந்தில் சில வருடங்களாக வெவ்வேறு அலுவலகங்களுக்குச் செல்ல பயணம் செய்கிறவர்கள். ஒத்த வயதாலும் பேச்சுகளின் சுவாரஸ்யத்தாலும் சளைக்காத சினிமாத் தகவல்களாலும் அவர்கள் ஒன்றிணைந்தனர். அவர்களுக்குள் கிண்டல் கேலிகளுக்குப் பஞ்சமில்லை என்றாலும் மனதளவில் இன்னும் நெருங்கவில்லை என்கிற எண்ணமிருந்தது. மூன்றுமுறைத் திட்டமிடப்பட்டு ஒத்திப்போன சுற்றுலாவுக்கு இம்முறை பிடிவாதமாகக் கிளம்பிவிட்டிருந்தனர். மலைகளின் இளவரசியிடம், இளவரசர்கள் போல விசில் அடித்தபடியே நுழைந்தனர். வரும் வழியிலேயே குடியும் வாந்தியும் பாட்டும் நடனமும் கத்தலுமாக அந்த இளவரசியைச் சீண்ட ஆரம்பித் திருந்தனர். பயணக் களைப்புடன் குடியும் இணைந்துகொள்ள உறங்கி எழுந்து திரும்பவும் பாட்டில்களுடன் அமர்ந்தபோது இரவு பத்துக்கும் மேல். ஒரு மணி நேரத்திற்கு பின் போதை

முன்னுக்கும் போகாமல் பின்னுக்கும் இறங்காமல் உற்சாகத்துடன் அவர்களை வைத்திருந்தது.

அவர்களது ஒவ்வொரு கேள்விக்கும் பூபதி கள்ளனைப் போல முழிப்பதைப் பார்த்ததும், மதுவின் மிதப்பு அவர்களை மேலும் உசுப்பியது. உறங்கச் செல்லும்வரை நால்வரும் அவனுடன் ஆங்கிலத்தில் மட்டுமே பேசிக் களிப்புடன் பந்தாடினர். மிகச் சாதுவான இயல்பினன் என்பதால் வெறுமையாகச் சிரித்துக் காட்டிக்கொள்ளாதிருப்பினும் அவமானத்தால் கண்களில் கோர்த்துக்கொண்ட நீரை உதடு நடுங்கத் துடைத்தான். அவர்கள் சோர்ந்துபோய் உறங்கச் சென்ற பின்னும் இயலாமையால் குறுகிக் கால்களைக் கைகளால் கட்டிக்கொண்டு அதற்குள் முகம் புதைத்து அமர்ந்திருந்தான். அடுத்த நாள் போட்டிருந்தத் திட்டத்திற்காகக் காலையில் இரண்டாவது தடவையாக எழுந்தபோது பூபதி ஊருக்குக் கிளம்பிக்கொண்டிருப்பதைக் கண்டனர். எத்தனையோ சமாதானப்படுத்தல்களுக்குப் பின்னும் அவனைத் தளர்த்த முடியவில்லை. சுரேஷ் 'பேசாம இருடா தம்பி . . .' என்றதும் அவன் காதில் விழவில்லை. வழமை போல பிரசாத் வெகு உரிமையுடன் சட்டையைப் பற்றி இழுத்து உள்ளேக் கூட்டிப் போனான். குற்ற உணர்ச்சியுடன் நால்வரும் அவனிடம் மன்னிப்புக் கோரினர். பிறகு கெட்ட வார்த்தைகளைப் பரஸ்பரம் பொழிந்துக்கொண்டனர். தான் வளர்ந்த பின்னணி குறித்து பூபதி பட்டும் படாமல் சில சம்பவங்களை மட்டும் சொன்னபோது அவன் எப்படி சிறையில் இல்லாமல் வெளியே சுற்றுகிறான் என்கிற வியப்பு ஏற்பட்டது. தந்தையின் குடியும் அம்மாவின் மரணமும் அவனைச் சிறுவயதிலேயே சிதைத்து விட்டிருந்தது. சுற்றங்களின் ஒதுக்குதல்களுக்கிடையே பாட்டியின் அரவணைப்பில் உள் ஒடுங்கியவனாக வளர்ந்தான். தரையை விட்டு கண் எடுக்காமல் ஏதோ அடுத்த சொற்கள் அங்கிருந்து முளைத்து வரும் என்பது போல நகராமல் அமர்ந்திருந்தான். ஆனால் கண்ணில் துளி நீர் இல்லை. பழைய காலத்திற்குள் சென்று திரும்பிய வலியிலிருந்து மீள வழியின்றி உறைந்திருந்தான். மணிகண்டன் எழுந்து போய் தண்ணீர் புட்டியை எடுத்து வந்து தந்து பூபதியின் கைகளை எடுத்துத் தன்னிடம் வைத்துக்கொண்டான். வெடுக்கென இழுத்த பூபதி அவனையே சிறிது நேரம் உற்றுப் பார்த்தபடியிருந்தான். தன் மனம் அலைகள் ஓய்ந்த கடல் போல மெதுவாக அமைதிக்குத் திரும்பிக்கொண்டிருப்பதை உணர்ந்தான்.

அங்கேயே இருந்தால் விஷயம் இன்னும் தீவிரம் ஆகக் கூடும் என நினைத்து அவனை உசுப்பி பிறரும் வெளியே கிளம்ப எழுந்தபோதுதான் அவர்களது திட்டத்தைக் குலைக்கும்

விதமாக உலகமே மறைந்துவிட்டது போன்ற பனிப்பொழிவைக் கண்டனர். எனவே அறையை விட்டுச் செல்ல முடியாது. மூச்சுக் காற்றுப்படும் அண்மையிலுள்ளவைகளே கண்ணிற்குத் தட்டுப்படும் மூட்டம். மணிகண்டன் அந்த கனமேறின நிமிடங்களைக் கரைக்கும் விதமாக ஒவ்வொருவரும் தங்கள் வாழ்க்கையில் நடந்த அவமானங்களைப் பகிர வேண்டும் எனச் சொன்னான். இது பதிலுக்கு பதில் அல்ல, மாறாக யாரும் இங்கே தலைக்கு மேல் தன்னைச் சுமந்துத் திரிபவர்கள் அல்ல என்பதை உறுதிப்படுத்திக்கொள்வதற்காகவே என விளக்கினான். ஆரம்பக்கட்டத் தயக்கங்களைக் கடந்து அரைமனதுடன் ஒப்புக்கொண்டனர். பொய்யோ மிகைப்படுத்தலோ இருக்கக் கூடாது எனச் சுவரைப் பார்த்தபடியே சுரேஷ் சொன்னதும் மீண்டும் அமைதி சூழ்ந்தது. யார் முதலில் என்பதற்குச் சீட்டுக் குலுக்கிப் போடலாம் என்ற சரவணனின் யோசனையை ரவி கை நீட்டித் தடுத்துவிட்டிருந்தான்.

சிறுவயதில் சுவாரஸ்யத்துக்காக ரவி எவருடைய பொருளையேனும் ஒளித்து வைத்துவிட்டு அவர்கள் கொஞ்ச நேரம் அல்லாடுவதைப் பார்த்த பிறகு மனமிரங்கி எடுத்துக் கொடுத்துவிடுவான். காலப்போக்கில் அது அவனது அன்றாடங் களில் ஒன்றாக மாறிவிட்டது. வகுப்பறையில் அவன் அசைவு கூட பிறருக்குப் பீதி ஏற்படுத்திவிடும். ஏனெனில் அவர்கள் அழும்நிலைக்கு சென்ற பிறகுதான் இடத்தையே சொல்வான். அதற்கு முன் ஏதேனும் சந்தேகத்துடன் அணுகினால் எகிறி அடிக்க வருவான். ஒரு தடவை அப்படி ஒரு பொருளை ஒளித்து வைக்க இடமின்றி தன் பைக்குள்ளேயே வைத்திருந்திருக் கிறான். தொலைத்தவன் அலைந்து திரிந்து தன் பொருள் இருந்த இடத்தைக் கண்டுபிடித்ததும் 'திருட்டு நாயே . . .' என்றவாறு ஓங்கி அறைந்துவிட்டான். கட்டிப்புரண்டு சண்டையிட்டு வகுப்பறை முழுதும் இருவரும் உருண்டிருக்கின்றனர். விஷயம் பள்ளி வளாகம் முழுமைக்கும் பரவி விட்டது. பிறகு எது காணாமல் போனாலும் நேராக ரவியைச் சோதனையிடுவது என்றாகியது முன்னர் அவனால் அல்லாடிச் சோர்ந்தவர்கள் இப்போது வேண்டுமென்றே யாருடையதையேனும் எடுத்து வந்து அவனிடம் போட்டுவிட்டு சிக்க வைப்பதும் நடந்தது. 'திருடன்' என்னும் அவச்சொல் எப்படியோ ஒட்டிக்கொண்டு விட்டது. பார்வையின் மூலமே ஒருவனை துன்புறுத்த முடியும் என்பதை ரவி அறிந்துகொண்டபோது வயது 14. எவருடைய குற்றங்களுக்கெல்லாமோ முதல் பலிகடாவாக தன் பெயர் இருப்பதை அறிந்ததும் அவனால் தலை நிமிர்த்தி நடக்கவே முடியவில்லை. மெல்லிய, அடக்கப்பட்ட சிரிப்புகள், முதுகு துளைக்கும் குத்தலானப் பார்வைகள், துச்சமும் அலட்சியமும்

நிரம்பிய உயிர் பிடுங்கும் அவமானச் சொற்கள். அந்த பள்ளியிலிருந்து நீங்குவது என முடிவெடுத்தான். வெகு சாதாரணமான அரசு பள்ளிக்கு மாற்றிக்கொண்டான். ஓயாமல் படித்தான். அதுவே தன் அடையாளமாக ஆக வேண்டும் என கங்கணம் கட்டிக்கொண்டவனாக மதிப்பெண் மேல் சவாரி போனான். அது எதிர்பார்க்காத மேடைகள், எதிர்நோக்காத பரிசுகள், அறிமுகங்கள் எனக் கூட்டிச் சென்று நிறுத்தியது. ஆனால் அந்த அவச்சொல் ஒருபோதும் அழியவேயில்லை. சக மாணவர்கள் அவனை அங்கீகரிக்கவுமில்லை. அவனை முடக்கிவிடச் செய்யக் கூடிய வலிய ஆயுதம் அவர்கள் கையில் எப்போதும் இருந்தது. இன்றும்கூட திருடன் என எங்கேனும் எவரையேனும் ஏசினாலோ அது பற்றிய செய்தியைக் கேள்விப்பட்டலோ பார்க்க நேர்ந்தாலோ ஒரு நிமிடம் தனக்குள் ஏதோவொன்று உடைந்து நிலையிழக்கச் செய்வதாக உணர்வானாம்.

ரவி மூக்கை ஒரு முறை உறிஞ்சி ‘சிகரெட் இருக்கா?’ என யாரிடமோ கேட்பது போல ஜாடை காட்டினான். அவர்கள் மிகச் சாதாரணமாகத் தன்னைப் பார்ப்பதைக்கூட அப்போது ரவி விரும்பவில்லை. ஏளனமும் உதாசீனமும் கேலியும் அந்தப் பார்வைக்குள் கலந்திருக்கலாம் என்கிற வலுவான எண்ணம் அவனுக்கு ஏற்பட்டுவிட்டது.

ரவிக்கு ஒன்றைக் கொடுத்துவிட்டு தானும் ஒன்றைப் பற்றிக்கொண்ட சரவணன், “சொந்தக் குழந்தை உங்களப் பார்த்து யார்னு தெரியாதுனு சொல்றதக் கேட்டிருக்கீங்களா..?’ என்ற பின் அப்போதுதான் அறைக்குள் நுழைந்தவனைப் போல அவர்களை வினோதமாகப் பார்த்தான்.

அவனைத் திருமணம் ஆகாதவன் என்றே அதுவரை அவர்கள் நம்பிக்கொண்டிருந்தனர். மணிகண்டனின் பிளந்த வாயைப்பார்த்து சைகையால் ஆஷ்ட்ரேவை எடுக்கச் சொன்னான்.

“ரெண்டு வருஷம் பயங்கர லவ். ஒரே ஜாதிதான். ஆனா பெரிய இடம். சாதாரணமில்ல. பிக் ஷாட். ஆனா அவ பிடிவாதக்காரி. அதனால இழுத்தடிச்சு சம்மதிச்சாங்க. ஒரே கண்டிஷன் வீட்டோட இருக்கணும்னு. அவங்களுக்கு ஒரே பொண்ணு அவ. தம்பி யூ.எஸ்ல படிக்கறான். என் க்ளோஸ் பிரெண்ட்ஸ் நிறைய யோசினு மட்டும் சொன்னாங்க. அவங்க பொறாமையில சொல்றாங்கன்னுட்டு நேரா அவ வீட்டுக்கே போய் ஓகே சொன்னேன். கேட்டுக்கும் வீட்டு வாசலுக்கும் ரெண்டு நிமிஷம் நடக்கணும். வெளியே வரும்போது அவ அப்பா சாதாரணமா ‘காரை எடுத்து வெளிய நிறுத்திட்டு போயிருங்க மாப்ளே’ன்னாரு. அந்த கார்விலை தான் எங்க வீடே இருக்கும். அடுத்த ரெண்டாவது மாசத்துல அவள வச்சு அதே கார்ல

குலதெய்வம் கோவிலுக்குக் கூட்டிக் கிட்டுப் போய்ட்டு இருந்தேன். ஓடியாடி சொந்தபந்தம் போட்ட விருந்துச் சாப்பாடெல்லாம் முடிஞ்ச பிறகு பூரிப்புல உடம்பு போட்டுட்டேன்னா பார்த்துக்கங்க. அவ அப்பா ஸ்ட்ராங்ஙான ஆளு. தோட்டத்துல புல் புடுங்கனும்னாலும் ஆர்டர் அவர் வாயில இருந்துதான் வரணும். ஆஸ்பிட்டல்ல செக்கப் பாஸிட்டிவ்னு ஆன பிறகு என் தலை கொஞ்சம் மேல வர்ற மாதிரி இருந்தது. ம்கூம் . . . அது சும்மா வெறும் ட்ராமா. பளபளன்னு டிரஸ் போட்டுக்கலாம். அரைகோடி விலை வர்ற கார எடுத்துச் சுத்தலாம். ஆனா கணக்கு கேட்கும்போது சொல்லணும். தினமும் வார்த்தையாலயே கொன்னுடுவாங்க. தனியா பிஸினஸ் வைச்சுத் தர்றேன்னு பேச்சு. ஆனா வாயே திறக்கல. கூலி வாங்காத வேலைக்காரன் கிடைப்பானா . . ! அவ எதையும் கண்டுக்கல. அம்மாக்காரியும் கூட்டு. அவ வீட்டுக்கு எங்க அப்புச்சி சாணி அள்ள போயிருக்காராம். சொல்லி சொல்லி சிரிப்பா. பசிக்கும் ஆனா அவங்க கூப்பிடும்போதுதான் போகணும். செலவுக்கு நூறு ரூபா எடுத்தாக் கூட ஆயிரங் கிராஸ் கேள்வி. ஏதோ ஒன்ன சொல்லிட்டானு திட்டிட்டே கையை ஓங்கிட்டேன். அவங்க அப்பன் வந்து அறைஞ்சு பெல்ட்டைக் கழட்டி கையில வச்சுக் கிட்டு வெளிய போடா நாயேன்னு கத்துனான். அம்மாவும் கூட சேர்ந்துக்கிட்டா. பிறகு என்னை அலோ பண்ணவே இல்ல. அவமானம்னா சாதாரணம் இல்ல. அங்க இருந்த பத்து மாசமும் நரகமே தான். இதெல்லாம் வெளியில தெரியவே தெரியாது. குழந்தை பொறந்துச்சு. சொல்லியும் விடல. கண்ணுலயும் காட்டல. அதுக்கு மூணு வயசுல ஸ்கூல்ல சேர்த்துவிட்டாங்கன்னு யாருக்கும் தெரியாமப் பாக்க போனேன். என்னை யார்னே தெரியாதுன்னு சொல்லிருச்சு. செத்தர்லாம்னு தோணிடுச்சு. வந்துட்டு போன சேதி தெரிஞ்சு மிரெட்டுனாங்க. ஒரு கை பாத்திருவோம்னு ரெடியா இருந்தென். ஆனா நோட்டீஸ் விட்டாங்க. கையெழுத்துப் போடு, எவ்ளோ பணம் வேணும்னு கேட்டாங்க. அவளுக்கு வேற இடத்துல பையனைப் பாக்கறங்களாம். விட மாட்டேன். ஒரு தாயோளி கண்டாரோலிகளையும் விட மாட்டேன். வெட்டிப் பொலி போட்டு நானும் தொங்கிருவேன். கையெழுத்து ஊம்பனுமா வாடா உன் சாமானக் கிழிச்சு உடுறேன் ங்கொம்மாளாக்க . . .' என எழுந்து அங்குமிங்கும் ஓயாமல் நடக்க ஆரம்பித்தான். தண்ணீர்ப்புட்டியை நீட்டியதும் அதைச் சுவற்றில் அடித்து உடைத்தான். எவரும் எதுவும் பேசவில்லை. கதவு திறந்ததும் பனி குப்பென்று அறைக்குள் நுழைந்தது. திரும்ப வந்து அதே இடத்தில் உட்கார்ந்து அடுத்த சிகரெட்டை பற்ற வைத்து தன் டீ–சர்ட்டின் பட்டனைக் கழற்றிப் புகையைத் தன் உடம்பின் மேல் விட்டான்.

“உனக்காவது அன்னிய இடம். வேத்து ஆளுக. எனக்கெல்லாம் சொந்த அண்ணங்காரனேதான். அவன் பண்ணதை நினைச்சா நாலு நாளைக்கு தூக்கம் வராது சரவணா . . .” என பிரசாத் அவனிடமிருந்து சிகரெட்டை வாங்கி ஆஷ்ட்ரேவில் தட்டிவிட்டு திரும்ப அவனுக்கே கொடுத்தான்.

“நாங்க ரெண்டு பசங்க. ரெண்டு புள்ளைங்க. என்னைத் தவிர மூணு பேரும் செட்டில் ஆகிட்டாங்க. சொத்தைப் பிரிக்கனும்னு அண்ணன் ஒத்தக்கால்ல நின்னான். புள்ளைங்களுக்கு சல்லிக்காசு தரக்கூடாதுனு அவர் பிளான். என்கிட்டயும் வந்து கல்யாணமெல்லாம் பண்ணிக்காத . . . எவ்லோ லோல் படுறேன் பாத்தயானு அடிக்கடி சொல்லிக்கிட்டு இருப்பார். ஆனா அப்பாவும் அம்மாவும் நாலா போடணும்னு உறுதியா இருந்தாங்க. கட்டிக் கொடுத்த இடத்துல நினைச்ச அளவுக்கு திருப்தியா மேல வர்லங்கறதால புள்ளைங்களுக்கும் பேரம் பேத்திகளுக்கும் பாதுகாப்பா இருக்கும்னு நினைச்சாங்க. அதுவும் அவங்க ரெண்டு பேரும் போனதுக்குப் பிறகுதான் பாத்யதை சேரும்னு எழுதி வைச்சுட்டாங்க. அண்ணன் ஒத்துக்கவே இல்ல. பெரிய சண்டை. அண்ணனோட மூத்த பொண்ணுக்கு மூல நட்சத்திரங்கறதால சீக்கிரம் கல்யாணம் பண்ணீரணும்னு அலைஞ்சாரு. திகைஞ்சு வந்தது. மூணாம் ஆளக் கூப்பிடுற மாதிரி டேபிள்ல பத்திரிக்கையை வச்சுட்டு போயிட்டாரு. நிச்சயதார்த்த நலுங்குக்கு உட்கார்ந்துக்கிட்டே இருக்கோம். எங்கள கூப்பிடவே இல்ல. யாரோ கேட்டதுக்கு அவங்க யாருன்னே தெரியாதுன்னு சொல்லிட்டாரு. அம்மா குலுங்கி குமுறி அழுகுது. அந்த நைட்டே ரெண்டு பேரையும் வீட்டுக்கு கூட்டிட்டு வந்துட்டேன். போறதுன்னா போகட்டுன்னு சொல்றதை காதால கேட்டேன். ஒரேயடியா போய் சேர்ந்தா ரொம்ப நல்லதுன்னார். நான் காலை திருப்பி வச்சேன். அப்பா தான் வேண்டாம்னுட்டார். மூணு நாள் அவங்க கூடவே இருந்தேன். அத்தன பேர் பாத்துட்டு இருக்கும்போது தலயக் குனிஞ்சுக்கிட்டே வெளிய வந்தாங்க. இப்ப கூட ஆற மாட்டேங்குது. எந்த காசு பணத்துக்கு எங்கள விரட்டுனானோ அந்த மயிறுக்காசு இத்துணூன்டு கூட உதவாம போயிரும். பாக்கத்தானே போறேன்” என எங்கோ இருப்பவனுக்குச் சாபம் இட்டபடியே பொங்கி வந்த ஆற்றாமையை அடக்க முடியாமல் அந்த குளிர்ந்த வெற்றுத்தரையில் அப்படியே குப்பறப்படுத்துக்கொண்டான்.

அந்த இறுகிய மௌனத்தைக் கிழித்தபடி சுரேஷ் ‘என்ன பார்த்த உடனே உங்களுக்கு என்ன தோணிச்சு?’ என பொதுவாகக் கேட்டு பிறர் முகங்களைச் சிரத்தையில்லாமல் ஜடம் போல வெறித்தான். அவனது கலகலப்பான சுபாவத்துக்குச்

சம்பந்தமில்லாத கேள்வி என்பதால் சட்டென எவரும் பதில் பேசவில்லை.

"சின்ன பைய்யன் பொது இடத்துல வைச்சு மூஞ்சியில துப்பியிருக்கானா..? போடா மூடிட்டுன்னு வெரட்டி உட்ருக்கானா?" எனக் கேட்ட பிறகு ஆழமாக ஆனால் நிதான மாகப் பெருமூச்சு விட்டான்.

ஒவ்வொருவரும் அடுத்தவர் முகத்தை அறியாதவாறு நோட்டமிட்டு அவனை ஊடுருவுவது போலப் பார்த்தனர்.

"நிறைய பேர் என்ன பார்த்ததுமே சட்டுனு முகத்தை சுளிப்பாங்க. அவங்களுக்கு என் ஜாதியைக் கண்டுபிடிக்கலைனா சோறு எறங்காதுங்கற மாரி மெது மெதுவா அதை சுத்தியே பேச்சக் கொண்டு போவாங்க. ஊர்பேரும் கொலசாமியையும் தெரிஞ்சுக்கிட்டதும் ஒன்னுந்தெரியாதவங்க மாரி அப்படியே விலகி போயிருவாங்க. செத்தரலாம்னு இருக்கும். விஷேச வீட்டு பந்தியில அசலூர்க்காரன் யாராவது தான் பக்கத்துல உட்கார்ந்து சாப்புடுவான். லோக்கல் ஆளுக என்னதான் நான் படிச்சு வேலயில இருந்தாலும் கால் செருப்பை பாக்கற மாதிரி தான் பாப்பானுக. ஒரு தடவை மழை பேயுது. வயசான ஊர்க்காரரு ரோட்ல நனச்சுக்கிட்டு நிக்கறாரு. பக்கத்துல வண்டியை நிறுத்துனேன். மழயில அவருக்கு யாரு எவருன்னு தெரியல. ஏறிக்கிட்டாரு. கொஞ்ச தூரம் பேச்சுக் கொடுத்து அடையாளம் கண்டுக்கிட்டதும் பைக்ல இருந்து குதிச்சுட்டாரு. புடிக்கப் போறதுக்குள்ள 'போடா மூடிக்கிட்டுன்னு எம் மேல துப்புனாரு. தராதரம் தெரியாத தாயோளினு அடிக்க கல்லை எடுத்துட்டாரு. அந்த கொட்ற மழயில அந்த ஆளும் நானும் நின்னுக்கிட்டு இருந்தோம். அவருக்கு மூச்சு வாங்குது. என்னையறியாம அழுதுக்கிட்டே நின்னேன். அவங்க பண்ணயத்துல வேலைக்கு போயிதான் அம்மா படிக்க வைச்சுது. நோம்பி நொடின்னா அவங்கூட்லயே தான் கிடக்கும். காக்கஞ்சி அரைக்கஞ்சி குடிக்கறதுக்குள்ள நேத்து பொறந்தவன் ஒன்னுக்கையெல்லாம் குடிக்கணும். அதாவது அந்த மாரி சித்ரவதையை அனுபவிக்க ணும். ஸ்கூல்ல ஒரு பையன்கூட பக்கத்துல உட்கார மாட்டான். மூக்கை பொத்திக்கிட்டுதான் போவான். படிச்சு மேல வந்த பிறகும் அந்த நாயிகளோட புத்தி பீ மேலயே தான் இருக்கு."

கோபத்துடன் விரல்களில் சொடுக்கெடுத்தான். இடை மறித்த சரவணன் "யாரை நாயினு சொல்ற சுரேஷ்சு..?" என்று கேட்டான். கொஞ்சமும் தயக்கமின்றி "எவனெவன் நடக்கற ரோட்ல முள்ளக் கொண்டாந்து கொட்டுனானுகளோ... எவனெவன் என் டிபனுக்குள்ள மண்ண அள்ளிப்

போட்டானுகளோ, சத்துணவு சாம்பார்ல எச்சிலை துப்பி வைச்சானுகளோ அந்த நாயிகளதான்” என்றான்.

எவருமே ஒன்றும் பேசவில்லை. அதற்குள் வெளியே பிரகாசமாக வெய்யில் வந்துவிட்டிருந்ததை மணிகண்டன் பார்த்துவிட்டான். தன் அவமானங்களைச் சொல்ல இன்றெல்லாம் தீராதே என எண்ணிக் கொண்டிருந்தவனை வெய்யில் காப்பாற்றியது. கிட்டத்தட்ட சுரேஷினுடையது போன்றதுதான். ஆனால் இதில் ஜாதி இருக்காது. வேறுமாதிரியான இழிவுகளின் மூட்டை. அதற்குள் ரவியும் சரவணனும் முகம் கறுத்துக் காணப்பட்டதை கவனிக்கவும் தவறவில்லை. எங்கே வாக்குவாதம் ஆகிவிடுமோ என நினைத்து எல்லோரையும் கிளப்பினான். அவனைப் பேசச் சொல்லும் நிலையில் அவர்களும் இல்லை என்பதால் மெதுவாக எழுந்தனர். பூபதி காரின் மேல் படிந்திருந்த பனித்துளிகளைத் துடைக்க ஆரம்பித்திருந்தான்.

ரவியிடம் சரவணன் ‘என்ன ஆளுகளா இருப்பான் அவன்..?’ என்று கேட்டான். தொடையைக் கிள்ளி ‘யாரா இருந்தா என்ன பேசாம வா ...’ என இழுத்துக்கொண்டு போனான்.

காருக்குள் சூழ்ந்திருந்த இறுக்கத்தை ஒலிக்க விட்ட பாடல்கள் சிறிது கூட கலைக்க முடியவில்லை. அவரவர் உலகத்திலிருந்து மீளாதிருந்த வேளையிலும் சரவணன் சுரேஷிடம் விலக்கத்தைக் காட்டினான். இங்கிருந்து போவதற்குள் சுரேஷ் என்ன ஆள் என அறிந்துகொள்ள வேண்டும் என்கிற வேட்கை அவனுள் மிகுந்தது. லேக் இருக்குமிடத்தில் இறங்கியதுமே ஆளுக்கு ஒரு சுற்று ஊற்றிக் கொண்டனர். கொஞ்சம் இலகுவாக உணர்ந்தனர். பூபதிக்கு இதெல்லாம் ஏன்தான் ஆரம்பித்ததோ என்றிருந்தது. திரும்பி போகும்போது அவரவர் பழைய இடங்களிலேயே எல்லோரும் இருப்பார்களா என்கிற சந்தேகம் மணிகண்டனை அரித்துக் கொண்டிருந்தது. சுரேஷ் இயல்பாக இரண்டாவது சுற்றுக்கு மதுவை ஊற்றியதும் ரவி சரவணனிடம் ஜாடை காட்டினான். உடனே அவனை விடவும் கூடுதலாகத் தங்களுக்கு ஊற்றிக் கொண்டதை எவரும் கவனிக்கவில்லை. சுரேஷின் தோளைப் பற்றிக்கொண்டு பிரசாத் மேலேறுவதைக் கண்டு கேலிப்புன்னகையுடன் பின் தொடர்ந்தனர்.

ஏரியில் பரிசல் பயணத்துக்கு தயாராகினர். மூழ்காதிருக்கத் தரப்பட்ட ஜாக்கெட்டுகளைப் போட்டுக்கொண்டதும் நிச்சயமாக மூழ்கிவிடும் என்கிற பீதி உண்டானது. பரிசல் ஓட்டியுடன் அறுவரும் பாட்டும் கேலியுமாக சிறிது தூரம் சென்றதும் அறிய முடியாத கரம் அளித்த அளப்பரிய பரிசு போன்ற ஓர் காட்சியால் மனதில் விளக்க முடியாத அமைதி சூழ்ந்தது. மணிகண்டனுக்கு தான் அதைக் காணும் கண்கள் வாய்த்திருந்தன. வானம் அந்த

அகண்ட ஏரியில் அப்படியே விழுந்திருந்தது. ஆகாயத்தில் கிண்ணம் போல பரிசல் மிதந்துகொண்டிருப்பதாகத் தோன்றியது. சுரேஷை பிரசாத்துடன் விட்டு ரவியும் சரவணனும் அந்த பக்கம் அமர்ந்திருப்பதை அவன் கவனிக்கத் தவறவில்லை. பரிசல் ஓட்டித் துடுப்பை விலக்கியபோது மேகங்கள் கலைந்து ஓடின. வலசை சென்ற பறவைகளை எட்டித் தொட்டுவிட முடியும் என்று பட்டது. கலைந்து கூடும் மேகங்களின் நடுவே மிதப்பது உண்மை என்று நம்ப ஆசை ஏற்பட்டது. நீலவானம், கண்ணெட்டும் தொலைவு வரை சிற்றலைகளால் ஆன ஏரி, விதவிதமான அலகு களும் நிறங்களும் கொண்ட பறவைகள், பரிசல் . . ! 'ஆ . . !' என்று மனதிற்குள் கூவிக்கொண்டான். விரிவுகளின் முன் உருவாகும் பரவசமும் மன எழுச்சியும் அது விரைவில் தீர்ந்துவிடுமே என்கிற சுய பச்சாதமும் ஒருங்கே எழுவதை கட்டுப்படுத்த இயலாமல் தவித்தான். நீரில் வீழ்ந்து கிடக்கும் வான், ஒரே சமயத்தில் இரு வேறு இடங்களில் சிறகசைக்கும் பறவைகள், எங்கிருந்தோ வந்து ஒன்றுசேர்ந்த மனிதர்களை கொண்டு வானேகிய பரிசல் . . ! நினைக்குந்தோறும் மனதிற்குள் எவ்வளவு குளிர் . . ! புகை போல சில நிமிடங்கள் ஏரியை சூழும் மஞ்சு மூட்டத்தை மனதை அறிந்ததுபோல விலக்கும் சூரியனின் கதிர்கள் . . ! ஒன்றுமற்றவன் என ஒருவனும் உலகில் இல்லை என்று தோன்றியது. இவற்றை இழந்துவிடக் கூடாது என்பது போலவும் அதற்குள்ளேயே நெடுநாள் வாழ ஆசைப்படுவது போலவும் லயித்துக் கண்களை மூடிக்கொண்டான். இவர்கள் இருவரும் எவ்வளவு அற்பங்கள் என்ற எண்ணம்தான் முதலில் எழுந்தது. புற உலகின் நேரம் என்பதற்கும் மனதின் பெண்டுலத்திற்கும் சம்பந்தமேயில்லை. கிட்டத்தட்ட முக்கால் மணி நேரத்தில் இவ்வளவையும் பருகியிருந்த உள்ளத்தில் பெண்டுலம் ஒரே ஒரு முறை மட்டுமே இடவலம் சென்று வந்திருந்தது. எவ்வளவு மகத்தானவன் இந்த மனிதன் . . ! எவ்வளவு பரிதாபத்திற்குரியவன் ! என்கிற இரு முரண்பட்ட வியப்பிற்கிடையே ஊசலாடிக் கொண்டிருந்தான். வானில் ஓர் தள்ளாட்டம் ஏற்பட்டது. பரிசல் வேகம் மட்டுப்பட்டது. ரவியின் கூக்குரலில் உற்சாகம் தெறித்தது. அவர்களுடன் அவ்வப்போது பேசி வந்துகொண்டிருந்தான் என்றாலும் மனம் வேறு இடத்தில் உலவிக்கொண்டிருந்தது. அவர்களின் குரலுக்கு கண் திறந்ததும் கை முன் கிடந்த மேகத்தைக் குத்தி விலக்கி கரையில் ஓரம் கட்டப்படுவதைப் பார்த்தான்.

காரில் ஏறியதும் தன் தம்ளரைக் காணாமல் சுரேஷ் தேடினான். சம்மந்தமற்றவர்களைப் போல ரவி சரவணனுக்கு அடுத்த சுற்றுக்கு மதுவை ஊற்றினான். பிரசாத் ஏற்கனவே ஊற்றிக் கொண்டு விட்டான். ரவி கெடுக்கென்று ஆனால் சிரித்துக்கொண்டே 'மலயாளத்தானுகளே இப்படிதான். விவரமா

இருப்பானுக...' என்றான். காது கேட்காதவன் மாதிரி அவனும் சுரேஷின் தம்ளரை துழாவினான். மணிகண்டன் இதைவிடவும் பெரிய போதையில் மிதந்ததால் தள்ளி நின்று அந்த மேகங்களையே பார்த்துக்கொண்டிருந்தான். தம்ளர் கிடைக்கவில்லை. அது கசக்கி எறியப்பட்டிருந்தது. தெரியாதது போல பாவனை செய்த படியே சுரேஷ் கார் கதவை அறைந்து சாத்தினான்.

அறைக்குள் நுழைந்ததும் முதல் வேலையாக கண்ணாடித் தம்ளரை எடுத்து வந்து மதுவை ஊற்றி ஏதும் அறியாதவன் போல தண்ணீர் எடுத்து வரச் சமையற்கட்டுக்குள் நுழைந்தான். பிரசாத் தலைகொள்ளாத போதையில் சுவரைப் பிடித்தபடியே ஊர்ந்து போய் மெத்தையில் விழுந்தான்.

ஏதோ தரையில் மோதி நொறுங்கும் ஒலி கேட்டு சுரேஷ் வேகமாக ஓடி வந்தான். அவனது தம்ளர் சுக்கலாக உடைந்து கிடைந்தது. "ஸாரி நண்பா, கையை வைக்கும்போது பாக்கல. ஸ்லிப் ஆகி விழுந்திருச்சு." சரவணன் சுரத்தேயில்லாமல் தனக்கு ஊற்றிக்கொண்டபடியே ஏளனம் கலந்த குரலில் சொன்னான். தனக்கு நிகராக அமர்ந்து அவன் குடிக்கக் கூடாது என்று முடிவெடுத்திருந்தான். சுரேஷ் அவர்களை காலையிலேயே கண்டுகொண்டான் எனினும் விட்டுப்பிடிக்கலாம் என்றிருந்தான்.

எரியும் முகத்துடன் "அப்போ நேத்து வந்ததிலிருந்து நான் தான்டா சமைக்கறேன். நீயும் ஒனத்தியா சாப்புட்ட. அதெல்லாம் உன் உடம்புக்குள்ள தான் கிடக்கு. அதை என்னடா பண்ணு வீங்க... நீ குசு உட்டா மட்டும் மணக்குமாடா...ச்சீய்..." என்ற படி தன் உடைகளை அடுக்க ஆரம்பித்தான். அந்த 'ச்சீய்...'யில் சில திவலைகள் அவர்கள் தம்ளரில் விழுந்தன. எனவே வாஷ்பேஷினில் கொட்டிவிட்டு வந்து பேசாமல் நின்றுகொண் டிருந்தான். தம்ளரை நன்றாகக் கழுவத்தான் வேண்டும் என்பது போல அவன் பார்வை இருந்தது.

தன் பேக்கோடு விடுவிடுவென வெளியேறும் சுரேஷை அலட்சியமான பார்வையால் சரவணனின் கண்கள் பின் தொடர்ந்தன. 'டேய்...' என ரவி அழைக்க முயல கை அமர்த்தித் தடுத்தான். வெளியே காரை நிறுத்த வழி செய்து கொடுத்துக் கொண்டிருந்த மணிகண்டன், சுரேஷின் ஆவேசமாக நடையைப் பார்த்ததுமே புரிந்துகொண்டு விட்டான்.

சுரேஷ் திரும்ப வர மாட்டான் என தெரிந்த போதும் அவன் பெயர் சொல்லி அழைத்தபடி பின்னாலேயே ஓடினான். பூபதி ஏதும் புரியாமல் காரிலிருந்து இறங்கி அவர்களை மிரட்சியுடன் பார்த்துக்கொண்டு நின்றான். எதுவுமே காதில் விழாதவனாக வெயிலில் பனி பொழிந்துகொண்டிருக்கும் மேட்டின் மீது சுரேஷ் வலுவான காலடிகளுடன் ஏறிக்கொண்டிருந்தான்.

திருடன்

பாக்கெட்டில் ஒரு பைசாகூட இல்லாமல் போகும்போது என்ன செய்ய வேண்டும் என்கிற தெளிவைக் கொடுத்தவை நாளிதழ்கள்தான். அயோக்கியர்களையும் மிகச் சில அப்பாவிகளையும் மாபெரும் பொய்யர்களையும் வைத்து எழுதப்பட்டப் புத்தகம் என்றுதான் அதைக் கருத முடிந்தது. நல்லெண்ணத்தின் பாதைகள் தொடர்ச்சியாக கைவிடும்போது தீமையின் வழித்தடம் எவ்வளவு வசீகரம் மிக்கவையாக மாறுகிறது என்பதை அப்போது கண்டுகொண்டேன். சில்லறைத் திருட்டுகள் ஒருவகையில் சுவாரஸ்யம் கொண்டவை தான். ஆனால் இன்னும் கொஞ்சம் அதைப் பெரிதாகச் செய்தாலும் பாதகமில்லை என்பதை வயிறுதான் உரக்க அறிவித்தது.

நூலகத்திற்குச் சென்று கோடைகால விடுமுறைக் காலத்து நாளிதழ்களை மட்டும் தேடியெடுத்து புரட்டியதில் சிரிப்புக் குமிழியிட்ட படி இருந்தது. அப்போதுதானே பலர் ஊர்களுக்கும் சுற்றுலாக்களுக்கும் போவார்கள். திருட்டு களும் நடக்கும். அந்த தினசரிகள் அவ்வளவு அழகாக 'தொழிலை'க் கற்றுக் கொடுத்தன. மட்டுமல்ல, கள்ள உறவுகளின் அற்புதக் களஞ்சியமாகவும் கொலைகளுக்குமேகூட மாபெரும் வழிகாட்டிகளாகவும் இருப்பதைக் கண்டுகொண்டேன். தங்கம் வென்ற வீராங்கனைக் குறித்தத் தகவல் பெட்டிச் செய்தியாகவும் திரைவிழாவில் ஜட்டி (கிளுகிளுப்பைக் கூட்ட அது சிகப்பு நிறம் என்று சொல்லப்பட்டிருந்தது) தெரிய

கால் மேல் கால் போட்டபடி அமர்ந்திருந்த நடிகையைப் பற்றிய செய்தி அரைப்பக்கத்திலும் வந்திருந்ததை முதலில் புரிந்துகொள்ள முடியவில்லை. சில நாட்களுக்குப் பின்தான் இதற்கு பின்னுள்ள தாத்பரியம் விளங்கியது.

'பணம்.'

இதற்காகதான் எல்லா சில்லுண்டித்தனங்களும், பெரிய மனுஷத்தனங்களும். பெயர்கள் மட்டும்தான் வித்தியாசப் பட்டன. அரசியல்வாதி, கான்ட்ராக்டர், சினிமாக்காரன், தொழிலதிபர், பத்திரிகை முதலாளி, புரோக்கர், கல்வித் தந்தை, மருத்துவ மகாத்மா. இன்னும் பல தினுசுகளில். இதில் எப்போதும் சிரிப்பை வரவழைக்கிற ஒன்று 500, 1000ம் லஞ்சம் வாங்கியபோது பிடிபட்ட அதிகாரிகளின் புகைப்படங்கள். அதற்கு மேலேயே கோடிகளில் புரளும் நடிகனுக்கு பாலாபிஷேகப் புகைப்படம். சரிதான், பிக் பாக்கெட்காரனுக்கு தர்மஅடி கொடுப்பவன் தானே வீடு தோறும் ஓட்டுக்குப் பணம் கொடுப்பவனின் தொண்டனாகவுமிருக்கிறான். பிறகு இதற்கு வெளியே இருந்த அற்பங்களை இந்த நாளிதழ்கள் போலவே கழிசடைகள் எனப் புறங்கையில் ஒதுக்கிவிடலாம். 'பிழைக்கத் தெரியாத' பைத்தியங்கள் ஒழிந்துபோவதுதானே நல்லது. இந்தப் பதினைந்து நாட்களுக்குள்ளேயே அலசி ஆராய்ந்த பின் எனக்குள்ளிருந்த கொஞ்சநஞ்ச குற்றவுணர்ச்சியையும் படித்த (அல்லது கொடுத்த) செய்திகள் காணாமல் ஆக்கிவிட்டிருந்தன.

ஒரு வாரம் நோட்டம் விடுதல், வீட்டைத் தெரிவு செய்தல், உளவு பார்க்கச் சென்று வருதல், வீட்டில் இருப்பவர்களின் எண்ணிக்கை, அவர்களின் வயது, உடல்பலம், மதில்சுவரின் அளவு, சுற்றுப்புறத்தின் தோது, தெரு நாய்களின் நடமாட்டம், வீட்டு நாய் ஏதேனும் இருக்கிறதா, முக்கியச் சாலைக்கு வீட்டிலிருந்து எவ்வளவு தூரம், மளிகைக்கடை, கோவில் போன்ற நடமாட்டமுள்ள பகுதியா எனப் பலவற்றையும் குறித்துவைத்து மேலும் பத்து நாள் கண்காணிப்பில் ஒரு வீட்டைத் தெரிவு செய்ததும் பெருமையுடன் உள்ளே சிரித்துக்கொண்டேன்.

காலிங்பெல்லுக்குத் திறந்த பெண்ணிடம் 'மீட்டர் ரீடிங்' என்றதும் சிறிய பெட்டியைத் திறந்துவிட்டு உள்ளே போய் விட்டாள். நாளிதழ்களின் வழி குறித்துக்கொண்ட பல வழிமுறை களில் இதைதான் தேர்ந்தெடுத்திருந்தேன். பொம்மை அளவு கோலுடன் திரும்பி வந்து 'அதிகமா பில் வந்திருக்கு. என்னென்ன யூஸ் பண்றீங்க' என்றதும் அந்த பெண் திகைத்து எங்கெங்கு மின்சார இணைப்புகள், சுவிட்சுகள் உள்ளதோ அங்கெல்லாம் கூட்டிச் சென்றாள். அந்த வீட்டை வாடகைக்கு விடுபவள்

போல. கிட்டத்தட்ட வீட்டை முழுமையாகவே பார்த்திருந்தேன். கையிலிருந்தத் துண்டு தாளில் குறித்துக்கொண்டேன். வீடெங்கும் கடவுளர்களின் படங்கள் வரவேற்றபடியே இருந்தன. அவளிடம் பேச்சுக் கொடுத்தபோது ஏறக்குறைய அனைத்தையுமே கறந்து விட்டிருந்தேன். அக்கறையுடன் பேசுகிறவர்களைத்தான் இந்த மனிதர்கள் எவ்வளவு தூரத்திற்கு நம்பிவிடுகிறார்கள். ஏதோ வொன்றைச் சொன்னவாறே அவள் வெயிலுக்குள் வந்தபோது தான் உள்ளே ஒன்றுமே போட்டிருக்கவில்லை என்பது தெரிந்தது. அவளை அப்படியே கட்டி அணைத்து முத்த வேண்டும் என்று தோன்றியது. என் பார்வையைக் கண்டு அவளே மெல்ல சிரிப்பது போல பட்டது. நாளிதழில் வந்திருந்த, இப்படி ஒரு உறவுக்குள் சிக்கி ஆசைக்காதலனாக ஆன ஒருவனின் சீரழிந்த வாழ்க்கை குறித்த செய்தி சட்டென்று நினைவுக்கு வந்தது. சுதாகரித்து எழுவதற்குள் அவள் அச்சிரிப்பின் பிறகான மறுவினாடியிலேயே 'ஏகப்பட்ட வேலை கிடக்கு சார் . . .' எனக் கடுகடுப்புடன் சொன்னாள். இன்னும் கால்வாசி மிச்சமிருந்த டீயை வைத்துவிட்டு எழுந்து வெளியே வந்தேன்.

அவர்கள் மூன்று நாள் வெளியூர் சென்ற பிறகு இரண்டாம் நாள் அதிகாலை மூன்று மணிக்கு வெறிச்சோடிய அந்த வீதிக்குள் நுழைந்து சுவரேறிக் குதித்தேன். அதிகாலை மூன்று மணியிலிருந்து நான்கு மணிக்குள் தூங்க முடியாத மனிதனால் வேறு எப்போதுமே உறங்க முடியாது. அந்த நேரத்தில் தான் நெடுஞ்சாலையில் மிக அதிகமானச் சாலை விபத்துகள் நடந்திருந்ததை நாளிதழ்களின் வழி அறிந்திருந்தேன். ஓட்டுநர் அவரையறியாமலேயே அசந்து விடுவதால் நேர்ந்த விபத்துக்கள் அவை. எனவே தூக்கத்தின் பலகீனமான நேரம் அது எனக் கண்டுகொண்டேன் முதன்முறை என்பதால் கடுமையான பதற்றமும் அச்சமும் திரும்பிப் போய் விடலாமா என்ற எண்ணத்தை ஏற்படுத்தியது. வேறு வழியில்லை. கத்தியை வைத்து நெம்பிய பின் சிறிய ஆட்டலுக்கே கதவு திறந்து கொண்டது. வேகமாக நடுக்கத்துடன் அறைகளுக்குள் சென்று தேட ஆரம்பித்தேன். அப்போது தான் ஏதோ உறைத்தது. மாடி அறையில் விளக்கெரிகிறதோ . . ? யாரும் இல்லாத வீடுதானே ? ஒரு வேளை எனக்கு முன்பே வேறு யாராவது குதித்துவிட்டார்களா ? மெதுவாகப் படியேறயேற பேச்சுச் சத்தம் கேட்டது. அதுவும் அந்த நேரத்தில் . . ! சிறிய கத்தியை உருவி படீரென கதவைத் திறந்தேன். கிழவனும் கிழவியும் அமர்ந்து பேசிக்கொண்டிருப்பதைக் கண்டேன். 'ஆ . . .' என்ற அலறலுக்குப் பின் அமைதியாகிவிட்டனர்.

பூட்டிய வீட்டிற்குள் இரண்டு நாட்களாகக் கிடப்பதைச் சொல்லி 'ஓ . . .' என அழுத அந்த அம்மாவை அவர் அணைத்துச் சமாதானப் படுத்தினார். கொடூரமாகப் பசித்தது. உணவிடச்

சொன்னேன். பயம் தெளிந்து எனக்காக அவர் சமைத்தார். அவர் சமைத்து எவ்வளவு நாட்கள் ஆயிற்றோ உப்பு குறைவாகவும் காரம் தூக்கலாகவும் இருந்தது. பெரியவர் அருகில் வந்தார். சட்டென கத்தியுடன் எழுந்தேன்.

'இந்த வீட்ல ஒரு குண்டுமணி காணாம போனாலும் நாங்க தான் பொறுப்புப்பா. பிறகு அனாதையா ரோட்ல அலைய வேண்டியதுதான். மகனுக்கு அவ பேச்சு தான் வேத வாக்கு. பூதம் மாதிரி அடைச்சு காவலுக்கு போட்டுட்டு போயிருக்கா. நானும் அவளும் எங்க பேரன் பேத்தி அப்பப்போ கொடுக்குற பணத்துல 1000 ரூபா சேத்தி வைச்சிருக்கோம். இது தான்பா இருக்கு' என்றபடி கண்ணீருடன் காலில் விழக் குனிந்தார்.

மெதுவாக எழுந்தேன். அதில் ஐம்பதை மட்டும் கையில் எடுத்துக்கொண்டேன். காலையில் மறுபடியும் பசிக்குமே. அதற்கு முன் அதன் முதல் செலவு என்ன என்பது தெரிந்திருந்தது. தீப்பெட்டி வாங்கி மொத்த நாளிதழ்களையும் நெருப்பு வைத்து பொசுக்க வேண்டும் என நினைத்தவாறே வெளியேறியபோது பின்னாலிருந்து அந்த அம்மா அழைத்தபடியே ஓடி வந்து

'கதவை சாத்திடாதப்பா ... இந்த ஜன்னலையெல்லாம் கொஞ்சம் திறந்து கொடு தம்பி. மழ ஈரத்துல பூராவும் இறுகிப் போச்சு. எங்களால முடியலப்பா ... மூச்சு முட்டுது ...' என்ற வாறே கண்ணீருடன் கைகூப்பி நின்றிருந்தார்.

கே.என். செந்தில்

மலர்ச்சி

அவர் குளித்து முடித்த வேகத்தைப் பார்த்தால், அது தொலைக்காட்சியில் ஓட்டிவிடப்பட்டக் காட்சி போல இருந்தது. அவ்வளவு விசை அவரைக் கீழே தள்ளிவிடும் என்பதற்கு மாறாக மேலும் முடுக்கிவிட்டது. கொடியில் காய்ந்த வேஷ்டியை உருவி கட்டிலில் போட்டு நீவி விட்டார். சுருக்கங்கள் அப்போதும் இருந்தன. வடித்து ஆற வைக்கப் பட்டிருந்தச் சோற்றை டிபனில் போட்டு அடியில் தொட்டுப் பார்த்தப் பிறகு தச்சு ஆசாரி மரத்தை இழைப்பது போல அவர் கைகள் வேஷ்டியின் கீழிருந்து மேலாக டிபனைப் பிடித்தபடியே போய் வந்தது. அந்த சூட்டுக்குக் கசங்கல்கள் அமுங்கு வதாகத் தோன்றியது. ஒத்தடம் கொடுப்பது போல வைத்து வைத்து எடுத்தார். பரவாயில்லை என்று பட்டது. சட்டை கொஞ்சம் தேய்த்தது போலவே இருந்தது. வேலைக்கு ஆள் வந்து சொல்லி போயிருந்ததிலிருந்தே அவர் செயல்களில் ஒருவித ஆவேசம் வந்திருந்தது.

சும்மா இருப்பவனுக்கு ஆயிரம் யோசனைகள். தேவையற்ற சிநேகிதங்கள். இனி கள் குடித்துவிட்டு வந்து வட்டிலை விசிறி அடிக்க வேண்டியதில்லை. பத்து ரூபாய் கூட இன்றி பார்க்கும் ஆட்களைப் பற்றியெல்லாம் மனைவியிடம் வசவைப் பொழிய வேண்டியதில்லை. நேரங்காலம் இல்லாமல் கட்டினவளின் கையை பிடித்து இழுத்து கீழே தள்ள வேண்டியதில்லை. மறுக்கப்படும் எதன் மீதும் அதை அடைய உக்கிரம் கூடி விடுகிறது.

மனைவியை அடித்துப் பணிய வைக்கத் தேவையில்லை. பிடிவாதம் பிடித்து அழும் மகளிடம் மூர்க்கத்தைக் காட்ட வேண்டியதில்லை. அந்தச் சிறிய வீட்டின் பெரிய வாசலின் முன் சட்டையின்றி தேம்பியபடியிருக்கும் மகளை ஒற்றைக் கையால் தூக்கி தூர உட்கார வைக்க வேண்டியதில்லை. தெருக்களில் அலைந்துவிட்டு வரும் மகனை மிரட்டிச் சுவற்றோடு முகத்தை வைத்து தேய்க்க வேண்டியதில்லை. பீடிக்குக்கூடக் காசில்லாமல் கணக்கு வைத்திருக்கும் கடை வழியாக போக இனி தயங்க வேண்டியதில்லை. இன்னும் எவ்வளவோ 'இல்லை'களை இல்லாமல் செய்யக்கூடிய வேலை. பீஸ்கள் வந்து மலை போல குவிந்திருப்பதாகவும் இன்னும் சில மாதங்கள் ஓய்வொழிச்சலின்றி பணி செய்யலாம் என்றும் கான்ட்ராக்டர் வந்து சொல்லிபோயிருந்தான். அவர் விட்டுவிட்ட வேட்டியை மகள் அதன் மேலேயே ஊர்ந்து டிபன் பாக்ஸை நகர்த்தி தேய்ப்பதைப் பார்த்தார். அப்படியே அள்ளி உடம்பெல்லாம் முத்தினார். அவள் கூசி வாயில் நீர் ஒழுக சிரித்து அவர் மேல் சரிந்தாள். கிட்டத்தட்ட அடுப்பிற்குள் தலையை நுழைத்து விறகை எரிய வைக்க ஒரு தீப்பொறிக்காக மனைவி ஊதிக் கொண்டிருந்தைக் கண்டார்.

சட்டென்று கட்டிலில் விரித்திருந்த பாயின் அடியிலிருந்து ஐம்பது ரூபாயை வெளியே எடுத்தார். அது ஒரு திருட்டு. அவள் பார்க்கவில்லை என்பதை உறுதிப் படுத்துவதற்குள்ளாகவே ஒரு கை அவரை பிடித்தது. வீட்டின் கால்வாசியை அடைத்துக் கொண்டிருந்தப் பித்தளை அண்டாவை வேறு வழியின்றி அடகு வைத்து வாங்கி வரப்பட்டிருந்தப் பணத்தை அவள் வெவ்வேறு இடங்களில் பதுக்கி வைத்திருந்தாள். இரைக்கான மிருகங்களின் போராட்டம் போல இருந்தது அது. அவள் பிடியை விடவேயில்லை. அவளது கத்தலில் வெறி ஏறியிருந்தது. அவளை உதறி, அடுப்பில் பற்றிக்கொள்ளாமல் திணறிக் கொண்டிருந்த விறகை எடுத்துக் காலின் மேல் அடித்தார். சுருண்டு விழுந்ததும் மகளைத் தள்ளிவிட்டபடியே இடுப்பி லிருந்த ஈரிழைத் துண்டை உருவி வீசிவிட்டு வேட்டியைச் சுற்றியபடியே முகம் எரிய காறி காறித் துப்பியவாறே தெருவில் நடந்தார்.

தைப்பதில் அவருடன் எவருமே போட்டி போட முடியாது. வாரந்தோறும் கம்பெனியே அவர் வாங்கும் சம்பளத்தைப் பார்த்து வியக்கும். அது நேராக பாதி சாராயக் கடைக்கும் பாதி லாட்டரிக் கடைக்கும்தான் போகும். தன்னுடன் நீண்ட காலம் வேலை பார்த்தச் சிநேகிதனின் மகன் முருகேசன் அவருடன் தான் தைத்துக்கொண்டிருந்தான். மதியம் தன் வீட்டிற்கு

அவருடன் மேலும் சிலரை விஷயத்தைச் சொல்லாமல் கூட்டிக் கொண்டு போனான்.வாசலிலிருந்தே 'பாப்பா ...' என்ற அவனது சந்தோஷக் கூவலுக்குச் சோர்ந்தபடி வந்து கதவைத் திறந்தப் பெண்ணைக் கண்டனர். அவர் உள்ளே நுழைந்து அந்த பச்சை வாசத்தை உணர்ந்ததுமே 'என்னடா மீசையே சரியா முளைக்கல. அதுக்குள்ளாற அப்பங்காரன் ஆயிட்டயா .. ?' என்ற குரல் வீட்டின் கூரையை தொடுவதற்கு முன்னேயே குழந்தையை அள்ளி வந்து அவர் கையில் கொடுத்து காலில் விழுந்தான். தன் சோட்டாளி சிங்காரத்தின் மகன் அவன். தான் தலையெடுக்கும் முன்னேயே இறந்துபோன அப்பனை அவன் இன்னும் மறந்திருக்க வில்லை. இப்போது அவர் அவனது அப்பாவின் இடத்தில் இருந்தார். அவர் உள்ளூர உடைந்தார். மனதிற்குள் நகரும் குமிழ்களை சத்தமான கனைப்பின் மூலம் சரிசெய்ய முயன்றார்.

குழந்தை சாவகாசமாகக் காலை அசைத்து கைகளை மெதுவாக முறுக்கியபடி அரைக் கண் திறந்து அவரைப் பார்த்தது. சிறிய புன்னகைக்குப் பின் சிணுங்கியது. பல ஆண்டுகள் குழந்தை இல்லாமல் வாடிக் கிடந்த தனக்குப் பிறந்த மகவை கைகளில் வாங்கிய நாளுக்குள் போய் திரும்பி வந்தார். மனைவியும் குழந்தைகளும் அவர் நெஞ்சை நிறைத்து நின்றனர். தன் போலவே கோபப்படும் மகன் மனக்கண்ணில் வந்து போனான். அவர்களை உடனே காண வேண்டும் என்கிற வேட்கை மிகுந்தது. முருகேசனைத் தலையிலிருந்து தோள்வரை நீவிக் கொடுத்த பின் 'நல்லா இரு சாமி ...' என்பதற்குள் குரல் நடுங்கியது.'ண்ணா ...' என்ற பிறகு அடுத்து என்ன சொல்வதென்று தெரியாமல் அவன் அவரைக் கையை பற்றி நெஞ்சோடு சேர்த்துக்கொண்டான்.

தன் பாக்கெட்டில் இருந்த ஐம்பதை எடுத்து குழந்தையின் மேல் வைத்தார். அது தன் பிஞ்சு விரல்களால் அதை இறுக பிடித்துக்கொண்டதைக் கண்டதும் சுற்றி இருப்பவர்களின் சிரிப்புச் சத்தம் அச்சிறிய அறையை நிறைத்தது. சட்டென்று அக்குழந்தையின் காலில் தன் தலையை வைத்து எடுத்தார். மன்னிப்புக் கேட்பது போல அக்குழந்தையின் கால்விரல்களை மூன்று முறை தொட்டு கண்களில் ஒற்றிக்கொண்டார். இயல்பாக பிறருக்குத் தன்னைக் காட்டிக்கொள்ள 'ஏஞ் சாமி. உன்ற அப்பனை உதைச்சு போட்லாமா ...' என்றவாறே அவனை அடிக்க ஓங்கி பெரிதாகச் சிரித்தவாறே கையைத் தாழ்த்தும் போது அவரது கண்கள் நனைந்திருந்தன.

விருந்து

சமர்ப்பணம்

13ஆம் தேதி மதியமே வகுப்பறையின் டெஸ்க்குகள் பெஞ்சுகளையெல்லாம் வெளியே போடச் சொன்ன ராஜு சார் 'ப்ரைஸ் சின்ன கிண்ணமா இருந்தாலும் சரி. அது நம்ம கிளாஸிற்க்குத் தான் வரணும். புரிஞ்சுதா . . .' என்றார். ஒருவரின் சிரிப்பு இன்னொருவனின் சிரிப்போடு கலந்தது. கசகசவென்ற பேச்சொலிகளுடன் புத்தகப் பைகளைத் தூக்கிச் சென்று மரத்தினடியில் வீசி விட்டு வந்தோம்.

சுதந்திரதினம் என்பது எங்கள் பள்ளியில் கிட்டத்தட்ட திருவிழாக் கொண்டாட்டம் போல. ஆறிலிருந்து பத்து வரையிலுள்ள வகுப்புகள் ஒவ்வொன்றும் புத்தாடை அணிந்து மெருகேறி அழகுடன் மிளிரும். அது ஒரு போட்டியாக நடந்துகொண்டிருந்தது. 15ஆம் தேதி கொடியேற்றப் பட்டதும் தலைமையாசிரியர் தலைமையிலான ஆசிரியர்களால் ஆன நடுவர் குழு வகுப்புகள் தோறும் வந்து மதிப்பெண் இட்டு அடுத்த ஒரு மணி நேரத்தில் தொடங்கப்படவிருக்கும் விழாவில் பரிசுகள் அளித்து கௌரவிப்பார்கள்.

அதற்காக ஒவ்வொரு வகுப்பும் பிற வகுப்பு களுக்குச் சவால்விடும் விதமாகத் தன் வகுப்பை எழில்வண்ணமாக மாற்றப் பாடுபடும். அழகும் அலங்காரமுமாக வகுப்புகள் ஜொலிக்கும். 7–C யை பரிசுப்பட்டியலில் சேர்க்க சலிக்காமல் வேலை செய்து ஓய்து தலைநிமிர்ந்தபோது திருப்திகரமானத் தோற்றத்திற்குவகுப்புவந்துவிட்டிருந்ததை அறிந்தோம்.

பெண்பிள்ளைகள் இட்ட கோலத்தில் கலர் உப்புகளைப் போட்டு நிரவி அழகு செய்து முடித்ததும் மொத்த வகுப்பும் கைதட்டினோம். நடுவர் குழு உள்ளே வந்து சுற்றிப் பார்த்து சுவரில் வரைந்திருந்த ஓவியங்கள், எழுதியிருந்த குறள்களையெல்லாம் பார்த்துவிட்டு வெளியேறியது. வேணு சார் இறங்கிச் செல்லும் வழியில் அவரது வேட்டியை ரோஜா செடியின் முள் பற்றி இழுத்து நிறுத்தியது. 'யார்?' என்பது போல வகுப்பினுள் பார்த்தார். மதிப்பெண் குறைந்துவிடுமோ எனப் பயந்து வாய்திறக்காதிருந்தோம். அவர் அங்கேயே நின்றுகொண்டிருந்தால் குணா முன்னால் வந்தான். அவன்தான் அதற்கு நீருற்றி வளர்த்து காபந்து செய்பவன். எதிர்பார்த்து அஞ்சி இருந்ததற்கு மாறாக அவன் கன்னத்தைச் செல்லமாகக் கிள்ளிய பின் குனிந்து குழந்தையின் தலையை நீவுவது போல ரோஜாவை நீவிவிட்டு நகர்ந்தார்.

ஆனால் பரிசு 7–Bக்கு அறிவிக்கப்பட்டது. திடீரென வேணு சார் மைக்கைப் பற்றி குணாவுக்குச் சிறப்புப் பரிசு என அறிவித்து ஹீரோ பேனாவை அளித்தார். அதன் பின் பத்தாம் வகுப்பு ஆசிரியரான அவர் அடிக்கடி எங்கள் வகுப்பு பக்கம் நடமாடுவதைக் கண்டேன். ஓரக்கண்ணால் ரோஜாவை நோட்டமிட்டபடியே நடப்பார். அப்போது அவரது முகம் சில சமயங்களில் பிரகாசமாகவும் வேறு சில சமயம் இருளடைந்தது போலவும் ஆகிவிடும். பிறகு அவ்வப்போது குணாவுடன் நின்று பேசி நகர்வதும் அவரது வழக்கமாக ஆகியது.

அதற்கும் நான்கு மாதங்கள் கழித்து அவனைத் தன் வீட்டிக்கு அழைத்ததாகச் சொல்லி உடன் வர வேண்டினான். மாலை நேரத்தில் வீட்டின் முன் நின்று 'சார்...' என குரலெடுத்தோம். 'யாருப்பா அது . . . இந்நேரத்துல போஸ்ட்மேன் . . .' என்றபடியே வெளியே வந்தார். ஒருவரையொருவர் பார்த்துச் சிரித்துக்கொண்டோம். அவன் தோளில் மட்டும் கைபோட்டு ஆதரவாக அணைத்து உள்ளே கூட்டிச் சென்றார். அவன் என் கை பற்றி இழுக்கவும் பின்னாலேயே சென்றேன். இருக்கையில் அமர்ந்து 'டேய்...' என பின்னால் திரும்பிக் கூப்பிட்டதும் அவர் மனைவி சிரித்தபடியே வந்து நின்று 'வாங்கப்பா . . .' என்றபிறகு 'இதுல யாரு . . ?' என அவரை நோக்கிப் புருவம் உயர்த்தினார். அதிகப்பிரசங்கியாக குணா எழுந்து நிற்கவும் அவனை அவர் உள்ளேக் கூட்டிச் சென்றார். எரிச்சலுடன் அமர்ந்திருந்தேன். அவன் கையில் கலர் பென்சில் பாக்ஸுடன் வந்து சேர்ந்தான். பொறாமையை மறைத்துக்கொண்டு சிரித்தேன். சட்டென்று அங்கிருந்த புகைப்படத்தின் மீது என் கவனம் நிலைத்தது. அதுவரை எப்படிப் பார்க்கத் தவறினோம் என வியப்பாக இருந்தது. அந்தப் படத்தின் மீது ரோஜாக்கள் படர விடப்

பட்டிருந்தன. கீழே தட்டிலும் ரோஜாக்களே நிறைந்திருந்தன. அந்தப் புகைப்படத்தில் இருந்த பெண்ணின் பல்வரிசையையும் அந்தச் சிரிப்பையும் கன்னங்களையும் பார்த்தபோது எவ்வளவு பெரிய அழகி என்ற எண்ணமே முதலில் தோன்றியது.

பார்வையைக் கலைக்கும் விதமாக "இப்போ இருந்திருந்தா பாப்பா பிளஸ் டூ படிச்சிக்கிட்டு இருந்திருப்பா ..." என வாசலைப் பார்த்தார். ஏதோ பள்ளி முடித்து தன் பிள்ளை இந்த வழியாக இப்போது வந்துவிடுவாள் என்பது போல.

அதற்குள்ளாக சாரின் மனைவி எங்கள் அருகில் வந்து "இந்த வாசப்படியைத் தாண்டும்போது அவ தலையில ரோஜா இருக்கணும். இல்லைனா அவ கீழ இறங்கவே மாட்டா. ஸ்கூலுக்கு போறதா இருந்தாலும் சரி . . ." என்ற பிறகு குரல் தடுமாற பொங்கும் அழுகையைப் புடவை முந்தானையால் பொத்தியபடி குமுறினார்.

சின்ன பையன்களிடம் பேசிக்கொண்டிருக்கிறோம் என்பதை இருவருமே மறந்துவிட்டிருந்தனர்.

"ஆக்ஸிடண்ட்னு சொல்லி அவளக் கொண்டுவந்து வீட்டுக் க்குள்ளக் கூட வைக்காம இதே வாசல்லயே வைச்சு எடுத்துக் கிட்டுப் போயிட்டாங்க . . ." என ஏதோ அன்றைய நாளிதழில் வந்த செய்தியை யாரோ மூன்றாம் மனிதரிடம் கூறுவது போல வேணு சார் வெறித்த பார்வையுடன் சொன்னார்.

பெரிய ஓலம் முன்னறையிலிருந்து வேகமாக நகர்ந்து பின்பக்கத்தில் சென்று தேய்வதைக் கேட்டோம். சில நிமிடங் களுக்குப் பின் கழுவிய முகத்துடன் இரு தம்ளர்களில் பாயசம் கொண்டுவந்து டேபிளில் வைத்து எடுத்துக்கோங்க என்பது போல பார்த்தார். அந்த பெண்ணின் படத்துக்குக் கீழேயும் சிறிய பாத்திரத்தில் பாயசம் வைக்கப்பட்டிருந்தது.

அந்த அம்மா "முந்திரி பருப்பு போட்ட பால் பாயசம்னா அவளுக்கு உசுரு ..." என்றார். பின் நினைவு வந்தவராக படத்தின் அருகே போய் அந்த தட்டில் நகர்ந்து வரிசை மாறியிருக்கும் ரோஜாக்களை சரிசெய்தார்.

கண்ணெடுக்காமல் அதைப் பார்த்தபடியே "பாப்பாவுக்கு ரோஜாப்பூன்னா கொள்ளைப் பிரியம். ஆனா எங்களுக்கு புடிச்ச ஒரே பூவு அவ தானேப்பா . . ." என்றபோது குரல் வெகுவாக கீழிறங்கி இருந்தது. எழுந்த கேவலை மறைத்துக் கொண்டு முகத்தை தன் மேல் கிடந்த துண்டால் துடைத்துக் கொண்டு அமைதியானார்.

பதில் பேச தெரியாதவர்களிடம் பேசுவதை அவர்கள் நிறுத்துவதாக இல்லை.

இருவரும் தலையைக் குனிந்தபடியே அமர்ந்திருந்தோம். அந்த அம்மா எங்கள் சட்டைப்பையில் ரோஜாக்களை வைத்த பின் தம்ளர்களை எங்களை நோக்கி நகர்த்திவிட்டார்.

மெதுவாகக் குனிந்து கையில் எடுத்ததும் சட்டென வேணு சார் முகம் ஒளிர மென்மையாகச் சிரித்து "இன்னைக்கு பாப்பாவோட பிறந்த நாள் ..." என்றார்.

பரிசு

எந்தத் திருமணத்திற்குச் செல்வதற்கும் இப்போதெல்லாம் அவனுக்கு விருப்பமேயிருப்பதில்லை. தவிர்க்கவே முடியாமல் போக நேர்ந்தாலும் கடைசி வரிசையிலோ கூடுமானவரை ஒருவரும் தன் முகத்தைப் பார்க்க முடியாத இடத்திலோ அமர்ந்து எழுவான். யாரேனும் இழுத்துபோனால் ஒழியப் பந்திக்கும் செல்வதில்லை. அப்படி அவன் சென்றாலும் தன் இலை தவிர வேறெங்கும் தலை திருப்பாமல் உண்டு முடித்து எழுந்துவிடுவான். மணமேடையேறி கைகுலுக்கித் தன் வருகையை உறுதி செய்வதுமில்லை. என்றாலும் பரிசு கொடுக்க செல்லும்போது ஓரமாக நின்றுவிட்டு இறங்கி விடுவது அவன் வழக்கம். எங்கும் ஒற்றைக் கேள்வி அவனை விரட்டியது. அவனது திருமணம் சம்பந்தமான வினாக்கள் ஈசல்கள் போல் அவனை மொய்த்தன. கேலி பேசப்பட்டது. அக்கறையாக பேசுகிறவர்களின் சிரிப்பிற்குள் உறைந்திருக்கும் விஷம் அவனுக்குத் தெரியுமென்றாலும் அதை வெளியே காட்டிக்கொள்ள மாட்டான்.

அங்கு நேரடியாகவும் நுட்பமாகவும் உயிரைப் பிடுங்கும் அவமானங்களை எதிர்கொள்வான். ஆனால் புரியாத பாவனையில் முகத்தை வைத்துச் சிரித்து நகர்வது பழகிப் போயிருந்தது. அங்கிருப்பவர்களின் வாய்களுக்கு மெல்வதற்கு அவன் நல்ல தொருத் தீனியாக இருப்பான்.

அன்றும் அப்படித்தான். பிறரது கேள்விகள். அங்கலாயிப்பு போலத் தோன்றும் தூஷணைகள்.

கே.என். செந்தில்

துயர் ஏறி அமர்ந்திருக்கையில் நாதஸ்வரக்காரர் ஏதோ வொன்றை வாசித்தார். தன்னிச்சையாகத் தலை நிமிர்ந்தது. நிதானத்திற்கு வருவதற்குள் அவர் அவனை எங்கெங்கோ அழைத்துப் போனார். பாரம் இளகியவனாக உணர்ந்தான். எவர் முகமும் காணாமல் எழுந்து முன்வரிசையில் போய் அமர்ந்தான். அறுபது வயது மதிக்கத்தக்க அந்த நாதஸ்வரக் காரர் அவன் கண்களை ஒரு முறை பார்த்தார். கண்ணீர் திரை இட்டிருந்தக் கண்களைக் கசக்கியபடியே மெல்லச் சிரித்தான். சந்தோஷம் மிகுந்து அவர் மேலே மேலே போய்க்கொண்டிருந்தார். அவன் கண் மூடி அமர்ந்துவிட்டிருந்தான். ஒரு குழந்தை தானாக வந்து மடியில் அமர்ந்தது. இளகிய பனிக்கட்டி போன்ற தன் கண்களைத் திறந்து அக்குழந்தையின் இரு கன்னங்களிலும் முத்தியபடியே நிமிர்ந்து அவரைப் பார்த்து ஏதோ சொல்ல எழுந்தான்.

அவர் ‘தெரியுது தம்பி . . . சொல்லணுமா . . !’ என்னும் பொருளில் தலை அசைத்தார். நீண்ட வாசிப்பை நிறுத்தி சால்வையால் தன் முகத்தைத் துடைத்துக்கொண்டபோது தான் அவர் மெல்ல மனித நிலைக்கு திரும்பிக்கொண்டிருப் பதைக் கண்டான். எழுந்து சாப்பிடச் சென்றார். பரஸ்பரம் இரு புன்னகைகள் சந்தித்துகொண்டன. கை கூப்பி எழுந்து நின்றான். அவர் அவனது கைகளைப் பற்றியபடியே எச்சில் தெறிக்கச் சிரித்துக் கால்களை மெல்ல ஊன்றி அவனைக் கடந்து போனார். அவர் விலகிச் சென்றதும் கொண்டுவந்திருந்த பரிசுப் பொருளை அவர் அமர்ந்திருந்த இடத்தில் வைத்து விட்டு விடுவிடுவென மண்டபத்தை விட்டு அவன் வெளியேறினான்.

பிழை

வார்டனுக்கு எடுபிடி வேலைகள் செய்பவனும் அவருக்கு கைதிகளிடம் பணம் வசூலித்துத் தருபவனுமான ஜாபர், இடிந்து கிடந்தக் கட்டிடத்திற்குள் நடந்துகொண்டிருந்த பூச்சு வேலைக்கு மம்பட்டியில் மணலை அள்ளி சட்டியில் போட்டிக்கொண்டிருந்தவனை கையோடு நிழலுக்கு இழுத்துச் சென்றான். பிற ஆட்களுக்கு அவனது சுபாவம் தெரியுமென்பதால் பணம் கேட்பானாக இருக்கும் என ஒதுங்கி அவரவர் வேலைகளை வழக்கம் போல தொடர்ந்தனர். கொஞ்ச நேரம் அவனையே உற்றுப் பார்த்தபடியே நின்றவன் 'யோகக்காரன் தான்' என தோளில் அடித்துச் சிரித்தான்.

'ஒனக்கு யார ரொம்ப புடிக்கும்..?' என்று விட்டு கள்ளத்தனம் ஏறிய கண்களுடன் நெருங்கி வந்தான். ஜாபர் பொடிமட்டையைக் கடைவாயோரம் திணித்துக்கொள்வான். வாய் திறந்தாலே நாறும். எனவே முகத்தைத் திருப்பிக் கொண்டான். பதிலுக்குக் காத்திராமல் 'பானுப்ரியா தானே..? அவளைத் தானே காரை போன செவத்துல ஒட்டி வைச்சுருக்கற..! முருகன் சொன்னானே... எந்நேரமும் அவ மொலயயும் தொடையையும் பாத்துக்கிட்டு இருப்ப போல. கொசுக்கடிக்கு அவளை பாத்துக்கிட்டே சொறுச்சுக்கறது சொகமாத்தான் இருக்கும்...' எனக் கண்ணடித்தான்.

கே.என். செந்தில்

சோர்ந்துபோய் அவனை விட்டு விலகிச் செல்லக் காலெடுத்தும் வேகமாகக் காதினருகே வாயைக் குவித்து ‘சீக்கிரம் வெலியில போகப் போற ... உன் பேர் லிஸ்ட்ல இருக்கு ... நேத்து ஐயாவுக்கு டீ கொண்டு போய் குடுக்கும்போது பேசிக்கிட்டு இருந்ததைக் கேட்டன்’ என்றான்.

மண் குழைந்து அப்படியே பூமிக்குள் சென்றுவிடுவானோ என்று தோன்றியது. பணம் பிடுங்கப் பொய் சொல்கிறானோ .. ? என நினைப்பதைச் சட்டென்று படித்துவிட்டான் போல. ‘எல். கணேசன் நீ தானப்பா? ஜெயிலுக்கு வந்து ஆறு வருஷம் ஆச்சா இல்லயா . . . கிடைச்ச ஜாமீன் முடிச்சு கரெக்டா உள்ள வந்தவன் நீ தானே . . .’ என்றுவிட்டு ‘இன்னும் சந்தேகம் தீரலயா . . . உன் மச்சம், தழும்பு எல்லாம் செக் பண்ணணும்னு சொல்லிக்கிட்டு இருந்தாங்களே . . . மச்சம் இருக்கிற இடம்கூட எங்கோயோனு சொன்னாங்களே. இங்க இருக்கு ... ஆனா மேல வர மாட்டேங்குது ...’ எனத் தொண்டையை தொட்டுக் காட்டினான்.

எந்த தகவலும் அவன் வழியாக உள்ளே வருவதுதான் வழக்கம் என்பதால் அதற்கு மேல் கணேசனால் நம்பாமல் இருக்க முடியவில்லை. கிட்டத்தட்ட அவனை தூக்கிச் சுற்றினான். இறக்கிவிடும்போது நீர் நிறைந்திருந்த கண்களால் ஜாபரின் உருவம் அவனுக்குத் தெளிவின்றித் தெரிந்தது.

ஏறக்குறைய இருபது நாட்களாக அந்தக் கட்டிட வேலை நடந்துகொண்டிருக்கிறது. அன்றுதான் அசாதாரண வேகத்தில் மண் சுமந்தான். நாள், கிழமையெல்லாம் மறந்து போயிருந்தவன், ஒவ்வொரு நிமிடத்தையும் புன்னகையுடன் நினைத்துக்கொள்பவனாக மாறினான். ‘உத்தரவு கையெழுத் தாகி வரும்வரை எவரிடமும் சொல்லிவிட வேண்டாம்’ என்று ஜாபர் சொன்னதால் அவன் காணும் கற்களிடமும் செடிகளிடமும் காற்றிடமும் சொல்லிக்கொண்டிருந்தான். இரவில் தன் அறைக்குள்ளிருந்து தெரிந்த சதுர வானத்தின் நான்கு நட்சத்திரங்களிடமும் அதனைச் சுற்றியிருந்த இருளிடமும் அந்த ரகசியத்தைப் பகிர்ந்துகொண்டான். அவன் தினமும் அள்ளிய மணல்கள் கூட அதை அறிந்திருக்கக் கூடும். திரைச்சீலைக் கட்டி சினிமா காட்டப்படும்போது எப்போதுமே சம்பந்தமற்றவனைப் போல வெறித்து அமர்ந்திருப் பவன் அன்று சண்டைக் காட்சிகளுக்கும் பாடல்களுக்கும் விசில்களைப் பறக்க விட்டான்.

அந்த மாற்றம் சக கைதிகளிடம் நூதனமான உணர்வைத் தோற்றுவித்தது. வம்பு கூட நடந்து கை கலப்பாகிப் பிரித்து விடப்படும்போதுகூட அந்த ரகசியத்தை அவன் கசிய விட

வில்லை. அடி வாங்கி கீழே கிடந்தபோதுகூட தரையிடம் விடுதலை நாளைச் சொல்லவும் தவறவில்லை. அவன் அறைவாசியான கலியபெருமாளை பிறர் நச்சி எடுத்தனர். 'அவனுக்கு ஏதோ ஆயிப் போச்சு. தானா சிரிச்சுக்கறான். அழுகறான். தூங்கிட்டு இருந்த என்னை எழுப்பி சாப்டாச்சா . . . சாப்டாச்சாணானு தொந்தரவு தாங்கல. மூடிட்டு படுறா தாயோளின்னு அடியில உதைச்சதுக்கு கூட சரிணா . . . சரிணா . . . நீ தான்னா திட்ற . . . அடிக்கறன்னு மூலையில போய் கொசுகிட்ட பேசிக்கிட்டு இருக்கறானப்பா . . . ஏதேதோ பேர் சொல்றாண்டா . . . அவன் பையன் பேர்னும் தெரியல . . . பொண்டாட்டி பேர்னும் தெரியல . . . எலவு . . .' என்றார். எப்போதுமே அவரிடம் பிறர் பேச பயந்து ஓடுவார்கள். ஆனால் அன்று விலகவே மனமின்றி நின்றுகொண்டிருந்தனர். வழக்கமான அஸ்தரத்தைப் போட்டார். ஒரு பக்கமாகக் காலைத் தூக்கினார் 'டர்ர்ர் . . .' பிறகு அங்கு எந்த ஆட்களையும் காணோம்.

கணேசன் மணல் அள்ளி வரும் வேகத்தைப் பார்த்து முதலில் மிரண்டவர்கள் கலிய பெருமாள் சொன்னதைக் கேட்டதும் சிரிக்கப் பழகிக்கொண்டனர். ஜாபர் அவ்வப்போது அவனிடம் பேசுவதையும் சில்லறைகள் பெற்று நகர்வதையும் அவர்களுக்குக் கண்டுகொள்ளத் தோன்றவில்லை. அந்தக் கட்டிடத்தின் மூலையில் சிறிய கூர்மையான கல்லால் பிறர் அறியாதவாறு தன் மகனின் பெயரை எழுதி முத்தமிட்டு ஒவ்வொரு நாளும் பார்த்துக்கொண்டே சென்றான். அதனருகில் இப்போது சில பொம்மைகள் காணப்பட்டன. அதுவும் அவன் கைங்கரியம் தான். அவனும் அவன் மனைவியுமாம் அது.

சில வாரங்களுக்குப் பின் மறைந்த மூத்த தலைவர் பிறந்த நாளின் பொருட்டு விடுதலைச் செய்யப்படும் கைதிகளின் பெயர்கள் படிக்கப்பட்டன. அழைத்து வரவும் செய்தனர். அன்று இரவு முழுக்க விழித்திருந்ததும்கூட அவனைக் கூப்பிடவேயில்லை. இரவு பதினொரு மணிவரை ஒளிந்து திரிந்துகொண்டிருந்த ஜாபர் செய்த பிழையின் குற்ற உணர்வைத் தாளாமல் அவன் காலில் விழுந்து மன்னிக்க வேண்டி அழுதான். எதுவும் புரியாமல் பார்த்துக்கொண்டிருந்த போது

'அது எம். கணேசனாமா . . . இனிஷியல் மாறிப் போயிடுச்சு.. சரியா கேட்காம போயிட்டன் . . .' என கை கூப்பி வணங்கி நின்றிருந்தான். ஒரு கணம் அவனுக்கு ஏதும் புரியவுமில்லை. விளங்கவுமில்லை. நாவிலிருந்து ஒரு சொல்லும் எழவில்லை. ஆனால் மனதிற்குள் ஓராயிரம் சொற்கள் முட்டி மோதிக்

கொண்டிருந்தன. கலியபெருமாள் சட்டென திரும்பி அவனை பார்த்துவிட்டுப் புரண்டு படுத்துக்கொண்டு விட்டார். உடம்பு குலுங்கியது. அது சிரிப்பா குமுறலா என அவனுக்கும் அறைக்கு வெளியே மெதுவான குரலில் பேசி நின்றிருந்த ஜாபருக்கும் புரியவில்லை. எவரோ வரும் காலடி கேட்டு ஜாபர் அங்கிருந்து நீங்கினான். மறுநாள் காலை கிட்டத்தட்ட முடிவடையும் தறுவாய்க்கு வந்துவிட்டிருந்த கட்டிடத்தில் எல். கணேசன் தொங்கிக்கொண்டிருப்பதைக் கண்டனர். அவன் எழுதியும் வரைந்தும் வைத்திருந்தவற்றைக் கொத்திக் காரையை பெயர்த்திருந்ததை எவரும் பார்க்கவில்லை. தெளிந்த முகத்துடன் சிரித்தவாறே தன்னிடம் பேசிவிட்டு சென்றதை கலியபெருமாள் அவனைக் கீழே இறக்கி எடுத்துச் செல்லப்படும்வரை சொல்லிச் சொல்லிப் புலம்பிக்கொண்டே இருந்தார்.

மறு நாள் யாருமற்ற எம். கணேசன் விடுதலை அடைந்து ஜனநெரிசல் மிகுந்த சாலையில் எங்கே போவது என்று தெரியாமல் டீக்கடைக்குள் நுழைந்தான். ஸ்டூலின் மேல் கிடந்த மாலை தினசரியை மேய்ந்த பின் கை நீட்டியவரிடம் தந்தான். அவர் அடுத்த பக்கம் திருப்பி சன்னமான குரலில், எல். கணேசன்(46) என்கிற கைதி சிறைச்சாலையில் வழுக்கி விழுந்து மரணம் என்றுவிட்டு அச்செய்தியிலிருந்த நகைச்சுவைக்கு சிரித்தபடியே உளுந்து வடையை மென்றார். இது எதுவுமே கண்ணிலும் காதிலும் விழாதவனாக எம். கணேசன், சுட்டு அடுக்கி வைத்திருந்த பலகாரங்களை ஆசை தீரப் பார்த்துக் கொண்டே உட்கார்ந்திருந்தான்.

சிணுங்கல்

"நீ போ . . ."

"இல்ல . . . நீ தான் போகணும் . . . உருண்டு கீழ வர்ற பருக்கையில பருப்பு மணம் அடிக்குது. உன்ன தான் கூப்பிடுறான் . . ."

"பைய்யன் ரெண்டு நாளா என்கிட்ட வரவேயில்லை. அவனொன்னும் என்னப் பாக்க வேணாம் . . ."

சொல்லிக்கொண்டிருக்கும்போதே கெழுத்தி யாக இருந்த ஒருவன் நீர் பிரித்து அந்தக் குறுகிய இடத்தில் நுழைவதைக் கண்டனர்.

"இருக்கிற இடம் நம்மளுக்கே பத்த மாட்டீங்குது . . . இதுல புதுசா வேற ஒருத்தன் வந்திருக்கானா . . !"

அதன் செதில்களின் அசைவில் அந்த உடம்பிலிருந்து செம்மண்ணின் மணம் வந்தது. அடியில் மறைந்து கிடந்த இருவரும் சற்று மேலே வந்து தலையைத் தூக்கியதும் "இருக்குறீங்களா . . !" என்றபடியே வேகமாக நீந்தி அவர்களுக்கருகே அந்த புதியவன் வந்து

"மேல ஒரு பையன் . . . ரொம்ப நேரம் உங்களத் தேடிக் கூப்பிட்டுக்கிட்டு நிக்கறான்" என்றது.

"இவனைத் தான் என்னய இல்ல" என முகத்தைத் திருப்பிக்கொண்டாள். "மயிலு . . ." என்றதும் பேசாமலிருந்தவன் "திரும்பவும்

வந்துட்டான்" என்றான். சற்று முன் நுழைந்த அந்தக் கெழுத்தியாக இருந்தவன் "ஆமா . . . மயிலுன்னா என்ன?" எனக் கேட்டான். "யாருக்குத் தெரியும்? அப்படித்தான் கூப்பிடறான் நம்ம பிரண்டு . . ."

"ஓ . . ! என்னக்கூட பிரணவ் . . . பிரணவ்னு . . . கூப்பிட்டுக் கிட்டு இருந்தான்பா அந்த ஆளு . . ." எனப் புதியவன் சொல்வதைக் கேட்டு "ஏய் . . . அது பையனோட பேரு . . ." என பின்னாலிருந்த பையனோடுச் செல்லச் சண்டையிலிருந்த ஆருயிர் நண்பன் அவனை மூக்கில் முட்டியபடி எச்சரித்துவிட்டு நின்றது.

"எங்கையெல்லாமோ சுத்தி அலைஞ்சு நீந்தியிருக்கேன். சோட்டாளிங்ககூட போட்டிபோட்டு நிக்கறவங்க காலை கடிச்சு வச்சிட்டு ஓடிப்போய் ஒளிஞ்சுக்குவோம். குழந்தைகள்னா மேலே வந்து தலையைக் காட்டிக்கிட்டுப் போவோம். அதுகளை யும் லேசா கடிப்போம். ஆனா அது வெளையாட்டுக்கு . . . ஆனா இப்போ இத்துணூண்டு இடத்துல . . ! அவங்கெல்லாம் இப்ப என்ன செய்யறாங்களோ" என்றபின் சில குமிழ்களை விட்டு விட்டு அமைதியானது. பழைய இருவரும் வாய்பிளந்து ஆச்சரியத் துடன் சில குமிழ்களை விட்டனர். பிறந்த சில தினங்களில் இங்கு வந்துவிட்டவர்கள் அவர்கள். அவன் சொல்வதை யெல்லாம் அறியாதவர்கள்.

"ஏய் உன் பிரண்ட் போயிட்டான் . . ." என அவள் பாவமாகச் சொன்னதும் "ஒனக்கு முன்னாடியே எனக்குத் தெரியும் . . ." என முகத்தை வலித்துக் காட்டினான். புதியவனுக்கு இவர் களின் பேச்சுகளும் ஜாடைகளும் விநோதமான மகிழ்ச்சியை அளித்தது. தான் பிறந்து வளர்ந்த இடத்தில் அவ்வளவு பேர் இருந்தும் சண்டைகளே இல்லை. அப்படி வந்தாலும் அது சில மணித் துளிகளே. இங்கு இரண்டு பேர், இவ்வளவு குறுகிய இடத்தில் ஆனால் வந்ததிலிருந்து ஏட்டிக்குப் போட்டியாகத் தான் இருக்கிறது என நினைத்தபடியே அங்கிருந்த சிறிய அழுக்கை விழுங்கினான்.

"மீனு . . ." பெண்ணின் சிறிய குரல் கேட்டதும் அவளின் செதில்கள் மெல்லத் துடித்தன. "போகக்கூடாது . . ." எனக் கட்டுப்படுத்திக்கொண்டாள். தான் சொல்லித்தான் அவனும் மேலே போய் அவன் நண்பனைப் பார்க்காமல் இருந்தான். இருவரும் பேசி வைத்திருந்தனர். கொஞ்ச நாட்கள் போக்குக் காட்டியபின் கொஞ்சிக்கொள்ளலாம் என்பதுதான் திட்டம்.

"போகாதே . . ." என்பது போல வாலை அசைத்துக் காட்டி னான். "மீனும்மா . . ." என்றதும் அவள் விறைப்படைந்து என்ன

செய்வதெனத் தெரியாமல் அங்குமிங்கும் நீந்திப் பதட்டத்தைப் போக்கிக்கொள்ள முயன்றாள். புதியவன் நமுட்டுச் சிரிப்புடன் சில குமிழ்களை வெளியே தள்ளினான். சில வினாடி கழித்து “மீனுக்குட்டீ ...” என்ற குரலைக் கேட்டதும் சொடுக்கப்பட்டவளாகச் சலேரென மேலே பாய்ந்து சென்றாள்.

பின்னாலேயே துரத்தி வந்து “ஏன் இப்படி பண்ற ..?” என கேட்டது எதுவும் அவள் காதில் விழவில்லை. பப்பூ பால் பற்களைக் காட்டி அந்தச் சிறியத் தொட்டியின் கண்ணாடித் தடுப்புக்கு அப்பால் நின்றுகொண்டிருந்தாள். மீனுவைக் கண்டதும் ஏதேதோ குழறியபடியேக் கொஞ்சினாள். கேட்காதவள் போல கோபமாக முகத்தை வைத்து அவளுக்குக் குறுக்கே நீந்தினாள். பப்பூ கண்ணாடியில் வாய் பதித்து அழுந்த முத்தமிட்டதும் மீனு பூரிப்பில் இரண்டு குட்டிக் கரணம் அடித்தபடி அருகில் போய் ஒட்டி நின்றுகொண்டு மீண்டும் கிடைத்த முத்தங்களை வாங்கிக்கொண்டது. பப்பூ கன்னத்தைக் காட்டியபடியே கண்ணாடித் தடுப்பை ஓரக்கண்ணால் பார்த்தபோது மீனுக்குட்டீ ஏற்கனவே உதடுகளைக் குவித்து அவளை முத்துவதற்காக அப்பக்கத்தில் செதில் துடிக்க வாலை அசைத்து உடம்பை ஆட்டியபடியேக் காத்திருப்பதைப் பார்த்தாள்.

மீட்சி

சுகன்யா நினைத்தது போல அது அவ்வளவு சுலபமாக இருக்கவில்லை. பிரகாஷ்க்கு உடம்பைத் துடைத்துவிட்டு உடை மாற்றிவிட வேண்டும். அந்த சமயத்தில் ஏஞ்சலின் வந்து திறக்கக் கூடாததைத் திறந்து காணக் கூடாததைக் கண்டு விட்டவள் போல நிலைவாசலில் தேங்கித் தயங்கி நின்றிருந்தாள். இதை ஏதும் அறியாத அவள் கணவனின் கை கால்கள் பக்கவாதத்தில் அசையாது விறகு போல உடம்பில் கிடந்தன. அது ஏதோ இறைச்சிக் கடையில் தொங்குவது போல தோன்றியது. அவன் அசையுந்தோறும் இடது கை போதமின்றி பெண்டுலம் போல காற்றில் மெல்ல ஆடி தொடையில் பட்டு நின்றது.

நெடுநாள் திட்டமிட்டு ஏதேதோ காரணங்களால் தள்ளிப் போய்க்கொண்டிருந்த சுற்றுலா ஒருவழி யாக ஈடேறியது. அடுத்த இடத்திற்குச் செல்வதற்குக் காருக்குள் அமர்ந்ததும் அவள் தன் கையில் உடைக்கப்பட்ட சிப்ஸ் பாக்கெட்டை பின்னால் திரும்பிப் பிள்ளைகளுக்குத் தரும்போது பிரகாஷ் சிகரெட்டுக்கு லைட்டரை அழுத்தினான். தானாகவே இரண்டும் நழுவி விழுந்தன. ஸ்டியரிங்கை அவன் கை பலமாகப் பற்றியது. நாக்கை பலமாகக் கடித்துக் கொண்டே இருந்தான், அது துண்டாகி விடுமோ என அச்சந்தரும் வகையில். அவள் அலறலுக்கு ஓடி வந்தவர்கள் முதலுதவி செய்வதற் குள்ளாகவே வலிப்பில் நீச்சல் தெரியாதவன் ஆற்றில் விழுந்ததுமாதிரிகைகால்களைத்தாறுமாறாகக்காற்றில் அடித்து உதைத்தான். கல்லூரி நாட்களிலிருந்தே

வலிப்புக்காக மருந்துகள் எடுத்துக்கொண்டிருந்தான். அதன் பக்கவிளைவாக முடி கொட்டி உடல் பருத்துவிட்டிருந்தது. எங்கெங்கோ தேடியலைந்து முப்பத்து மூன்று வயதில், ஜாதகக் கோளாறுகளால் இருபத்தி ஒன்பதில் நின்றிருந்த சுகன்யாவை உறவினர் திருமணமொன்றில் கண்டு பேசி இதை மூடி மறைத்து மணமுடித்திருந்தான். எங்கே அம்பலப்பட்டு விடுவோமோ என அவன் பயந்து நடுங்கிக்கொண்டே இருந்த உடலுறவில் கூட வலிப்பின் சிறு சமிக்ஞையைக் கூட தன் உடல் உணரவில்லை என்பதைக் கண்டான். நீண்ட சம்போகத்திற்கு பிறகு புரண்டு படுக்கையில் அவனது நடுங்கும் முதுகை அவள் முத்தும்போது வியர்வையூறிய முகத்தை அவளுக்குக் காட்டுவதைத் தவிர்ப்பது அவன் வழக்கம்.

நடையில் சிறுமாற்றம் தோன்றினாலோ நாக்குத் தொடர்ந்து வறண்டபடியே இருந்தாலோ மருத்துவமனை யின் நாற்காலியில் தன் பெயர் அழைக்கப்படுவதற்காகக் காத்திருப்பான். குழந்தைகள் வளர்ந்து வரும்போது தகப்ப னுக்கு உருவாகும் பெருமிதமும் கர்வமும் அவனை அடைவதற்குக் குறுக்கே திரைச்சீலைப் போல இந்த அச்சம் அசைந்துகொண்டே இருந்தது. பத்தாண்டுக் காத்திருந்து அந்த அலை அவனைத் தாக்கியது. பதுங்கியிருந்த நாட்களில் வலுவாகிவிட்டிருந்தது போலும். எனவே தாக்குதல் உக்கிரமாக இருந்தது. ஆவேசமான சாமியாடி, அவன் மீது ஏறி சரமாரி யாக மிதித்துத் துவம்சம் செய்தது போலத் துடித்தான். வலிப்பின் மூர்க்கமான கால்தடங்கள் நரம்புகளைப் பதம்பார்த் திருந்தன. ஒரு சொல்லும் நாவலிருந்து எழவில்லை. முயலுந் தோறும் குகையிலிருந்து பாம்பு போல மடங்கி எழுந்து உச்சரிக்க இயலாமல் சுருண்டு விழுந்தது.

சுகன்யா அவனது பருத்த உடம்பை மீளவும் ஒருமுறை தூக்க முயன்றாள். அவன் அம்மா கோபித்துக்கொண்டு மகள் வீட்டுக்கு போகாதிருந்திருந்தால் இத்தனை பாடுகள் இருந்திருக்காது என்று தோன்றியது. அப்போது சுவரோடு அவனை நிறுத்தி அழுத்திப் பிடித்துக்கொள்வாள். இருவருமே அவன் நிர்வாணத்தைக் கண்டவர்கள் தான், ஆனால் உடம்பு துடைத்து உடை மாற்றும் அந்த பத்து நிமிடத்தில் நரகத்தின் வாயிற்கதவை மாறி மாறி திறந்து மூடிக்கொண்டிருப்பார்கள். இருவரும் கண்களைச் சந்திப்பதைத் தவிர்ப்பார்கள். உயிருள்ளவனைக் கையாள் கிறோம் என்பதையே மறந்தவர்களாக ஒருவித இயந்திரத்தனம் அவர்களுக்குள் புகுந்துகொள்ளும். தேவையில்லாத பொருள் போல அவன் இருவரது கைகளிலிருந்தும் நழுவி படுக்கையில் சரிந்து விழுவான். முந்தைய நிலைமைக்கு எவ்வளவோ முன்னேறி

யிருக்கிறான். எழவே முடியாமல் கிடந்தவன் கை பிடித்து மிக மெதுவாக நடக்கிறான். இடது காலை ஊன்றுவதற்கு முன் அது தரையில் படாமல் காற்றில் அசைகையில் தான் அவனுக்கு இன்னொரு தோள் தேவைப்படுகிறது. முட்டிய மூத்திரத்தை அடக்க முடியாமல் அவனாக எழ முயன்று விழுந்த தலைக்காயத்தின் தையல்களைப் பிரிக்க மருத்துவமனைக்கு எழுப்பி செல்ல வேண்டும். செவிலிகள் எவருமே அமையவில்லை. ஏஞ்சலின் தான் மூன்று மாதங்கள் சேர்ந்தாற் போல வந்துகொண்டிருக்கிறாள்.

குழந்தைகள் தலைமாட்டில் வந்து நிற்கும்போது வலது கையால் அருகில் இழுப்பான். விபரம் தெரிந்தத் தெய்வங்கள். எனவே தயக்கமோ சுணக்கமோயின்றி அப்பாவின் அருகில் செல்வார்கள். காற்றில் சிறு ஊளை போல ஏதோவொன்றை எழுப்புவான். மொத்த உடம்புமே வலது கையும் வலது காலுமாக மட்டும் மாறிவிட்டிருந்தது. ஏஞ்சலின் அழகிய சிறிய பெண். கனிவும் குறும்பும் கொண்ட சிறிய படகு போன்ற கண்கள். அவள் உதட்டுக்கருகில் ஒட்டிக்கொண்ட துணுக்குப் போலிருந்த சிறுமச்சம் அவளைப் பேரழகின் பல்லக்கில் ஏற்றி இருந்தது. ஆனால் வேலையைத் தொடங்கினால் பணிவிடைக்காகவே பிறந்தவளோ என்று தோன்றும். வீட்டிலிருந்து எடுத்து வரும் உணவின்றி சுகன்யா தருவதை எத்தனையோ வற்புறுத்தலுக்குப் பின்னரே வாங்கிக்கொள்வாள். இருவரும் சேர்ந்து உண்ணும் போது அவள் கரைந்து அழுததற்கு மறுநாள் சர்ச்சிலிருந்து ஃபாதர் ஃபெலிக்ஸை அழைத்து வந்தாள். அரைமணி நேரப் பிராத்தனை நடந்தது. ஏஞ்சலின் ஃபாதருக்கு அருகில் கண்மூடி நின்றபடியே இருந்தாள். அவருக்கு சுகன்யா பணம் தந்தபோது 'சர்ச்சில் சிறப்பு பிராத்தனைக்கு ஏற்பாடு செய்யலாமா ஏஞ்சல்குட்டி . . .' என்றபடியே நெற்றியில் விழுந்த நரைமுடியை ஒதுக்கிவிட்டு நகர்ந்தார். அவர் சென்ற பின் அவனது அம்மா அந்த இடத்தைக் கழுவினாள். கெட்ட ஆவிகள் நீங்க வேண்டிக் கொண்டுத் திருநீற்றை மகன் மீது பூசினாள். சுகன்யா ஊடே புகுந்ததும் சச்சரவு எழுந்தது. அப்போது பையைத் தூக்கிக் கொண்டு மகள் வீட்டுக்குப் போனவள் தான் திரும்பவேயில்லை.

சுகன்யா அவனுக்கு உடைமாற்றி விட்டு போனபிறகு ஏஞ்சலின் தன் அன்றாட வேலையைத் தொடங்கினாள். பிரகாஷின் கண்கள் அவளையே பார்த்துக்கொண்டிருந்தன. 'என்னணா? ஏதாவது வேணுமா?' என்று கேட்டாள். வாரத்திற்கு அவனுக்கு இரு ஊசிகள் செலுத்த வேண்டும். அன்று அந்த முறை. அவனை மெதுவாகக் கைபற்றி எழ முயன்றதுமே அவன் வலக்கையை ஊன்றி ஒத்துழைத்தான். மாத்திரை விழுங்கியதும் சிறிது நேரம் அவளை பார்த்தபடி இருந்துவிட்டு முகத்தைத் திருப்பிக்கொண்டான். ஃபாதர் சொன்ன ஏஞ்சல்குட்டி என்ற

வார்த்தையை ஏதோ வலிநிவாரணி போல இரவு முழுவதும் மனதிற்குள் சொல்லிக்கொண்டே இருந்தான். உறங்கியது போல பாசாங்கு செய்திருந்த காமத்தின் கண்கள் விழித்துக்கொண்டு விட்டன. அவன் அவளைப் பார்த்து சிரிக்க முயன்றதில் இருந்த வினோதத்தை அவள் உணரவில்லை. ஊசிக்குக் குனிகையில் அவன் கைலி அவனையறியாமலேயே அன்னிச்சையாக விலகியது. அதற்குள்ளிருந்து அவனது விறைத்த ஆணுறுப்பு துடித்தபடி எழுந்தது. உள்ளுணர்ந்தவள் போல தலையைத் திருப்பினாள். அருவருப்புடன் முகத்தைச் சுளித்தபடியே ‘ச்சீய்...’ என அங்கிருந்து ஓடினாள். தப்பிக்க விரும்புவள் போல ‘க்கா . . .’ என வீறிட்ட படியே வீட்டின் பல இடங்களுக்கும் போய் திரும்பி வந்தாள். தன்னிடம் சொல்லிவிட்டு அக்கா சூப்பர் மார்க்கெட் போனது நினைவுக்கு வந்தது. விடுவிடுவென வந்து கிளம்புவதற்குத் தோல்பைக்கு கை நீட்டினாள். அவன் காற்றில் சீறல் போல வாயிலிருந்து சொற்கள் வெளிவராமல் நாக்கை நீட்டி அந்த சொற்களைப் பிடிக்க முயன்றுகொண்டிருந்தான்.

‘என்ன ?’ என்றபடியே சற்று தள்ளி நின்று அதட்டலாகக் கேட்டாள். குரலில் கசப்பு நிரம்பியிருந்தது. முதன்முறையாக அவனை ஒருமையில் அழைத்திருக்கிறாள்.

வலது கையைத் துடுப்பு போல ஆட்டி அருகில் வரச் சொன்னான். காறித்துப்ப வேண்டும் போல வெறுப்பு எழுந்தது. ஓரடி எடுத்து வைத்ததும் அவன் கண்கள் கண்ணீரால் நிரம்பிப் படுக்கையை நனைத்துக்கொண்டிருந்ததைக் கண்டாள்.

அவன் படுக்கையில் கீழ் நோக்கித் தவழ்ந்து வந்து ஒரு கையை மட்டும் தூக்கிக் காட்டினான். மன்னிக்க இறைஞ்சு வதற்கு இடது கையையும் சேர்த்துக் கூப்புவதற்கு எத்தனையோ முயன்றும் வயிற்றின் மேலிருந்து ஒரு அடிகூட அதைத் தூக்க முடியவில்லை. இப்போது அவளுக்கு அருகில் நகர்ந்து வந்து விட்டான். வலது பக்கம் முழுச் சக்தியையும் கொடுத்து குப்புற விழுந்து அவள் கால்களைப் பற்றினான். பிறகு தன் கைகளைக் கண்களில் ஒற்றினான். இது போல செய்துகொண்டே இருந்தான். தாரைதாரையாகக் கண்களில் நீர் திரண்டு வழிந்துகொண்டிருந்தது.

ஏஞ்சலின் செய்வதறியாது திகைத்து நின்றுவிட்டாள். பிறகு சிறிதும் தாமதிக்காமல் ‘பரவால்லீங்கண்ணா ... விடுங்கண்ணா ... எழுந்துருங்கண்ணா ...’ என கை பற்றித் தூக்கி அவன் கண்களைத் துடைத்து விட்டபடியே தலையின் மீது கை வைத்து மெதுவாக அவனைப் படுக்கையில் சாய்த்தாள். அவன் கண்கள் நூறாயிரம் தடவை அவளிடம் மன்னிப்பையும் நன்றியையும் மாறி மாறி சொல்லிக்கொண்டேயிருந்தன.

சன்னதம்

சீருடையைக் கழட்டும் முன்பே அடம்பிடிக்க ஆரம்பித்திருந்தான். தேவையற்று ஒட்டிக்கொண்டிருக்கும் தோலை உரிப்பது போல அவள் அதைஇழுத்து எடுத்தாள். ஷூவின் முடிச்சை அவிழ்த்ததும் அவனே பிடுங்கி மூலைக்கொன்றாக எறிந்தான். அம்மாவை எப்படியும் சம்மதிக்க செய்துவிட வேண்டும் என்பதையே நேற்றிலிருந்து குறிக்கோளாகக் கொண்டிருந்தான். வேனிலிருந்து அவனை இறக்கிக் கூட்டி வரும்போதே தொலைவிலேயே கூம்பு ஸ்பீக்கரிலிருந்து சிதறிக் காற்றிலேறி வரும் அறிவிப்பைக் கேட்டும் கேளாதவள் போல அவன் விரலைப் பற்றினாள்

பலூனும் கைக்கடிகாரமும் சாவி கொடுக்கப் பட்டதும் முரசுக் கொட்டியபடி அருகில் வரும் கரடிபொம்மையும் அவனை அங்கு இழுத்துக் கொண்டிருந்தது. அருகிலிருக்கும் அக்காள்களுடன் போகச் சொன்னாள். அவனுக்கு அம்மாவுடன் தான் போகவேண்டும். விழா நாட்களில் அவள் கோவில் படிக்கட்டை ஏறவே அஞ்சினாள். வீடு திரும்பியதும் உருவாகும் சச்சரவும் அதையொட்டிய பூசல்களும் அடங்கிச் சமனப்பட பத்து நாட்களுக்கும் மேலாகிவிடும். கணவனுக்கு சிறிதும் பிடிக்காது என்பதை அறிந்ததும் தன்னை முடக்கிக்கொண்டு விட்டாள். அவனுக்கு எடுத்து வைத்திருந்தப் பிஸ்கட்டையும் பாலையும் கண்டுகொள்ளாமல் மீண்டும் அவளிடமே போய் நின்றான். பையிலிருந்து அவனது நோட்டுகளைச் சரி செய்து

‘ஒழுங்கா உக்காந்து எழுதற வேலையப் பாரு’ என்றாள்.

கை மீது சுள்ளென அடித்து ‘போடி’ என்றான். அவள் அவனை பிடித்து உலுக்கி கன்னத்திலும் முதுகிலும் நிறுத்தாமல் அடித்தாள். அவளிடமிருந்து குழந்தையைப் பிடுங்கி ‘கொன்னு போடாத ...’ என பாட்டி வந்து மடியில் இருத்தித் தேற்றத் தேற்ற அவனது தேம்புதல்களும் அழுகையும் கூடியபடியே சென்றது.

‘பையனைக் கூட்டிட்டுப் போயிட்டு வா . . .’ என்றாள். அவள் ஏதும் சொல்லாமல் உள்ளே போக முயலுகையில் ‘அவன் வந்தா நாஞ்சொல்லிக்கறேன் . . . ஏங்கிப் போயிடுவான் . . .’ என்றதும் அவனை கீழே இறக்கிவிட்டு ‘கெழவி மாரி அழுகிறத நிறுத்திட்டு கிளம்பு’ என்றாள். அவன் குஷியை வெளியேக் காட்டிக்கொள்ளாமல் தேம்பிக்கொண்டே அம்மாவை நோக்கிச் சென்றான்.

செருப்பைப்போடும்போது ‘கையையும் காலையும் கட்டிப் போட்டு இரு . . .’ என மாமியார் சொல்வதைக் கேட்டதும் சுருக்கென்றது. அவள் அறியாமல் அவளே அவளை மீறிச் செல்வதைத் தடுக்க ஏது வழி? பாதித் தெருவுக்கு ஓடி நின்று கைகாட்டுபவனைத் திரும்ப அழைக்க மனமில்லாமல் நெருப்பில் நடப்பது போல கோவிலை நோக்கிச் சென்றாள்.

அவளைக் கண்டதுமே பலரும் வழி விட்டு ஒதுங்கிச் சிநேகமாகச் சிரித்தனர். தன்னைச் செல்லம் கொஞ்சும் அக்காள்கள் அங்குதான் தீபங்களுக்கு எண்ணெய் ஊற்றியபடி இருப்பதைக் கண்டான். அம்மாவை விட்டு ஓடி அவர்களுக்குள் கலந்து நின்றான். பின்வரிசையில் சத்தம் கேட்காதவாறு நின்று கொண்டாள். கையில் பலூன்களுடன் அவன் அழைப்பதைப் பார்த்து அங்கேயே இருக்கச் சொல்லி ஜாடைகாட்டினாள். உருமி அடிக்கத் தொடங்கியதும் மேளம் இணைந்துகொண்டது. அவள் தன் கைகளும் கால்களும் மெல்லத் துடிக்கத் தொடங்கு வதை அறியாமல் நின்றிருந்தாள். உருமிக்காரன் மீசை ஒதுக்கிய படி உக்கிரமாக பாடிக்கொண்டு கூட்டத்தை உறையச் செய்திருந்தான்.

‘ஏய்ய்ய்ய் . . .’ என்ற கூக்குரல் அந்த கோவில் கூரையில் மோதித் தெறித்தது. கைகள் இரண்டையும் மேலே தூக்கிப்பற்றிக் கொண்டு கண்களைப் பிதுங்குவது போலக் காட்டிக்கொண்டு நிலமதிர குதித்து ஆடினாள். அவளிடம் பீறிட்ட சத்தத்தைக் கேட்டு சூழ நின்றவர்கள் ஒதுங்கிக் கன்னத்தில் போட்டுக்கொண்டனர்.

அவன் மரகதக்காவின் இடுப்பிலிருந்து அதைப் பார்த்ததும் ‘அம்மா ... அம்மா ...’ என கத்தி அழத் தொடங்கினான். அவள்

‘டேய்…’ என்றபடியே கோவிலை முழங்காலால் சுழன்றுசுழன்றுச் சுற்றி வந்தாள். சன்னதம் ஏற ஏற நாக்கைக் கடித்துத்துப்புவது போல இறுகக் கடித்தாள். பூசாரி வந்து திருநீற்றை அடித்து எலுமிச்சம் பழத்தை வாயிக்குள் திணித்தார். அவள் நாகம் போல ‘உஸ்… உஸ்…’ என சீறித் திமிற முயன்றாள். ‘மலையேறு ஆத்தா… மலையேறு… எல்லாரும் உம் பெத்து பொறப்புக தான்… உன்னக் குளிர வச்சர்றோம்… நல்லபடியா நடத்திக் குடு அம்மா…’ என்றபடி அவள் நெற்றியில் குங்குமத்தை அப்பினார். அவள் அப்படியே கீழே அமர்ந்து சொம்பு நீரை வாயெடுக்காமல் குடித்துப் பார்வையில் உக்கிரம் தெறிக்க ‘ஏய்…’ என மீண்டும் குரல் எழுப்பியப் பின் அமைதியானாள். பையன் அத்தனையும் கண்டு அழுகையை நிறுத்தாமல் அம்மாவிடம் செல்ல முரண்டு பிடித்தான்.

மேலும் ஒரு எலுமிச்சையைப் பிழிந்து வான் நோக்கி முகமுயர்த்தி வாய்க்குள் சாற்றை விழுங்கியவளாக அமர்ந்த போது தன் முன் மடியேந்தியபடி நீளமான வரிசை நிற்பதைக் கண்டாள். குங்குமம் வைத்துவிட்டு சிலருக்கு மட்டும் தன் தோளில் கிடந்த மாலையிலிருந்து பூவைக் கிள்ளித் தந்துகொண்டிருந்தாள். சாமியாடிய இன்னொருத்தி அவளுக்குத் தள்ளி தனியாக அமர்ந்திருந்தாள். ஒருத்தி மட்டும் அவள் முன் நின்று அருள் கேட்டுக்கொண்டிருந்தாள். அதைக் கண்டு இங்கிருந்து அவளிடம் செல்ல முயன்றவளை பின்னால் நிற்பவள்

“வண்ணாத்தி கால்ல வுழுந்து பொட்டு வைச்சுக்கோணுமா… அந்த நாசுவத்தி தான் கூறுகெட்டு அங்க நிக்கறான்னா உனக்கென்ன… பேசமா நில்லு…” என்றதும் அங்கு செல்ல யோசனையோடிருந்தவர்களும் இங்கிருந்தே நகர்ந்தனர்.

அவனை அப்படியே மரகதம் தன் வீட்டுக்குக் கூட்டிச் சென்று உணவிட்ட பின் அம்மாவை ஓயாமல் கேட்டு ரகளை செய்தவனைக் கொண்டு வந்துவிட்டுப்போனாள். வாசலில் இருந்தே அம்மாவைக் கூப்பிட்டபடியே ஒவ்வொரு அறையாகத் தேடிப் போனான். அப்பா படுக்கையில் தனியாகத் தாளை வைத்துக்கொண்டு கணக்கிட்டுக்கொண்டிருந்தார். அவன் அழும்நிலைக்கு வந்துவிட்டிருந்தான். அவர் கூப்பிடுவதுகூடக் கேட்காமல் மீண்டும் அவளைத் தேடிச் சலித்து கண்களில் நீருடன் நின்றான். தனித்த சிறுஅறையில் மின்விசிறியின் ஓசையைக் கேட்டதும் கையில் சிவப்பிலும் மஞ்சளிலும் பிடித்திருந்தப் பலூன்களை அங்கேயே போட்டுவிட்டு ஓடினான்.

வீட்டுக்கு விலக்காகும் நாட்களில் வந்து படுத்துக்கொள்ளும் சிறிய அறையில் அவள் தூங்கிக்கொண்டிருந்தாள். அவன் அருகே போய் ‘ம்மா… ம்மா…’ என்றான். சிறிய சீறலுடன்

கூடிய மூச்சுக்காற்றை வெகு அண்மையில் கேட்டான். காற்றுக்கு நெற்றியில் மேல் பறக்கும் அம்மாவின் முடி அசைவு அவளது ஆட்டத்தைத் தான் அவன் முன் நிறுத்தியது. கைகளால் அவள் கன்னத்தைத் தொட்டு முத்தினான். பாயில் கொஞ்சம் இடமிருந்தது, தலையணையிலும். அதற்குள் தன்னைச் சுருக்கிப் படுத்து அவள் கையை எடுத்து தன் மேல் வைத்து மீண்டும் ஒரு முறை 'ம்மா . . .' என அழைத்தபின் தூங்கும் பாவனையில் கண்களை மூடிக்கொண்டான்.

முடிவு

அவனுக்கு வேட்டி இடுப்பிலிருந்து நழுவிக் கொண்டேயிருந்தது. தோளில் துவண்டு கிடக்கும் மகளின் கால்களை மீண்டுமொருமுறை விலக்கி ஒரு கையால் மேலே இழுத்து விட்டுக் கொண்டான். பாப்பாவிடம் காய்ந்துக் கெட்டுப்போன ரொட்டியின் மணமும் திருநீற்றின் மணமும் கலந்திருந்தது. பிடுங்கி நாளானக் கிழங்கு போல நிறமிழந்து சுருங்கியிருந்த அந்தக் கால்கள் அவனது வயிற்றில் தன் முழங்கால்களை ஊன்றி ஓட மறந்த இரண்டு பெண்டுலம் போல அசையாது கிடந்தன. அவன் கழுத்தைக் கொடி போலச் சுற்றிக் கிடந்த மகளின் கைகளில் கோயில்களில் கட்டப்பட்ட கயிறுகள் வெளிறியிருந்தன. மருத்துவர்களும் வைத்தியர்களும் கொடுத்த மருந்துகளும் அரைத்துத் தந்த சாறுகளும் அந்தக் காய்ச்சலை வற்றிப் போகச் செய்திருக்கவில்லை.

வேட்டியைக் கட்டிக்கொள்ள அவளை எங்கேனும் கிடத்த வேண்டும். அதற்குத் தோதான இடமோ பாப்பாவிடமிருந்து அசைவுக்கான சமிக்ஞையோ இல்லாமலிருந்ததால் அப்படியே நடையை எட்டிப் போட்டான். பேருந்து ஏறியதும் ‘ம்ம் . . .’ என்றொரு முனகல் கேட்டது. பிறகு வழமை போல கடந்த ஒரு வார காலம் போல உறக்கம். அது தூக்கமல்ல, சோர்வும் மயக்கமும் என இறுகிய எந்நேரமும் வெடித்து விடக்கூடிய நிலையில் முகத்தை வைத்துக்கொண்டு மனைவி தன்னிடம் சொன்னதை நினைத்துக்கொண்டான்.

இந்த மருத்துவர் மீது அவளுக்கு அபார நம்பிக்கை இருந்தது. பாப்பாவுக்கு திருநீறு வைக்கும்போது இருந்த மெலிந்த சிரிப்பு அவனிடம் வரும்போது நிறைந்து வழிந்தது. பாப்பாவுக்கு அழுத்தமாக முத்தம் தந்துவிட்டு அவனிடம் தூக்கித் தந்தாள். வேட்டியை அப்போது நன்றாக இறுக்கித் தானே கட்டியிருந்தோம் என்றே அவனுக்குத் தோன்றியது.

இறங்கியதும் தவறாகக் காட்டப்பட்ட திசையில் நடந்து மேலும் கண்ணில்பட்டவர்களிடமெல்லாம் விசாரித்து அறிந்து மருத்துவமனையை எட்டுவதற்கு முக்கால்மணி நேரத்துக்கும் மேல் ஆகிவிட்டிருந்தது.

தன் வரிசை வருவதற்கு மேலும் அரைமணி நேரம் ஆனது. அழைத்ததும் உள்ளே தூக்கிப் போய் கையளவு நீளமான மீனைக் கிடத்துவது போல படுக்கையில் சாய்த்தான். வேறு நோயாளிக்குச் சீட்டு எழுதிக்கொண்டிருந்தார். கைகள் மரத்துப் போய்விட்டிருந்தன. உதறி சரி செய்ய முயன்றான். சட்டென வெளியே போய் வேட்டியை அவிழ்த்து நன்றாகக் கட்டிக் கொண்டான். நீரையள்ளி முகத்தில் அறைந்து மூன்று நான்கு தம்ளர் நீரைக் காலி செய்தபின் உள்ளே சென்றான். ஊசி இட்டு மாத்திரைத் தந்த பின் தூக்கிச் செல்லத் தயாராக இருப்பது போல நிமிர்ந்து அமர்ந்தான். டாக்டர் எழுந்து பாப்பாவிடம் சென்று ஈரத்தரையில் நடப்பவர் போல மெதுவாக வந்து அசையும் பச்சை நிற திரைச்சீலையைப் பார்த்து

“குழந்தை இறந்து ரெண்டு மணி நேரம் ஆச்சு . . .” என்றார்.

நாயகன்

உச்சபட்ச வேகத்தில் சுழலும் மின்விசிறியின் அடியில் சுடுசோற்றின் முன், குளித்துவிட்டு வந்த வியர்வை வழிய கொதிக்கும் முள்ளங்கியை ஊற்றி அது ஆறுவதற்குள் சேனலை மாற்ற ரிமோட்டைக் கையிலெடுப்பதற்குள் மிகச்சரியாக ஒன்பது மணிக்கு மின்சாரம் போய்விட்டது. எரிச்சலைக் கட்டுப் படுத்தியபடியே சில நிமிடங்கள் காத்திருந்த பின்பே விஷயம் நினைவுக்கு வந்தது. மின்கம்பிகளின் இணைப்புகளையும் ட்ரான்ஸ்பாரம்களையும் பரிசோதித்துப் பழுது பார்க்கும் கடைசி சனிக் கிழமை. மாலை ஆறு மணிவரை மின்சாரம் வராது. கிரிக்கெட் ஆடச் செல்லலாம் என்றால் வாணலியில் போட்டு வறுப்பது போன்ற வெய்யில் கொதித்துக்கொண்டிருந்தது. பனையோலை விசிறிகள், நாளிதழ்கள், காலெண்டர் அட்டைகள் எதைக்கொண்டு விசிறினாலும் புழுக்கத்தை விரட்ட முடியவில்லை. ஊற்று போல வியர்வை பெருகிக் கொண்டேயிருந்தது.

நான்கு திரையரங்கங்களைச் சுற்றி வந்து ஏற்கனவே பார்த்துக் களித்திருந்த சினிமாவைத் தேர்வு செய்தான். அழகிய காதல் படம். ஏ.சியின் மிதமான குளிர் மேலே பட்டு இதமாகப் பரவியதும் சட்டையின் முதலிரு பட்டன்களைக் கழட்டி விட்டுக் கொண்டான். தன் நாயகனின் படம் நூறாவது நாளை நெருங்கும்போது அரங்கில் நிரம்பியிருந்தக் கூட்டத்தைக் கண்டு பெருமையுடன் தலையசைத்துக் கொண்டான். 'தலைவனோட அடுத்த படம் ஃபுல்

ஆக்ஷன் சப்ஜெக்ட் தான்.' யாரோ யாரிடமோ சொல்வது காதில் விழுந்தது. ஒன்றிரண்டு விசில்கள் எழுந்த பின் மெல்லிய பின்னணி இசையுடன் திரையில் பெயர்களின் ஊர்வலம் தொடங்கியது.

சில வினாடிகளுக்குப் பிறகு யாரோ தோளைத் தொட்டு அழைப்பது போலிருந்தது. சௌம்யா, பதறிக்கொண்டு எழுந்தான். எவ்வளவு நாட்கள் பின்னால் சுற்றியிருப்போம் நாயாகக் கூட மதிக்காதவள், இங்கே வந்து அதுவும் தொட வேறு செய்கிறாளே ..! என நினைப்பதற்குள் 'வா ...' என்றாள். வளர்ப்புப் பிராணியாகப் பின்னால் சென்றான். அவளது பிரத்யேக மஞ்சள் நிற பைக்கைக் கிளப்பி 'சீக்கிரம் உட்காரு . . .' என்றாள். நம்ப முடியாதவனாக அவள் மேல் படாதவாறு அமர்ந்தான். அவளது முடியப்படாத, காற்றில் அலைந்துகொண்டிருந்த கேசம் அவன் முகத்தில் சித்திரங்களை முடிவற்று வரைந்துகொண்டேயிருந்தன. அசாத்திய வேகத்தில் வண்டி பறந்தாலும் அவள் முதுகில் உரசாதபடி கண்ணியத்துடன் முதுகை பின்னால் வளைத்து உட்கார்ந்துகொண்டான். அவளுக்கு அது பிடிந்திருந்தது போலும். உதட்டோரத்தில் தேங்கி உதிரக் காத்திருந்தது ஓர் அழகிய சிரிப்பு. ஒரு குறுகிய சந்துக்குள் மீனை போல வளைந்துத் திரும்பி எதிர்பாராதக் கணத்தில் நிறுத்தினாள்.

அங்கே குலைநடுங்க வைக்கும்படியானக் காட்சியில் மனம் பதற அவர்கள் நிலைகுத்தி நின்றனர். இரண்டு அம்மணக் குழந்தைகளை ஏழெட்டுக் கொழுத்த நாய்கள் வட்டமிட்டு நின்று நெருங்க வேளை பார்த்து ஒன்றுடனொன்று போட்டியிட்டபடி உறுமிக்கொண்டிருந்தன. கறுத்த அக்குழந்தைகளின் வயிறு மட்டும் வீங்கியிருப்பது போல உப்பிப் போயிருந்தது. பீதியில் அழுகை உச்சத்தைத் தொட்டுக்கொண்டிருந்தது. வேலைக்குச் சென்றுவிட்ட அவர்களின் அம்மாக்களை எண்ணி பரிதாபத் துடன் சூழ்ந்து நின்ற பெண்கள் தங்களது வாயை சேலைத் தலைப்பில் பொத்திக்கொண்டனர். கூட்டத்தின் கல்லெறிக்கும் கம்பு விரட்டலுக்கும் அவற்றை ஒரு அடிகூட பின்னுக்கு நகர்ந்த முடியவில்லை. ஓயாமல் சத்தம் போட்டவாறே அடிக்க வந்தவன் மீது செம்பட்டை நிற நாய் சலேரெனத் திரும்பி கோரப் பற்களுடன் பாய்ந்தது. பாக்கிக் கூட்டம் சிதறி ஓடிற்று. கடி வாங்கியவன் சதை தொங்க ஆட்டோவில் ஏற்றப்படும் போதே வாயில் நுரை தள்ள ஆரம்பித்துவிட்டதைக் கண்டவர்கள் அங்கிருந்து ஓட்டமெடுத்தனர். அவள் அவன் தோளைப் பிடித்து முன்னே தள்ளிவிட்டாள். அதற்குள்ளாகவே அவன் முடிவுக்கு வந்துவிட்டிருந்தான்.

தோதாகப் பக்கத்திலேயே கயிறும் தடித்த மூங்கில் கழியும் சாய்த்து வைக்கப்பட்டிருந்தன. இரும்புக் குழாய்கள் கீழே கிடந்தன. சந்து முனையில் உரித்து தொங்கவிடப்பட்டிருந்த ஆட்டிறைச்சியும் கண்ணில் பட்டது. அந்த நீண்ட கம்பை கரும்பு போல முழங்காலில் வைத்து இரண்டாக முறித்தான். மொத்தக் கூட்டமும் 'ஹேய் . . .' என ஒலியெழுப்பியது. மரத்தின் மீது அக்கயிறை வீசி அது கிளையில் விழுந்து சுருண்டு முடிச்சிட்டுக் கொண்டதும் அவளை நோக்கி கை உயர்த்தி காட்டினான். சட்டென புரிந்துகொண்டாள். அருகிலிருந்த வீடுகளின் கொடியில் காய்ந்து கொண்டிருந்த மூன்று நான்கு சேலைகளை உருவிக் கண் மட்டும் தெரியும்படி உடம்பில் சுற்றிக்கொண்டான். நின்றிருந்த பைக்கில் கிடந்த ஹெல்மெட்டை போட்ட பிறகு தாமதிக்கவேயில்லை.

அந்த நாய்கள் திரும்புவதற்குள்ளாக அவற்றின் தலையிலும் உடம்பிலும் தடித்த கழியால சராமாரியாகத் தாக்கினான். அவை ஒன்றன் மீது ஒன்றாக ஏறி நின்று பாய்ந்தன. பற்களில் சிக்கி சேலைகள் கிழிந்தன. இப்போது கூட்டத்திலும் சில ஆட்கள் அந்த நாய்களை விளாச ஆரம்பித்திருந்தனர். ஆட்டிறைச்சியை மேலே தூக்கி எறிந்து அதைக் கவ்வ வரும் நாய்களை இரும்புக் குழாயால் பிளந்தான். ரத்தம் சகதி போலத் தெறித்தது. அவை சுருண்டு விழுந்து அடங்கின. எப்படியோ தப்பித்த இரு நாய்கள் அக்குழந்தைகளை நோக்கி தாவக் கால்களை எக்குவதைப் பார்த்ததும் அதற்கும் முன்பே அவன் தொங்கிக்கொண்டிருந்தக் கயிறைப் பிடித்தபடியே அங்கு சென்று சலேரெனத்தூக்கினான். அவன் இரண்டு கைகளிலும் இரு குழந்தைகள். சௌம்யாவும் ஆட்களும் அக்கயிறை இழுத்ததும் அவர்கள் மேலே சென்றனர். இணையாக பாய முயன்ற நாய்களின் முன் கால் நகங்கள் அவன் ஷூவை உரசிற்று. பிறகு அவை ஓட வழியற்று பிறரால் குற்றுயிராக்கப்பட்டு சில நிமிடங்களில் உயிரை விட்டன. கை தட்டல்கள், களேபரங்களுடன் அவனுக்கு மாலை அணிவிக்கப் பட்டதும் கொண்டாட்டங்கள் தொடங்கின. பசியோடு நிற்கும் குழந்தைக்கு அவன் அந்த மாலையைப் போட்டு விட்டான். அவள் வெட்கத்துடன் கழுத்துச் சங்கிலையைப் பற்களால் மென்மை யாகக் கடித்தபடி அவனையே பார்த்துக்கொண்டிருந்தாள். அப்போது தான் ஒன்றை கவனித்தாள். அந்த நாய்களில் ஒன்று கூட அவ்வளவு அடிகளை வாங்கிய பின்பும் கத்தவோ வலியால் துடிக்கவோ இல்லை. மாறாக மூர்க்கமும் வலுவும் கூடி எதிர்த்து நின்றன. உடனடியாக அவற்றின் உடல்களைப் புகைப்படம் எடுத்துக்கொண்டாள். தனக்குத் தெரிந்த மருத்துவரைத் தொடர்பு கொண்டு விஷயத்தைச் சொன்னதும், அள்ளிச் சென்று

புதைக்கத் தோட்டிகள் வரும் முன்பே அவரது மேஜையில் அவை கிடத்தப்பட்டிருந்தன. அவன் அக்குழந்தைகளுக்குச் சோறுட்டி விட்டுக் கொண்டிருக்கும்போது அவளது கைபேசி அலறியது.

அவளை உடனே கிளம்பி வரச் சொல்லி அழைப்பு வந்தது. லேப்களிலிருந்து வந்த சோதனைகளின் முடிவுகளை ஊடுருவிப் பார்த்தபடியே அயலில் வசிக்கும் தன் சகாவிடம் டெஸ்ட்களின் முடிவுகளை ஆலோசித்துக்கொண்டிருக்கையில் சௌம்யா நுழைய அனுமதி வேண்டி நிற்பதைப் பார்த்தார். கூடவே அவனும் நிழல் போல தொடர்ந்தான். இணைப்பைத்துண்டித்து வெளியே போகச் சொல்லிக் கத்தினார். அவள், அவன்தான் இதற்கெல்லாம் காரணம் என்றதும் ‘ஸாரி . . . நிலைமை விபரீதமா இருக்கு . . . அதான் . . .’ என தன் வருத்தத்தைச் சங்கடமான குரலில் சொன்னார்.

அந்த நாய்களின் உடம்பில் அபரிமிதமான ஆற்றலைத் தரவல்ல மருந்து செலுத்தப்பட்டிருக்கிறது. நோய் எதிர்ப்பு சக்தி பல மடங்கு அதிகரிக்கும் என்றாலும் ஒரு கட்டத்தில் மூளையை சென்று தாக்கி ஆளையே கொன்றுவிடும் அளவு வலிமைமிக்கது அது என்றார். அப்படித் தாக்காத சில மூளை கொண்டவர்கள் தப்பித்துவிட்டால் என்னென்ன நடக்கும் என்றே தெரியாது. மனிதன் நம்பமுடியாத வலிமை கொண்டால் என்னவாகுமோ அது அத்தனையும் நடக்கும். அவன் பலத்தைக் கண்டு பலரும் அந்த மருந்தைச் செலுத்திக்கொள்வார்கள். பல்லாயிரக்கணக்கில் மடிவார்கள். பிழைத்தவர்கள் அட்டூழியத்தின் ராஜாக்களாக மாறுவார்கள். அதனால்தான் அவை முதலில் ஐந்தறிவுகளுக்குச் சோதித்துப் பார்க்கப்பட்டிருக்கின்றன. அவளது ஐயம் சரிதான். இந்த ஊசி செலுத்திக்கொண்டால் உடல் வலியையோ அது தரும் வேதனையையோ உணர முடியாது என்று முடித்தார். இது மொத்த மருத்துவ உலகத்திற்கு மட்டுமல்ல மனிதர்களுக்கே கேடாகக் கொண்டுபோய் விட்டுவிடலாம். மருந்துலக மாஃபியா தான் இதற்கு பின்னாலிருக்க வேண்டும். அவர்களை எதிர்ப்பது ஒன்றும் சுலபமல்ல என்றுவிட்டு “*Bastard . . .*” என ஓங்கி மேஜையைக் குத்தினார். சில்லுகளாகக் கண்ணாடி உடைந்து அவரது கையில் ரத்தம் சொட்டியது. அது பற்றி கவலையின்றி இது எங்கிருந்து வந்தது யார் இதை செலுத்தியது என்பதை உடனடியாக கண்டுபிடிக்காவிட்டால் . . . என்ற பின் பேச்சை நிறுத்தி இருவரையும் மாறி மாறி உற்றுப் பார்த்துவிட்டு உதட்டைப் பிதுக்கி ‘ஸாரி’ என்றார்.

உயிரைப் பணயம் வைத்து போராடிக்கொண்டிருக்கையில் தன்னைக் கொல்ல வந்தவனிடமிருந்து கண்ணிமைக்கும் நொடியில் தப்பித்தது அவனது மூளையில் மின்னல் போல

பளிச்சிட்டது. அங்கிருந்த தாளையெடுத்து பென்சிலால் சரசர வென எதையோ கிறுக்கினான். 'ஒனக்கு வரையத் தெரியுமா?' என்ற அவளது கேள்வி காதிலேயே விழவில்லை. அந்தப் பேப்பரை அறைந்து 'இவனே தான் . . .' என அந்த வளாகமே அதிரும்படிக்கு அலறியபிறகுப் புயலென அங்கிருந்து நீங்கினான். சௌம்யா துரத்தியபோதும் அவனை நெருங்கவே முடியவில்லை. மீண்டும் அதே இடத்திற்கு வந்து தேடினான். முட்டாள் போல அவனைக் கண்டதும் ஓடினவனைப் பிடித்து முகத்தைக் கிழித்து விசாரித்ததும் வீட்டிற்குக் கூட்டிச் சென்றான். வீடல்ல அது. பெரும் சோதனைக் கூடம். அங்கு எலிகள், முயல்கள், குரங்குகள் கூண்டிற்குள் அடைத்து வைக்கப்பட்டிருந்தன. பாதாள அறையி லிருந்து கேட்பது போல நாய்களின் குரைப்பொலி அருகில் எங்கிருந்தோ கேட்டது. கப்பலில் வந்திறங்கி குளிர்பதன அறையில் பாதுகாக்கப்பட்டிருக்கும் மருந்துகள் அந்தக் கூடத்தில் வெள்ளுடை ஆட்களால் பரிசோதனையில் இருப்பதைக் கண்டான். அதன் தலைமை அதிகாரியின் பல்லைப் பெயர்த் தெடுத்தும் வாயிலிருந்து ரத்தத்தோடு உண்மையையும் கக்கினான்.

அந்தக் குழந்தைகள் தங்களது திட்டத்திலேயே இல்லை. திடீரென நடுவில் வந்து மாட்டிக்கொண்டார்கள். ஊசி செலுத்தப் பட்ட அந்த நாய்களின் எதிர்வினைகளைப் பார்த்தபிறகு அந்த சேரியிலிருந்த மக்களை விலைக்கு வாங்கி அவர்களுக்கும் செலுத்தியபின் முடிவுகளை மேலிடத்துக்குச் சொல்ல உத்தரவு என்றான் அந்த அதிகாரி. அமைச்சரின் மருமகன் நடத்திவரும் மருத்துக் கம்பெனி வெளிநாட்டு மருந்து மாஃபியாவுடன் சேர்ந்து செய்த சதிகளின் வரிசை அவனால் குறடால் பிடுங்கப்பட்ட ஒவ்வொரு பல்லுக்கும் ஒன்றாக வெளியே வந்து கொண்டிருந்தது. அவனைப் பற்றிய தகவல்கள் புகைப்படமெல்லாம் சென்றுவிட்டது. இனி தப்ப முடியாது என முக்கித் திணறி ரத்தத்தைத் துப்பி னான். பல்லாயிரம் ஊசிகளுடன் கிளம்பின கப்பல் நேற்று வந்தடைந்துவிட்டது, வெவ்வேறு ஊர்களுக்கு கண்டெய்னர் லாரிகளில் கொண்டு செல்லப்பட்டுக் கொண்டிருக்கிறது எனப் பரிகாசமாக முன் பற்கள் இல்லாத வாய் திறந்து சிரிக்க தொடங்கும் முன் தொண்டையில் கத்தியைச் சொருகினான். சிரித்தவாக்கிலேயே அவன் காலடியில் விழுந்து உயிரை விட்டான்.

அவனைத் தொட முயன்ற தோட்டாக்கள் குரங்குகள் மீது பாய்ந்தன. தப்பித்து ஓடினவனை பைக்குளில் ஆட்கள் துரத்த மேலே ஹெலிகாப்டர் வட்டமிட்டு பறந்து அவனை சாம்பலாக்க துப்பாக்கியின் பல சுற்றுக்களைச் சேதப்படுத்தியது. அது தாழப் பறந்த வினாடியில் பாய்ந்து பிடித்து ஏறித் தொங்கினான். கடும்

சண்டைக்குப் பிறகு அதனுள் சென்று அவர்களை வீழ்த்திவிட்டு அங்கிருந்த மெஷின்கன்களையும் சிறிய டைரியையும் எடுத்த பிறகு துணிச்சலுடன் குதித்தான். அந்த ஹெலிகாப்டர் ஆளற்ற சாலையில் மோதி வெடிக்கும் சத்தம் கேட்டது. நேராக நீச்சல் குளத்திற்குள் விழுந்திருந்தான். உயிருடன் இருப்பதற்காக வானத்தைத் தலையுயர்த்திப் பார்த்து கடவுளுக்கு நன்றி சொல்லிவிட்டு டைரி நனையாதிருப்பதை உறுதி செய்த பிறகு தன் சகாக்களிடம் பேசி அந்த லாரிகளை மடக்கிப் பிடிக்கச் செய்து அழித்தொழித்தான். அவற்றிற்குத் தீ வைத்தபோது எழுந்த வாடையால் சிலர் மயக்கம் அடைந்த செய்தி அவனை எட்டியது. சினம் கொழுத்துவிட்டு எரிந்தது. சௌம்யாவுடன் அந்த மருமகன் வீட்டுக்குச் சென்று பாதுகாவலர்களைத் துவம்சம் செய்து உள்ளே போனான். அவன் வீடதிர உரத்த குரலில் பேசப் பேச மருமகனுக்கு வியர்த்துக் கொட்டியது. கொண்டை விளக்குகள் அலற வந்து நின்ற போலீஸ் ஜீப்புகளைப் பார்த்து மருமகன் கொக்கரித்துச் சிரித்தான். சில வினாடிகளுக்குப் பின் அவனும் சிரிப்பதைப் பார்த்து சௌம்யாவுக்கே குழப்பமாக இருந்தது. வந்து நின்ற போலீஸ் உயரதிகாரிகள் பூட்ஸ்களால் தரையை ஓங்கி அடித்து அவனுக்கு சல்யூட் வைத்தனர். அது ரகசிய ஆபரேஷன் என்றும் அவன் ஐ.பி.எஸ். என்பதும் வெளிச்சத்துக்கு வந்தது. தன்னை ஏமாற்றிவிட்டானே என சௌம்யா முகம் சிறுத்து கண்ணீர் உகுத்தாள். அடுத்த வினாடியே மக்களுக்காகத் தானே என்ற உண்மை உறைத்தது. ஓடி வந்து பதக்கம் குத்திய ஆபிஸர்கள் அத்தனை பேரின் முன்னிலையில் அவனைக் கட்டியணைத்து முகமெல்லாம் முத்திக்கொண்டே இருந்தாள். அந்த அதிகாரிகள் வெட்கத்துடன் தலை திருப்பிக்கொண்டனர். பிறகு அவன் தோளைத் தொட்டு முதல்வரும் பிரதமரும் வாழ்த்துச் சொல்ல போனில் காத்திருப்பதாகத் தயக்கத்துடன் தெரிவித்தனர். அவர்களது மந்திரி சபையிலும் அரசியல் வட்டாரத்திலுமுள்ள சில புள்ளிகளின் பெயர்கள் அந்த டைரியில் இருப்பதை நினைத்துக்கொண்டே அவர்களின் பாராட்டைச் சிரிப்புடன் கேட்டுக்கொண்டிருந்தான்.

அவன் மீது பூக்கள் விழுவது போலத் தோன்றியது. அண்ணாந்து பார்த்தபோது மாடியில் அவன் காப்பாற்றியக் குழந்தைகள் அவர்களது அம்மாக்களின் மடியிலிருந்தபடியே மலர்களைத் தூவிக்கொண்டிருந்தன. அவர்களுக்கு பறக்கும் முத்தத்தை அனுப்பியபிறகு அருகில் நின்றிருக்கும் சௌம்யாவை வாத்சல்யத்துடன் பார்த்து உதடு குவித்துக் கிறக்கமாகப் பார்த்தவாறே அர்த்தபுஷ்டியுடன் கண்ணடித்தான். ‘ஹலோ . . . சார் . . . காலை நகர்த்துங்க . . . படம் முடிஞ்சாச்சு . . . வாயைத்

தொறந்துட்டுத் தூக்கத்தப் பாரு...' என எகத்தாளத்துடன் சிரித்தபடியே அவனைத் தாண்டிச் சென்றனர். நடந்தவற்றைப் புரிந்துகொள்ள அவனுக்கு சில வினாடிகள் ஆயிற்று. எழுந்து தேடியபோது வண்டி டோக்கன் அகப்படவேயில்லை. வெளியே வந்து மீசை முளைக்காத சிறுவனிடம் சொன்னபோது 'எல்லாரும் எடுத்துட்டு போன பிறகுதான் போக முடியும். ஓரமா நில்லுங்க...' என்றபிறகு அவனை திரும்பிப் பார்க்கவேயில்லை. வெயிலில் கால் மணி நேரம் நின்று அங்கிருந்த வாகனங்கள் காலியானப் பின்பே செல்ல அனுமதித்தான். எவ்வளவு உதைத்தும் வண்டி கிளம்பவேயில்லை. பெட்ரோல் இருந்ததே..! போட மறந்துவிட்டோமா..? அல்லது தியேட்டரில் திருடிக் கொண்டார்களா? அந்தச் சிறுவனைத் தேடினான். நாய் தான் கண்ணில் பட்டது. இரண்டு மண்சாலைகளைக் கடந்து பின் வரும் பிரதான சாலைவரை தள்ளிக்கொண்டுதான் போக வேண்டும். சௌம்யா போல ஒருத்தி போகிறாளே...! பயத்துடன் படக்கென்று தலையை திருப்பினான். இல்லை, அவள் இல்லை. அப்பாடாவென்றிருந்தது. முதல் தெருவைக் கடந்து திரும்பியதும் இரண்டு நாய்கள் உறுமியபடி முன்னால் வந்தன. அவற்றிற்குத் தன்னைப் பிடிக்கவில்லை என்பது தெரிந்தது. சற்றைக்கெல்லாம் அதன் எண்ணிக்கை நான்காக ஆகிவிட்டது. பயத்தில் அவனது கால்கள் நடுங்கின. அவை அங்கிருந்து நகர வேண்டும் அல்லது எவரேனும் வந்து விரட்டிக் காப்பாற்ற வேண்டும் என வேண்டிக் கொண்டவனாக அந்த மண்டை பிளக்கும் வெயிலில் வியர்வை ஊற பைக்கைப் பிடித்தபடி அசையாமல் அப்படியே நின்று கொண்டே இருந்தான்.

விடுதலை

இன்னும் எவ்வளவு தூரம் என பழனிச்சாமி தன்னையே கேட்டுக்கொண்டார். நிழலை வைத்தே மணி சொல்லக்கூடிய தனக்கு ஏன் இவ்வளவு தடுமாற்றம் என மரநிழலில் நின்று யோசித்தார். கண்ணுக்கு மருந்து விடாமல் போனதுதான் இப்படி அல்லாட வைக்கிறது என அவருக்குத் தெரியும். இடது கண்ணில் புரை விழுந்து ஆப்ரேஷனுக்குப் பிறகு வேறு கண்ணாடி மாற்றியதும் தேவலாமாக இருந்தது. அப்போது ரங்கம்மாள் உயிருடன் இருந்தாள். சதாகாலமும் ஓயாமல் வேலை செய்வதற்கென்றே பிறந்தவள். திட்டிக் கொண்டே அவருக்கு வேண்டியதைச் செய்து கொண்டே இருப்பாள். அவர் வயிற்று அளவை அவள் தான் அறிவாள். அவள் போன பிறகு எல்லாமும் தலைகீழாக மாறிவிட்டது. அதன் பின்னர்தான் பிள்ளைகளை அண்டிப் பிழைக்கும்படியாக ஆனது.

சுடுகாட்டில் கொண்டு எறிய அவள் படுக்கையை மகள் தூக்கியபோது நான்காயிரத்துச் சொச்சம் சேர்த்து வைத்திருந்தாள். அம்மா நடுவீட்டில் கிடக்கையில் கதவைத் தாழிட்டுவிட்டு அத்தொகையைப் பிரிக்க உள் அறையில் சத்தமாகக் கிடந்தது. கடைசி காலத்தில் கவனித்துக்கொண்ட இளைய மகளுக்குக் கூடுதலாக ஐநூறு என முடிவான பின் கதவு திறக்கப்பட்டது.

பழனிச்சாமியின் கையில் நூறு ரூபாயைத் திணித்து 'அம்மா வைச்சிருந்தது . . .' என மூத்த மகன் சொன்னான். அமைதியாகப் படுத்திருக்கும்

கே.என். செந்தில்

ரங்கம்மாளின் மேல் அந்த நூறு ரூபாயைப் போட்டு பழனிச்சாமி கதறி அழுதார். சாதுவாக நின்றுகொண்டிருந்த மகள்களுக்கு அழ வேண்டும் என்பது அப்போதுதான் உறைத்தது. இல்லாத சளியை உறிஞ்சி அழ முயன்றனர். மகன்கள் ஆண்மையுடன் வெற்றுத் துண்டைப் போர்த்தியபடி வந்து அவரை இழுத்துப் போயினர்.

இப்போது வலது கண்ணும் சரிவரத் தெரிவதில்லை. சர்க்கரை நோய்க்கு மாத்திரைகள் தீர்ந்து மூன்று மாதம் ஆகிவிட்டது. கிறுகிறுப்பு வேறு அவருக்கு அடிக்கடி வந்து போகிறது. இவ்வளவுக்குமிடையே அவரது பேரன்களும் பேத்திகளுமே அவரது வாழ்நாட்களை நீட்டித்துக்கொண் டிருந்தனர். அவர் முகம் மலரும் ஒரே தருணமும் அவர்களிடம் மட்டும்தான். இன்னும் நன்றாகப் பேசிப் பழகாத பேத்தி சௌம்யா என்றால் அவருக்குக் கொள்ளைப் பிரியம்.

சோறு போட்டு வேலை வாங்கும் அளவுக்கு தன் நிலை வந்துவிட்டதே என்கிற ஆற்றாமை அவரை வதக்கிக் கொன்று கொண்டிருந்தது. அந்தச் சோறும் அவருக்கு போதவில்லை. வெளியே சொன்னால் குத்தலாக ஏதேனும் வீட்டிற்குள்ளிருந்து வரும். ஆறாதப் பசியோடு தலை சாய்க்கும்போது தான் ஏதேனும் வேலை அவருக்கு வந்து விடியும். பல நாட்கள் பசி தாங்காமல் 'பாழாப் போன முண்டை ... என்ன விட்டுட்டு போயிட்டா ...' என அழுதிருக்கிறார். கடைக்குட்டி சௌம்யா தன் கன்னத்தைத் தொட்டு விளையாடும்போது பிஞ்சு விரலில் அடிக்கும்போது உலகையே மறந்து சிரித்திருப்பார். அவர் முத்தமிடுவதற்கு முன் உள்ளே ஒரு முறை எட்டிப் பார்த்துக்கொள்வார். பிறகு இந்த அண்மையும் தனக்கு மறுக்கப்பட்டு விடுமோ என்ற பயம் அவருக்கு.

கையில் வைத்திருந்த பத்துக் கிலோ இலவச அரிசியையும் சர்க்கரையையும் கீழே வைத்துவிட்டுச் சற்று அமர்ந்தார். இரண்டு ரேசன் கார்டுகளும் பாக்கிச் சில்லறைகளும் பத்திர மாக இருக்கிறதா என மீண்டும் ஒரு முறைத் தொட்டுப் பார்த்துக் கொண்டார். காலையில் சௌம்யா அவருக்குத் தந்த மிட்டாய் கையில் தட்டுப்பட்டது. சிரிப்புடன் எடுத்துப் பார்த்துவிட்டு வைத்துவிட்டார்.

ஞாபக மறதி வேறு அவரை நிதானமிழக்கச் செய்து கொண்டிருந்தது. ரேசன் கடையின் கூட்டத்தில் சிக்கி மேலும் பலகீனமாகி விட்டிருந்தார். பையிலிருந்து ஆசையுடன் ஒரு கொத்து சர்க்கரையை எடுத்து வாயில் போட்டு மென்றார். தெளிவது போலப்பட்டது. சட்டென விக்கல் எடுத்தது.

வீட்டிற்குப் போய்விடலாம் என மெல்ல எழுந்தார். கையில் ஒட்டியிருந்த சர்க்கரைத் துகள்களை நன்றாகத் துடைத்துக் கொண்டார். மருமகள் பார்த்துவிட்டால் திட்டு விழும். ஆனால் விக்கல் நிற்காமல் வந்துகொண்டிருந்தது.

மஞ்சள் வர்ணம் பூசப்பட்ட பேக்கரி பக்கத்திலேயே இருப்பது போல அவருக்குத் தோன்றியது. பைகளைத் தூக்கிய படித் தண்ணீர் குடிக்க அதை நோக்கி நடந்தார். பேக்கரி ஏன் தன்னை நோக்கி வருகிறது என அவருக்குப் புரியவில்லை. அவருடைய கண் லாரியைக் கடை என்று எண்ணிக்கொண்டது. ஒரு பெரிய ஹாரன் காதுக்கருகே ஒலிப்பதை பழனிச்சாமி கேட்டார். பேக்கரி எப்படி ஒலி எழுப்பும் என நினைக்க நினைக்க அந்த மஞ்சள் பேக்கரி பழனிச்சாமிக்குள் புகுந்தது.

கே.என். செந்தில்

தோற்றம்

ஏறக்குறைய ஒரு மாதம் ஆகப்போகிறது. காலை சிறிது அசைத்தாலும் ஒட்டுமொத்த நரம்புகளிலும் கொக்கிச் சொருகி இழுத்தது போல வலி சொடுக்கியது. விழித்ததுமே காண்பது வெள்ளைத் துணிச் சுற்றப்பட்டு நான்குத் தலையணைகளுக்கு மேல் வைக்கப்பட்டிருக்கும் போஷாக்கு ஊட்டி வளர்க்கப்பட்ட குழந்தை போல பெருத்துக் கிடக்கும் காலை தான். சுண்டு விரலை போதமின்றி அசைத்துவிட்டால் கூட மின்சாரம் பாய்ந்தது போல வலி உடலெங்கும் மொத்தமாக பரவி அடங்கும். கண்களிலிருந்து நீர் உருண்டு தலையணையைத் தொடும்.

ஒரே ஒரு நிமிடம். இல்லையில்லை மிகச் சில வினாடி. நாயொன்று குறுக்காக வந்ததா? பேருந்து ஓட்டுனர் எதையாவது சொன்னாரா? வெட்டித் திரும்ப வழியின்றி எதிரேயும் வாகனம் வந்து கொண்டிருந்ததா? கண் திறந்ததும் உணர்ந்தது மருத்துவமனையின் நெடியைதான். குழுமி நிற்பவர்களைக் கண்ட மறுநொடியிலே வலி. நினைவு வந்தவனாகப் பதறியபடித் தலை உயர்த்தியும் கைகள் துழாவியும் அறிய முயன்றது கால்களையே. பிரக்ஞை நழுவுவதற்கு முன் பதிவாகி இருந்த இறுதிக் காட்சியில் கால் மீது வேகமாக ஏறி இறங்கி அப்பால் சென்று சரிகிற சக்கரத்தைதான் பார்த்திருந்தான்.

சும்மா கிடப்பவன் போல ஆபத்தானவன் வேறு எவருமில்லை. பொறாமையும் இயலாமையும் அவனைக் கொண்டு நிறுத்தும் இடங்களில் சாத்தானின் சிரிப்புச் சத்தத்தை மட்டுமே கேட்க முடியும். மரத்துப் போகத் தரப்படும் நிவாரணிகளை விடவும், கத்துவதை விடவும் பிறரை வார்த்தைகளால்

காயப்படுத்தும் போதும் வசவுகளால் அர்ச்சிக்கும் போதும் அந்த உயிர் பிடுங்கும் வலி வேகமாகக் குறைகிறது. தாழ்வுணர்ச்சியின் தராசுத் தட்டு சமனடைகிறது. இந்த நிலையில் கிடக்கும்போது பிறரை வார்த்தைகளால் குத்தி அவர்கள் தலைகுனிகையில் படரும் ஆசுவாசத்திற்கு இணையான போதையை வேறு எந்த வஸ்துவும் தந்துவிட முடியாது. எப்படி இதை தடுத்திருக்கலாம்? எங்கு பிசகு நேர்ந்தது? மூளை இளைப்பாற முடியாதவாறு அந்தச் சம்பவத்தை மனதில் ஓயாமல் ஓட்டிப் பார்க்கையிலும் அவனால் தவறை ஏகதேசமாகக் கூட அறியமுடியவில்லை.

யோசனைகளுக்கு நியதியும் தடங்களும் விவஸ்தையும் இல்லை. கட்டறுந்த புரவி போல அவை எதிர்பாராத, சற்றும் அறியாத சமவெளிகளுக்கு மேயச் சென்றுவிடுகிறது. பிறகு நீர் இன்றி தகிக்கும் பாலையில் தலைகவிழ்ந்து தொலைவில் நெளியும் காணலுக்குக் கண் கூசிச் செய்வதறியாது திகைத்துத் தவிக்கிறது. விபத்தின் முதல் அடியைப் பின் தொடர்ந்து செல்ல முயன்று வாயில் நுரைதள்ள புலம்பி ஓய்ந்து போய் சுருண்டு விடுகின்றன. சலித்துப் போய் தூங்கினால், உறக்கத்தின் கிளர்ச்சியூட்டும் கனவுகளிலிருந்து விழித்தெழுகையில் மனைவியின் குரல் வெகுதொலைவிலிருந்து கேட்கிறது.

'திரும்பி பார்க்காதே'. இஃது ஒரு ஆப்த வாக்கியம். எப்போதோ எங்கோ வாசித்தது நினைவிலிருந்து எழுந்தது. 'எதையும் எப்போதும், அது துயரத்தையே அளிக்கும்.' ஆனால் அது முடியுமா என்ன? அப்படி ஒரு வாக்கியத்தால் மொத்த வாழ்க்கையையும் கட்டுப்படுத்த முடியுமா? இன்னும் வேகமாக அல்லவா திரும்பிப் பார்க்க ஆசை உருவாகிறது?

அன்று குளியலறைக்குச் சென்றதும் போன் அலறியது. ஒருவேளை அழைப்பை ஏற்காமல் விட்டிருந்தால் சிறிது முன்னால் கிளம்பி இருக்கலாமோ? இல்லை வெளியே வந்து தயாரானதும் எதிர்பார்த்த சட்டை தேய்க்கப்படாமல் சுருண்டு கிடந்தது. ஒருவேளை அந்த சட்டையைப் போட்டிருந்தால் அதற்குபின் மனைவியுடன் ஏற்பட்ட வாக்குவாதம் இல்லாமல் போய் அந்த நேரத்தில் கிளம்பி இருந்தால்? அதற்கு முன் ஏதாவது? இல்லை யில்லை நாளிதழ் வரத் தாமதமானதால் தான் கிளம்பவும் சற்றே நேரமாகிவிட்டதோ? ம்ம்..! அந்த காலையில் சிலிண்டர்காரன் வராதிருந்திருந்தால் அவனுக்கு சரியான சில்லரை கொடுக்க மளிகைக்கடைக்கு போகாமல் இருந்திருந்தால் ஒருவேளை இந்த விபத்தைத் தடுத்திருக்கலாமோ..! புறப்படும்போது சட்டையைப் பிடித்தபடி குழந்தை 'நானும் வர்றேன்' என பிடிவாதம் பிடிக்காமல் இருந்திருந்தால் அதைச் சமாதானம் செய்ய முத்தம் தந்து சீராட்டிய சமயம் கிடைத்திருந்தால் அந்த பேருந்தும் அந்த

வாகனமும் என் வழியிலேயே வராமல் இருந்திருக்குமோ . . ! கால் முறிந்து இப்படிக் கிடையில் விழுந்திருக்க வேண்டிய தில்லையோ. ஆனால் விபத்து ஒரு சில வினாடிகள் தானே? அதை எப்படி கண்டறிவது? ஓயாத குடைச்சல். முறிந்த எலும்புகள் சரியாகி எழுந்து நடக்க இன்னும் ஆறு மாதமேனும் ஆகலாம். இப்படி தனியாகப் பேசிக்கொள்வதும் நன்றாகத்தான் இருக்கிறது.

பளீரென்று மின்னல் போல ஒரு எண்ணம் தோன்றியது. கடந்த ஒரு மாதமும் இதைக் கண்டுபிடிக்கத்தான் மண்டையை உடைத்துக்கொண்டிருந்தானோ? வழக்கம் போல எழுவதற்கு கால்மணி நேரம் முன்னரே அன்று துள்ளிக் குதித்தபடி எழுந்து விட்டிருந்தான். படுக்கையில் எறும்பு. அந்தக் கடி தோலைச் சிவக்கச் செய்திருந்தது. எவ்வளவு தேய்த்தும் சில நிமிடங்கள் அந்த வலி இருந்துகொண்டே இருந்தது. இப்படி மொத்தமாகக் குலைத்து போட்டது அந்த எறும்பின் வேலையேதான். இந்த வீட்டில் எறும்புகள் இருக்கும் வரை விபத்துகள் நடந்துகொண்டேதான் இருக்குமோ? கும்பலாக எறும்புகள் படையெடுத்து வருவது போல பயம் தோன்றியது.

'ம்மா . . .' 'சச்சீ . . .' 'ஐய்யோ பாப்பா . . .' சிறிது நேரத்தில் அரக்கபரக்க ஓடி வந்துவிட்டனர். 'எறும்பு...' எறும்பு...' எறும்பைக் கொல்லணும் . . .' எனப் படுக்கையிலிருந்த மாத்திரைகள் கீழே தள்ளிவிட்டான். அவர்கள் படுக்கையை உதறி வீட்டைப் பெருக்கிய பின்பும் அவனது புலம்பல் நிற்கவில்லை. 'சரி தூங்கு' என தலையணையைச் சரி செய்து போர்வையை மேலே போர்த்தும்போது சுவரிலும் கையிலும் எறும்புகள் ஊர்வதாகத் தோன்றியது. நசுக்கிக் கொல்ல வேண்டும்.

கண்ணை இறுக மூடித் திறந்ததும் அம்மாவுக்கும் மனைவிக்கும் குழந்தைக்கும் திடீரெனக் கொடுக்குகள் தோன்றி ராட்சச எறும்புகளாக மாறிவிட்டிருந்தனர். இன்னும் சிறிது நேரத்தில் தன்னைக் கடிக்கப் போகின்றனர். எப்படித் தப்பிப்பது? மெச்சிக்கொள்ளும் யோசனை தோன்றியது. கட்டிலுக்கடியில் பதுக்கிவிடலாம். அந்த மூன்று எறும்புகளையும் தள்ளிவிட்டு பதுங்குவதற்காகக் கட்டிலிலிருந்து பொத்தென்று விழுந்தான். அவர்களிடமிருந்து காத்துக்கொள்ள போர்வையால் முழுவதும் தன்னை மூடிக்கொண்டான். அவன் கால்கள் மட்டும் போர்வை யின்றி வலியை மறந்து அந்தரத்தில் நின்றுகொண்டிருப்பதாக அவனுக்குத் தோன்றியது. கீழே இழுக்க முயலுந்தோறும் வலி. நிச்சயம் எறும்புகள் அந்தக் காலை கடித்துத் தின்றுவிடும். அவனுக்கு அழுகை முட்டிக்கொண்டுவந்தது.

விருந்து

மண்டபத்தின் பின் வாசலின் பெரிய இரும்பு கிராதிக் கதவு பூட்டுப் போடாமல் வெறுமனே மூடி வைக்கப்பட்டிருந்தது. அதற்கு அப்பாலுள்ள நிழலில் அவர்கள் நெடுநேரம் காத்திருந்திருந்தனர். உள்ளே கட்சித் தலைவர் ஒருவரது பிறந்த நாளுக்காக ஒழுங்கு செய்யப்பட்டிருந்த மாபெரும் விருந்துக்கான ஏற்பாடுகள் தீவிரமாக நடந்துகொண்டிருந்தன. அதை இரண்டு மணி நேரங்களுக்கும் மேலாக அமர்ந்திருந்து பார்த்துக்கொண்டிருந்தனர். அந்த நகரத்தில் இரு வேறு கோஷ்டிகள் தலைமையிடம் பலத்தைக் காட்ட முட்டி மோதிக்கொண்டிருந்ததால் அவற்றில் ஒன்று கட்சியின் முக்கியத் தலையை அழைத்திருந்தது. எனவே தேர்ந்த சமையல்காரர்கள் வந்து இறங்கியிருந்தனர். சாமான்களில் தரம் மிக்கது மட்டுமே வாங்கி வந்து அடுக்கப்பட்டிருந்தது. போஸ்டர்களும் ஆட்டோக்களின் அறிவிப்புகளும் அந்த விருந்தை ஊரெங்கும் பறைசாற்றி இருந்தன. மிச்சமீதிகளுக்காக உட்கார்ந்திருந்த அந்த பிச்சைக்காரர்கள் மூக்காலேயே உள்ளே சமைத்து இறக்கப்படுவது என்ன என்பது பற்றி தங்களுக்குள் சண்டையிட்டுக்கொண்டனர். அவர்களில் சிலர் இரவு கிடைத்த மிச்சமான ஓட்டல் தோசைகளை சாப்பிடாமல் சாக்கடையில் வீசி எறிந்திருந்தனர். வயிற்றை ஆறப்போட்டு வாய் திறந்தபடி அந்தக் கேட்டைத் திறந்தால் சொர்க்கத்திற்குப் போய் விடலாம் என்பது போல முடியாத சிரிப்புடன் எதிர்பார்ப்புகளுடன் ஒருவரையொருவர் அர்த்த புஷ்டியாகக் கண்களாலேயே பேசிக்கொண் டிருந்தனர்.

கே.என். செந்தில்

அந்தத் தலைவருக்கு பிறந்தத் தினத்திலேயே சுகக்கேடு வந்துவிட்டிருந்ததால் தீவிர சிகிச்சைப் பிரிவில் அவர் அனுமதிக்கப் பட்டிருந்த செய்தி சற்று முன் எட்டியது. சற்றைக்கெல்லாம் மண்டபமே வெறிச்சோடிப் போயிருந்தது. அத்தகவல் ஏதும் அறியாதப் பிச்சைக்காரர்கள் மீதமாகும் பிரியாணிக்கும் கறித் துண்டுகளுக்கும் உடலெல்லாம் வயிறாக மனமெல்லாம் நாவாகக் காத்திருந்தனர். மணம் நாசியில் ஏறுந்தோறும் வாயில் நீர் ஊறி வழிந்தது. அந்த எச்சிலைத் துடைக்கும்போதுகூட கண்முன் கறிச்சோறுதான் மிதந்துகொண்டிருந்தது.

அங்கிருந்தத் தள்ளாதப் பிச்சைக்காரன் தன் தொடைக்கடியில் இறுக்கமாக வைத்து அமர்ந்திருந்த போசியை சற்றே நகர்த்தி வைத்து கால்களை நீவிய பிறகு ‘இந்த வாசமே போதுஞ்சாமி . . . தனியா சாப்புடோணுமா . . .’ என்றுவிட்டு கெக்கெக்கேவெனச் சிரித்தார். தலை அன்னிச்சையாக ஆடிக்கொண்டே இருந்தது. பிறகு மூக்கை நன்றாக உறிஞ்சி மணம் உடலில் நிறைந்ததும் அவர் கண்களில் நீர் நிரம்பியது.

சற்று முன் நின்றிருந்த மழைத்தூறல் மீது வெயில் படர்ந்ததால் அது அவர்களின் முக்காடுகளை விலக்கச் செய்தது. கிழிந்தவை களைப் போர்த்தி ஒடுங்கி அமர்ந்திருந்தவர்களை மெல்ல எழுந்து நிற்கச் செய்தது. ஈரக்காற்று கொண்டுவந்திருந்தக் குளிர்ச்சியின் மேல் வெயில் பட்டது. அது அவர்களின் பசியை மேலும் கூட்டிற்று.

முதற்பந்தியே இன்னும் முடியவில்லை போல என நினைத்துக்கொண்டனர். ஒரு சத்தத்தையும் காணோம். ஆட்களின் நடமாட்டத்தையும் காணோம். அந்த பிச்சைக்காரர் களுக்கு இணையாக நாய்களும் அவர்களுக்குப் பக்கத்திலேயே உறுமித் திரிந்தன. அவையும் மணம் பிடித்து வந்திருந்தன. கூக்குரலிட்டு தன் சகாக்களை அழைத்துக்கொண்டுமிருந்தன.

மத்திம வயதுள்ளவன் ஒரு திட்டு மேல் நான்காவது தடவை யாக ஏறி நின்று எட்டிப் பார்த்தான். வெற்றுப் பாலித்தீன் பைகள் தான் காற்றுக்கு அலைந்துகொண்டிருந்தன. அவர்களுக்கு அந்த செய்தி எட்டியிருக்கவே இல்லை.

அந்த கேட்டைத் திறந்துப் பார்த்துவிடுவது என முடிவெடுத் தான். அவனுடன் நுழைய முற்பட்ட நாய்களின் அடிவயிற்றில் எட்டி உதைத்தான். அவை சுருண்டு விழுந்து எழுந்து சற்று தூரம் ஓடிப் போய் நின்று குரைத்தன. சில நிமிடங்களில் வெளியே வந்தவன், ‘எந்த மயிரானையும் காணோம். எங்கே ஓடி ஒளிஞ்சானுகளோ . . . த்தூ . . . ஆனா எல்லா ஐட்டமும் ரெடியா இருக்குது’ என்று சொன்னான். பிறகுதான் பேசியது கட்சிக்காரன் எவனுக்காவது கேட்டிருக்குமா என பயத்துடன் நோட்டமிட்டு

நிம்மதி அடைந்தான். அவனுக்குப் பிடித்தப் பெண்ணிடம் போய் 'உள்ளாற போயி நாலு துண்டு எடுத்து தின்னுபோட்டுதான் வந்தேன். உங்நொம்மாளாக்கா . . . என்னா டேஸ்ட்டு . . .' என அவள் நாசியின் அருகில் தன் விரல்களை வைத்தான். அவள் தட்டிவிட்டாள். ஓவெனச் சிரித்தான்.

அதற்குள் இயலாதவர்கள், பிச்சைக்காரர்கள், பொறுக்கிகள் என நூறு பேர் கூடி விட்டிருந்தனர். அவர்களில் பலரும் பிரியாணியைப் பெயராக மட்டுமே அறிந்திருந்தனர். இன்னும் பலரும் எப்போதோ சாப்பிட்ட நினைவை இப்போது தங்கள் கைகளை முகர்ந்து பார்த்தபின் அந்த வாசனையை மூளைக்குள் தேடினர். பிறகு வழியின்றி வெறும் வாயை மென்றுகொண்டார்கள். முன் பக்கத்தில் காத்திருந்து சலித்த அவ்வூர்க்காரர்களில் சிலர் மண்டபத்தினுள் சத்தமே இல்லாத, வாகனங்களையும் காணாத ஆச்சரியத்தில் பின்பக்கம் வந்தனர். இப்போது நிலைமை எப்படி இருக்கிறது என விசாரித்துப் போக வந்திருந்தனர். பின் பக்கமிருந்தக் கூட்டத்தைக் கண்டு திகைத்துவிட்டனர். தலைவருக்கு நடந்த அசம்பாவிதத்தை உரக்கச் சொல்லி அவர்களைக் கலைந்து போக உத்தரவிட்டனர். ஒரு சொல்லும் எழாமல் தலையை கவிழ்த்து இப்போதும் தங்களை கைவிட்ட கடவுளைச் சபிக்க ஆரம்பித்திருந்தனர். பெண் பிச்சைக்காரிகள் அழ ஆரம்பித்த சத்தம் கலைசலான குரல்களுக்கு நடுவே கேட்டது. கேட்டின் முன் விளையாடிக்கொண்டிருந்த தங்கள் குழந்தைகளின் மீது அவர்களின் கோபம் திரும்பியது.

ஆனால் கொடும்பசியும் காற்றில் மிதந்துகொண்டிருந்த அந்த வாசமும் அவர்களைத் தன்நிலை இழக்க வைத்தது. துணிந்துக் கதவு நீக்கி ஒருவன் செல்லக் காத்திருந்தார்கள் போல. பிறகு அடுத்த சில நிமிடங்களில் பட்டியில் திறந்துவிடப்பட்ட ஆடுகள் போல அந்த கேட்டுக்குள் நுழைய தள்ளு முள்ளு ஏற்பட்டுவிட்டது. சிலர் கீழே விழவும் அதை சிறிதும் கண்டுகொள்ளாமல் அவர்களை மிதித்து செல்வதுமாகத் திமிலோகப்பட்டது.

மாபெரும் கூச்சல்களால் மண்டபத்தின் கூரை எகிறிவிடும் என்று தோன்றியது. இலைகளை எடுப்பதற்குள் பெரும்பாலானவைகளைக் கிழித்துவிட்டனர். யார் என்ன பேசுகிறார்கள் எங்கே நிற்கிறார்கள் என்கிற போதம் அழிந்துவிட்டது. கால்மணி நேரத்திற்குள் அங்கிருந்த டேபிள்களில் முண்டியடித்து அமர்ந்தவர்கள் முதன் முதலில் அப்படி உட்கார்ந்ததற்காக உரக்க அழுதனர். பிறகு அங்குமிங்கும் அலைந்துகொண்டிருந்தவர்களைக் கேலி செய்து சிரித்தனர். ஆனால் பெஞ்சில் அமர்ந்திருப்பது அவ்வளவு சௌகரியமாக இல்லை போலும். நெளிய ஆரம்பித்திருந்தனர். கால்மணி

நேரமாக இருந்த ஒழுங்கு அதன் பிறகு சரி செய்ய இயலாத அளவுக்குக் குலைந்துவிட்டது. பரிமாறப்பட்டதில் கறித்துண்டுகள், பிரியாணியின் அளவு போன்றவற்றால் கைகலப்பும் வாக்கு வாதமும் ஏற்பட்டுவிட்டது. அவர்கள் நேராக வாணலிக்குள் ஆளாளுக்குக் கையை விட்டு அள்ளத் தலைப்பட்டனர். அவர்களில் பலரும் சில வாய்கள் உண்டதுமே தாங்கள் கொண்டு வந்திருந்த பாத்திரங்களில் பைகளில் நிரப்புவதில் தான் குறியாக இருந்தனரேயன்றி சாப்பிட ஆசைப்படவேயில்லை. கைகளை அவ்வப்போது முகர்ந்து பார்த்துக் கண்களை மூடிக்கொண்டனர். வறுவல்கள், முட்டைகள், மீன் துண்டுகள், தால்சா எல்லாம் கலவரத்தில் சிக்கிய நோஞ்சானாக மாறி இருந்தது. நடந்து கொண்டே சாப்பிடுபவர்கள், பாத்திரத்தில் இருப்பதைப் பார்த்தபடி ஒரு வாய்கூட சாப்பிடாமல் சிரித்துக்கொண்டே இருந்தவர்கள், அடுத்தவன் எவ்வளவு என்னென்ன வகைகளை எத்தனை எடுக்கிறான் என நோட்டம் விட்டபடியே அவனை வசைபாடி, அவனை விடவும் அதிகமாக எடுத்துக்கொண்டு விடவேண்டும் என முட்டி மோதிக்கொண்டிருந்தவர்கள் என விநோதமும் பரபரப்புமாக அந்த இடம் ஆகிவிட்டிருந்தது.

வெளியில் ஒருவன் நாய்களைத் தடித்த கழியால் உள்ளே நுழைய விடாமல் விளாசிக்கொண்டிருந்தான். மண்டபம் முழுக்க உருண்டு புரண்டு சேர்களில் அமர்ந்து படுத்து தூக்கி வீசி அந்த ஆனந்தத்தை என்ன செய்வது என்பது தெரியாததால் ஒருவர் பாக்கி இல்லாமல் அனைவரிடமும் கிறுக்குத்தனம் குடிகொண்டு விட்டிருந்தது. ஃபேன்கள் உச்சபட்ச வேகத்தில் சுழன்றுகொண்டிருந்தன. மணமேடையில் அமர்ந்துகொள்ள போட்டோ போட்டி ஏற்பட்டிருந்தது. மாதிரி திருமணமே நடந்து விடும் என்று பட்டது. பாவனையாக சில பெண் பிச்சைக்காரிகள் செயற்கையான வெட்கத்துடன் மேடையை நோக்கிச் செல்ல மணமகன் ஏற்கனவே இருந்த குறைந்த பற்களைக் காட்டியபடி அமர்ந்திருந்தான். கீழே கரகோஷம் எழுந்தது. கைதட்டல்களும் குட்டிக்கரணங்களும் போடப்பட்டன. எச்சில் கையில் ஒட்டி யிருந்த சோற்றுப் பருக்கைகளை நக்கித் துடைத்துவிட்டு கீழே கடித்துப் போட்டிருந்த எலும்புகளைப் பலரும் மேடை நோக்கிச் சிரித்தபடி வீசினர். அர்ச்சனையாம் அது. பச்சை வசவுகளை மந்திரமாக்கிப் பாவனையாக ஒருவன் சொன்னபோது சிரிக்க வலுவின்றி கீழே விழுந்தனர்.

தாழிடாமல் இருந்த இரு அறைக்கதவுகளை ஒருவன் திறந்தான். மூர்ச்சையாகி விடுவான் என்று தோன்றியது. அடுக்கப்பட்டிருந்த அட்டைப்பெட்டிகளில் ஏகப்பட்ட மதுவகைகள் இருந்தன. பிறகுதான் உச்சபட்ச களேபரம் ஆரம்ப மானது. அதுவரை மட்டரகமான மதுவைக் குடித்தவர்கள்,

குடியாலேயே பிச்சைக்கார நிலைக்கு வந்தவர்கள், போதை அடிமைகள், பெண்கள் கைகளில் அந்த மதுவகைகள் சிக்கின. அது ஒரு மாபெரும் களியாட்டக் கூடமாக மாறியது. அசைவ வகைகளும் குடியும் அவர்களை மிதக்க வைத்திருந்தது. தலைவரின் இளவயது களியாட்டங்கள், தொடுப்புகள் பற்றிய கிளர்ச்சியேற்றும் வசவை ஒருவன் சிரிப்பினிடையே பரிமாறத் தொடங்கினான். பெரிய ரகளைக்கான முதற்புள்ளி அவனால் வைக்கப்பட்டு விட்டிருந்தது. போதையில் மாறி மாறி அடித்துக்கொண்டனர். சிலர் பெண்களைத் தனியே அழைத்துச் செல்வதும் அங்கேயே கொஞ்சுவதும் பிறர் அந்த பெண்களை தங்கள் பக்கமாக இழுப்பது மாக மோதல்கள் உருவாகின.

காலிப்பாத்திரங்களை, மண்டபச் சேர்களை, குடித்த வெற்று மதுபாட்டில்களை ஒருவர் மீது ஒருவர் எறிந்தனர். மாட்டப் பட்டிருந்தப் போட்டோக்களைப் பிடுங்கி தன்னுடன் வர மறுத்த பெண்ணின் தலையில் ஒருவன் அடிக்கும் சத்தமும் அவள் அலறும் கூக்குரலும் பிறரை திரும்பிப் பார்க்கவைத்தன. பாட்டிலா லேயே ஒருவன் அவனை மாறிமாறி அடிக்க ஆரம்பித்திருந்தான்.

போலீஸ்வாகனத்தில் சத்தம் கேட்டதுமே ஒரே சமயத்தில் பலரும் சத்தம் போட்டபடி வெளியேற முயன்றதில் மூச்சுத் திணறலில் மயங்கிவிட்டனர். சராமாரியாக அடிகள் விழுந்தன. இயலாதவர்கள் கை கூப்பிய போதும் முதுகிலும் முகத்திலும் இரக்கமின்றி அடிகள் விழுவது நிற்கவேயில்லை. அதற்குள் போலீஸ்காரர்கள் அடிப்பதை நிறுத்தும் காட்சி ஒன்றை அங்கு கண்டுவிட்டனர்.

அடுத்த பத்தாவது நிமிடத்தில் ஓசையெழுப்பியபடி ஆம்புலன்ஸ் வந்தது. இறந்து கிடந்த இரண்டு உடல்கள். கண்கள் நிலைகுத்தியிருந்த ஒரு ஆணையும் பெண்ணையும் ஸ்ட்க்சரில் தூக்கிச் சென்றனர். அடிப்பட்டவர்கள் மெதுவாக நடந்து வந்து நிழலில் அழுதபடியே அமர்ந்தனர்.

பிறந்த நாள் தலைவருக்காக வைக்கப்பட்ட மாபெரும் பேனர் விரித்திருந்த நிழல் அது. தங்கள் சட்டியில் மீதிருந்த உணவை காலில் அடிப்பட்டிருந்த பெரியவர் ஒருமுறை பார்த்தார். ஏதோ கொஞ்சம் ஒட்டிக்கொண்டிருப்பதாகப் பட்டது. அண்ணாந்து பார்த்தார். ‘மக்களை இரட்சிக்க பூமியில் வந்த பிதாமகனே . . .’ என எழுதப்பட்டிருந்த வாசகத்தின் அடியில் அந்த ஒப்பற்ற தலைவர் புன்னகையுடன் வணங்கிக்கொண்டிருந்தார்.

எரிந்த அழைப்பு

அவன் குரல் கேட்டாலே உறங்கிக் கிடக்கும் நரம்புகள் அடுத்தடுத்து கண் திறக்கும் மர்மத்தை நினைத்துக்கொண்டிருந்தாள். கட்டிலில் சிணுங்கல் கேட்டதும் உறங்கும் மகள் முகத்தைப் பார்த்தாள். ஆறுமுகத்துக்குப் பழைய புத்தகங்கள், பேப்பர்கள், இரும்புகளை எடைக்கு வாங்கி வந்து விற்கும் வேலை. அசராமல் அலையக்கூடியவன். பல இரவுகள் அன்றைய வரும்படிக்கு ஏற்ப எதையாவது வாங்கிக்கொண்டு தாமதமாகத்தான் வருவான். அவள், அவனது வருகையை எட்டிப் பார்த்தபடியே ஜன்னலைத் திறந்து வைத்து அமர்ந்திருப்பாள்.

ஆறுமுகம் வழக்கமாகப் பேப்பர் எடுக்கும் பங்களா வீடு ஒன்றில் சிரித்தபடியே எடைக்குப் போட்ட பழைய செல்போனை எடுத்து வந்து புன்னகையுடன் நின்றான். எந்தச் சுணக்கமுமின்றி பதில் சிரிப்புடன் வாங்கி அவன் தோளுக்குக் குழந்தையை மாற்றிவிட்டு அதன் கன்னத்தை முத்தினாள். அவன் சட்டைக்காலரைப் பற்றி இழுத்தபின் வெட்கத்துடன் உள்ளே போனாள்.

தன் சிறிய புகைப்படத்தைத் தேடி எடுத்து எண் வாங்கக் குறுகலான அந்த கடைக்குள் நுழைந்தாள். வரும் வழியெல்லாம் தன் படத்தையே நொடிக்கொருதரம் பார்த்தபடி வந்தாள். மணமாவதற்கு முன் எடுத்த புகைப்படம் அது. சில நொடிகள் ஏதுமறியா அந்த வெள்ளந்தியானக் காலத்திற்குள் சென்றுவிட்டுத் திரும்பி வந்தாள். அவள் தேர்ந்தெடுத்த எண்களில் ப்ளஸ்–டூவில்

ஆங்கிலத்திலும் விலங்கியலிலும் கணிதத்திலும் அவள் எடுத்திருந்த மதிப்பெண்களான 80ஆம் 98ஆம் 76ஆம் அடுத்தடுத்து வந்திருப்பதைப் பார்த்து ஒருவருக்கும் தெரியாமல் சிரித்துக் கொண்டாள். ஆறுமுகத்துக்கும் ஊரில் இருப்பவர்களுக்கும் சந்தோஷம் கொப்பளிக்கும் குரலில் பேசித் தீர்த்தாள்.

வீட்டுக்கு வந்த அரைமணி நேரத்திற்குள் ஒரு அழைப்பு வந்தது. பேசினாள். அடுத்தநாளும் அவ்வப்போதும் அந்த அழைப்பு வரத் தொடங்கியது. போன் சரியாக வேலை செய்கிறதா? என்ற அதே கேள்வி. கடைக்குள் அவளைக் கண்டது முதல் அவள் கீழே இறங்குவது வரை ஓடிஓடி வேலையை செய்து கொடுத்தவனின் குரல் அது என அறிந்தாள்.

இரண்டு நாள் அழைப்பு வரவில்லை. மூன்றாவது நாள் ஒலித்துனுக்கு மட்டும் வந்து நின்றது. அடுத்த நிமிடமே அழைப்பும். ரீசார்ஜ் செய்துவிட்டதாகவும் இந்த பக்கம் வரும் போது பணம் கொடுத்தால் போதும் எனச் சொல்லி வைத்து விட்டான். அவனேதான். அவள் திரும்பக் கூப்பிட்டுக் கண்டபடி திட்டித் தீர்த்து மூச்சிரைக்கப் போனைக் கட் செய்தாள். ஆறுமுகத்திடம் சொல்லி பிரச்சனையைப் பெரிதாக்க வேண்டாம் என நினைத்தாள். அடுத்த நாள் வேறொரு எண்ணிலிருந்து அழைத்து அவன் மன்னிப்புக் கேட்டான், கூடவே தன் கதையை கண்ணீரோடு அவளிடம் சொன்னான். மிகச்சரியாக ஆறுமுகம் அப்போது வீடேறி வருவதைக் கண்டு பட்டென வைத்துவிட்டாள். முதன் முறையாக தன் முகத்தில் திருட்டுக்களை குடியேறியதை கண்ணாடியில் பார்த்ததும் மலர்க்கொடி திடுக்கிட்டாள். சில நாட்கள் அவள் கண்ணில் படாமல் ஒளிந்துகொண்டான். தான் திட்டியதால் ஏதாவது செய்துகொள்வானோ என அவளே இரண்டு முறை கடைக்குப் போய் வந்த போதும், அவனைக் காணவில்லை. வெட்கம் விட்டு பயத்தில் விசாரித்தும் விட்டிருந்தாள். அவனிடமிருந்து அடுத்த நாள் அழைப்பு வந்தது. அக்குரல் அப்போது பயமின்றி ஒலிப்பதைக் கேட்டாள்.

பிறகு இரு குரல்களிலும் கள்ளத்தனம் ஏறிவிட்டது. ஏதும் செய்து தடுக்கும் முன் அந்தச் சூறைக்காற்று தன்னை அலேக்காகத் தூக்கி அந்தரத்தில் நிறுத்திவிட்டிருந்ததை உணர்ந்து மலர்க்கொடி நடுங்கினாள். போனில் பேசிப் பேசி அவள் அணிந்திருக்கும் உடைகளின் நிறத்தைக் கேட்கும் அளவுக்கு மட்டுமல்ல, முத்தம் கேட்குமளவிற்கு அவன் சிறிதும் அச்சமின்றி சுதந்தரமாக நெருங்கி வந்தான். ஏதேதோ சொல்லி போனை வைத்துவிடுவாள்.

தன்நிலை எண்ணி தனிமையில் அழுவாள். புலம்புவாள். குழந்தையைப் போட்டு அடிப்பாள். பிறகு அணைத்து முத்துவாள்.

ஆனால் அவன் குரல் கேட்டால் எல்லாம் மாறிவிடும். ஆறுமுகம் அழைக்குந்தோறும் பிஸியாக இருப்பதாகச் சொல்லும் குரலைக் கேட்டு எரிச்சலுற்று அவளிடம் விசாரித்தான். அவள் சொன்ன காரணத்தில் திருப்தி அடைந்து அடுத்த வேலையை பார்க்கச் சென்றுவிட்டான். சில முறை வீட்டிற்கு பக்கத்தில் வந்து ஜாடை யாக கை அசைப்பதும் கண் சிமிட்டுவதுமாக இருந்தபோதும் பயத்தை மறைத்தவளாகச் சிரித்து அங்கிருந்து போகச் சொல்லி சைகை செய்வாள். அவன் செல்வதைப் பார்த்த பின்பே நடுக்கம் குறையும்.

அன்று ஏதோ தைரியத்தில் உள்ளேயே வந்துவிட்டான். தொட முயன்றபோது அவள் எட்டி தூரச் சென்றாள். கொஞ்ச நேரம் பொறுத்துப் பார்த்த பின் அவளைத் திட்டினான். ஏதும் சொல்லாமல் தலை கவிழ்ந்து நின்றாள். அவளுக்கு மகள் இருப்பது அவனுக்கு பெரும் தொந்தரவாக இருந்தது. பேசும்போது சில சமயம் அதை சொல்லியிருக்கிறான். அவள் குரலில் கடுமை ஏறும். சட்டென அவன் பேச்சை மாற்றிவிடுவான். மலர்க்கொடி பதைபதைப்புடன் தெருவையும் அவனையும் பார்த்தபடி நின்றாள். அன்னிச்சையாக அவள் உதடு ‘போயிரு . . . அப்பறமா பேசிக்கலாம் . . .’ என்றது.

“முடியாது. நீ எங்கூட வா . . .” என்ற பின் அவள் மகளைக் காட்டி ‘இந்தக் கெரகத்தை இங்கயே விட்டுட்டு வந்துரு . . . உன்னய நான் ராணி மாதிரி பாத்துக்கறேன்’ என்றான்.

அவள் ஒரு நிமிடம் என்ன செய்வதெனத் தெரியாது திகைத்து நின்றாள். அவள் உயிரையே வைத்திருக்கும் இருவரையும் விட்டு வரச் சொல்கிறானா? ஆறுமுகமும் தன் மகளும் அனாதை யாக கண்ணீருடன் நின்றுகொண்டிருக்கும் காட்சி மனக் கண்ணில் ஒரு முறை தோன்றி மறைந்தது. அவனது கசப்பான எரிச்சலூட்டும் பேச்சுகள் மலர்க்கொடியின் நினைவுக்கு வந்தது. ஆங்காரமான குரலில்

‘போடா வெளியில . . .’ என்றாள்.

அவன் நிலைதவறியவனாக எழுந்து கோபத்துடன் அவளருகில் சென்றான். ‘கத்திக் கூப்பாடு போட்டு ஊரைக் கூட்டிருவன் போடா . . .’ என்றாள். அவனும் அவள் ஒழுக்கம் குறித்து பச்சையாக ஏதோ சொன்னான். அடிவயிற்றிலிருந்து எடுத்த எச்சிலைக் காறி அவன் முகத்துக்கருகே துப்புவதற்கு வாயைக் கொண்டு சென்று பின் சுவற்றில் உமிழ்ந்தாள். அதன் திவலைகள் அவன் மீதும் தெறித்தன. அவமானம் தாங்காமல் விடுவிடுவென அவன் வெளியேறினான்.

அப்படியே தன் மகளைக் கட்டிக் கொண்டு கீழே படுத்து ஓயாமல் அழுதாள். ஏதோ ஒலித்துணுக்குடன் செல்போன் ஒளிர்ந்தது. என்ன ஏதுவென்று பார்க்காமல் தூக்கி அப்படியே சுவற்றில் அடித்தாள். அது தன்னைத் திறந்துகொண்டு சிதறி மூலைக்கொன்றாகச் சிதறியது.

தலையை முடிச்சிட்டவாறே வெளியே வந்து வாசலில் தெறித்துக் கிடந்த சிம்கார்டை எடுத்துக்கொண்டு பின்வாசலுக்குச் சென்றாள். ஆறுமுகம் கட்டி வைத்திருக்கும் பேப்பர் கட்டிலிருந்து ஒன்றை உருவி எடுத்து தீ மூட்டினாள். திகுதிகுவெனப் பற்றியது. கல்லால் அந்த சிம்கார்டை இரண்டாக உடைத்து அதற்குள் போட்டாள். மஞ்சளும் நீலமுமாக எரியும் அந்நெருப்புக்குள் அந்த அட்டை நெளிந்து உருகி அழிவதை அங்கிருந்து அசையாமல் அப்படியே பார்த்து நின்றாள்.

பதில்

அம்மாவை இழுத்து அருகில் உட்கார வைத்துக்கொண்டு முன்சீட்டின் கம்பியைப்பற்றி பாதி எழுந்து நின்று வனிதாவுக்கும் குழந்தைகளுக்கும் இடம் கிடைத்துவிட்டதா என்று பார்த்தான். அம்மாவை அவளுக்கருகில் விட்டிருந்தால் . . ! உள்ளே நடுக்கமெடுத்து அடங்கியது. வனிதா மூன்றாமவளுக்கு அரை டிக்கெட் எடுக்கத் தோதாக மடியில் கிடத்தியிருப்பது தெரிந்தது. ஜன்னல் அருகில் அமர மூத்தவளுக்கும் இரண்டாமவளுக்கும் வாக்குவாதம் முற்றி நகத்தால் பிராண்டியும் கிள்ளி வைத்தும் வழக்கமான ரகளையைத் தொடங்கியிருந்தனர். மூன்றாமவள் மடியிலிருந்து நழுவி இன்ஜின் அருகில் கம்பி போல நீண்டிருப்பது என்ன எனச் சோதிக்க வழுக்கி, இறங்க கை கால்களை உதறி அடம்பிடித்தாள். கூட்டம் நெரிபட்டுக் கொண்டிருந்தது. புழுக்கம் வேறு. யாருக்கு விழுகிறது என்பது தெரியாமல் மாறி மாறி மூவரையும் விளாசினாள். எவ்வளவு அடி வாங்கினாலும் முதலாவது அழுதால் சத்தமே வராது. இரண்டாவது நேர் மாற்றி. கிடைப்பதையெல்லாம் எறியும். இப்போது கையிலிருந்த பிஸ்கட்டைக் கோபத்துடன் வெளியே வீசிற்று. கீழே மணிக்கட்டைத் திருப்பித் திருப்பி பார்த்துக் கொண்டிருந்த கண்டக்டர் பீடி இழுத்தபடி நிற்கும் டிரைவரிடம் ஜாடை காட்டினான். அவன் ஏறியதும் வீசிய பீடி நாற்றத்தால் முகத்தை வெடுக்கென்று வனிதா சுளித்தபடித் திரும்பினாள். அன்னாசிப் பழத் துண்டுகளை மகனும் அம்மாவும் தின்று

கொண்டிருப்பது ஆட்களுக்கிடையே கிடைத்த சிறு சந்து வழியாகத் தெரிந்தது. அவன் தண்ணீர்புட்டியின் மூடியைத் திருகித் தயாராக வைத்திருந்ததைக் கண்ட எரிச்சலில் மடியி லிருந்து மீண்டும் நழுவியவதற்கு அடி விழுந்தது.

குழந்தைகளின் கத்தல் கேட்டதுமே அவ்வளவு கூட்டமும் இரைச்சலுடன் மோதி நிற்பதை மறந்து 'அடியேய் . . . கொன்னு கின்னு போடாத வலத்தியிருக்கறா பாரு . . . த்தூ . . . நானுந்தான் பெத்தேன் . . . உட்காருனா உக்காரோணும் . . . கொண்டுட்டு வான்னா வெட்டிக்கிட்டு வரோணும் . . .' என்றாள்.

வீடாக இருந்தால் நிலைமை கட்டுக்கடங்காமல் போயிருக்கும். நல்லவேளை வனிதாவுக்கு கேட்கவில்லை என நினைத்து கிருஷ்ணன் அம்மாவின் கையை அழுத்தி 'சும்மா இரு . . .' என இறைஞ்சும் குரலில் கெஞ்சினான்.

"ஆமா . . . என்னிய அடக்கு . . . அவள ம்–ன்னு ஒரு வார்த்தை கேட்ராத . . . பொண்டாட்டி பொச்சுக்கு பின்னாலயே திரிஞ்சுக்கிட்டிரு . . ." அங்கேயே பஸ்ஸை நிறுத்தச் சொல்லி இறங்கிக்கொள்ளலாமா என்று தோன்றியது. அருகிலிருந்தவர் களின் நமட்டுச் சிரிப்புகள் உயிரையேப் பிடுங்குவது போலிருந்தன. பீறிட்டு வந்த காற்று முகத்தில் அறைந்ததும் சட்டையின் மேல் பட்டனைக் கழற்றிவிட்டுக் கால்களைத் தளர்த்தி இவை ஏதும் கேட்காத இடத்திற்கு போய்விட நினைத்தவன் போல கண்களை மூடிக்கொண்டான்.

பொத்தென மடியின் மேல் எதுவோ விழுவது போலிருந்தது. வனிதா கூட்டத்தை விலக்கி மூன்றாமவளை ஒற்றைக் கையாலேயே தூக்கி வந்து அவன் மேல் போட்டிருந்தாள். நெற்றியெங்கும் ஊறிய வியர்வையில் முடிகள் ஒட்டிக்கொண் டிருந்ததும் பொட்டு சற்றே அழிந்திருந்ததும் அவளுக்கு விளக்க முடியாத அழகைத் தந்திருந்தன. சிரித்தபடியே ஜாடை காட்டுவதற்குள் அம்மாவின் காதருகே குனிந்து 'மூடிட்டு வா . . . ஒன்ர பவுசையெல்லாம் ரோட்ல இழுத்து வுட்டுப் போடுவன் . . .' என்ற பிறகு அவனை முறைத்தபடியே முன்னால் சென்றாள்.

பயந்து மறுபடியும் சுற்றிலும் பார்த்தான். அம்மா கண் விழித்து,'என்ன சொன்னா இப்ப வந்து என்னமோ சொன்னாளே. .மூடு கீடுன்னு . . .' எனச் சண்டை போய்விடுமோ எனத் துழாவினாள். இந்த வயதிலும் காது என்னவொரு துல்லியம். அதிலும் மல்லுக்கட்ட என்றால் எப்படிதான் கேட்குமோ . . ! ஸ்ஸப்பா . . . இப்போது சரியாக கேட்கவில்லை போல நல்ல வேளை . . . தூங்கிவிட்டாளா . . ! 'ஒன்னுமில்லை. உன்ற வாயில

ஈ போயிறப் போகுது. மூடித் தூங்கச் சொல்லுங்கனுட்டு போறா . . .' என்றான். சமாளித்துவிட்டோம் என்ற நிம்மதி.

'என்ற வாயில ஈ என்ன யானை கூட போகும் உனக்கென்னடீ . . .' என மீண்டும் சத்தம் போட்டாள். ஹாரன் ஒலி அதை அமுக்கியது. டிரைவர் திரும்பிப் பார்த்துவிட்டு கியரை மாற்றினார்.

இந்த எட்டு வருடங்களில் வனிதா சீராடிச் சென்றவை யனைத்துமே அம்மாவின் ஏச்சுகளைப் பொறுக்க முடியாமல் தான். சமாதானப்படுத்திக் கூட்டி வந்தாலும் சில தினங்கள் மட்டும் அமைதி நிலவும். பிறகு அம்மாவே அவளை திட்டுவது போல 'பழைய குருடி கதவைத் திறடி . . .' கதைதான். கடிந்து பேசினால் தெருவிலுள்ள வீடெங்கும் போய் அமர்ந்து அவனை வளர்த்து ஆளாக்கினக் கதையை அழுகையினிடையே ஒப்பாரி போல இழுத்து இழுத்துப் பேசிக்கொண்டிருப்பாள். ஐந்து வயதில் முண்டச்சியாக நல்லது கெட்டதுக்கு போகாமல் ஆலும் பாலும் தின்னாமல் ஆளாக்கின அதே கதை. செல்போனில் சொந்தங்களுக்கெல்லாம் அழைத்து இப்படி ஆகிப் போனேனே எனப் பிலாக்கணம் வைப்பாள். வாய்தான் அவளை வாழ வைத்தது. வெவ்வேறு ஊர்களின் சந்தையில் அந்த வாயால் தான் வியாபாரம் பிடித்தாள். ஒரே மகனை கால்களுக்கிடையில் சொருகி வைத்துக்கொள்வாள். வனிதாவின் வீட்டில் சொன்ன நகையை விட இரண்டு பவுன் குறைவாகச் செய்ததிலிருந்து தொடங்கியது. ஆனால் இவ்வளவு சண்டைகளுக்கிடையிலும் வீட்டில் அவள் வேலைகளை சேலையை கால் முட்டி வரைத் தூக்கிப் பிடித்துக்கொண்டு நொட்டை சொன்னவாறே பாதி செய்து தருவதும் இதே அம்மாதான். அரசு பேருந்தில் நடத்துனருக்கு ஆள் எடுக்கிறார்கள் என்றதும் அலைந்து திரிந்து விசாரித்து வந்து ஐந்து லட்சம் லஞ்சம் கேட்கிறார்கள் எனச் சொன்னான். மறு பேச்சே இல்லாமல் எங்கோ வாங்கிப் போட்டிருந்த இடத்தை விற்று அந்த வேலை கைக்கு வர ஏற்பாடு செய்தாள். ஆனால் வேலை முடிந்து வந்தால் வீடு நரகம் போலிருக்கும். சட்டை கழற்றுவதற்குள் புகார் படலம் ஆரம்பம் ஆகும். பல சமயம் பாதிச் சோற்றிலேயே எழுந்து போனது முண்டு. உடன் வண்டி ஓட்டுபவரிடம் புலம்பியபோது

"ரெண்டு பக்கமும் சரின்னு கேட்டுக்கோ . . . காது கேட்கலைன்னு நினைச்சுக்கோ . . . யாருக்காவது சப்போர்ட் பண்ணிட்டேன்னா அவ்லோ தான். குடும்பத்தை ஓட்டற துன்னா பஸ்ல டிக்கெட் கொடுக்கற மாரி சுளுவுன்னு நினைச்சுட்டயா . . . அம்மாவ அதட்டுனாலும் போச்சாது.

ஆனா கட்டுனவகிட்ட ரொம்ப மொரண்டு பேசிறாதே, அப்பறம் ராத்திரி கையை போட்டா வெடுக்குன்னு தட்டி வுட்ருவா ...” எனக் கூறிச் சிரித்த பிறகு சிகரெட்டை பற்ற வைத்துக்கொண்டு ‘என்னயெல்லாம் போர்வை கால்ல சிக்கிருச்சுன்னு சொல்லியே எவ்ளோ தடவை ஒதைச்சிருக்கான்னு தெரியுமா . . ! அப்பறம் நானும் தெரியாதவன் மாரி அவள இந்த பக்கம் புடுச்சு இழுத்து ஆக வேண்டிய சோலிய பாக்கறது தான் ...’ எனக் கண்ணடித்தார்.

அதையும் செய்து பார்த்தாகிவிட்டது. ஆனால் இரண்டில் ஒன்று நெருப்பாக இருந்தால் நீர் தெளிக்கலாம். ஆனால் கச்சை கட்டிய சேவல் போல கொக்கரித்து கொத்தத் திரிந்தால் . . ! வீட்டிற்கே போகாமல் ஊரே உறங்கிய பின் கதவைத் தட்ட வேண்டியதுதான். இதில் கசந்து ஏதேனும் சொல்லிவிட்டால் அவ்வப்போது கோபித்துக்கொண்டு அம்மா கோவில் வாசலில் எதிர் வீட்டுத் திண்ணையில் உட்கார்ந்துகொள்வாள். காலில் விழாக்குறையாகக் கூட்டிக் கொண்டு வர வேண்டும். உறவினர் வீடுகளில் விட்டு வந்தால் இரண்டாவது நாளே பையோடு வீட்டில் உட்கார்ந்திருப்பாள். ஒரு சொல்லும் தாளாதவள். ஏதோ சொல்லிவிட்டாள் என்பதற்காக சொந்த தங்கையிடம் பேச்சை மட்டுமல்ல உறவையே முறித்துக்கொண்டவள்.

இரண்டு பெண் பிள்ளைகளையடுத்து மூன்றாவதைச் சுமந்தபோது அச்சம் கிருஷ்ணனின் ஒவ்வொரு மயிர்க்காலிலும் ஊடுருவியது. இதுவும் பெண்ணாக இருந்தால் . . ! வனிதாவுக்கு அதை நினைக்கவே முடியவில்லை. நித்தமும் சொல்லாலேயே சாகடித்துவிடுவாள். கலைத்துவிடலாம் எனக் கெஞ்சினாள். அவன் இருவரது ஜாதகத்தையும் தூக்கிக் கொண்டு போனான்.

‘பையனா இருந்தா அப்பன் உசுருக்கு ஆபத்து. பொண்ணுனா ஐஸ்வரியம் தான் . . .’ என்றார். பிறகு அதை எப்படி தன்னால் கேட்க முடிந்தது என திகைக்கக் கூடியதை அவனையறியாம லேயே கேட்டுவிட்டான், ‘அம்மாக்கு அப்பப்போ ஒடம்புக்கு கேடு வந்திருது(பொய்) . . . ஆஸ்பத்திரி செலவு வேற ஆகிட்டே இருக்கு . . . (மாபெரும் பொய்) . . .’ என்றதும் மனது ஆயத்தமாகி விட்டதை உணர்ந்தான். பிறகு மெல்ல ‘ஆயுசு எப்படி?’ என இழுத்தான்.

‘ஒடம்புக்கா . . . அப்படியொன்னும் தெரியலையே . . . இன்னும் பத்து பதினைஞ்சு வருஷம் கின்னுனு இருப்பாங்க. பேரன் பேத்தி பாத்துட்டு தான் கண்ணை மூடுற யோகம் . . .’

அவன் ஏதும் பேசாமல் எழுந்து வந்தான். பெண் பிறந்து இல்லாத சண்டைகளெல்லாம் நடந்தாகிவிட்டது. அதன் பிறகு

தான் அவனுக்கு அரசு வேலையும் வாய்த்தது. அதை சொன்ன போது கொஞ்சம் சமாதானம் ஆகிவிட்டாள் என்று பட்டது. இந்த அலங்கோல வாழ்க்கையிலிருந்து எப்படித் தப்பிப்பது என்பதொன்றே அவனது முதற்கவலை. பேருந்துகளில் மருமகள் களின் அருகில் அமர்ந்து பேசியபடியே வரும் மாமியார்களைப் பார்த்தால் அவர்களுக்கு டிக்கெட் கொடுக்கக் கூட மனது வராது. ஆசையுடன் பார்த்துக்கொண்டே நிற்பான்.

சென்ற வாரம் நடந்த ரகளையில் தெருவே வீட்டின் முன் திரண்டுவிட்டது. பல மாதங்கள் யோசித்து வைத்திருந்ததை தயங்கிக்கொண்டிருந்ததைச் செய்வதைத் தவிர வேறு வழியே யில்லை. ஒவ்வொரு முறையும் அத்திட்டம் மனதில் வரும்போது உடம்பே நடுங்கும். அம்மாவின் மேல் அளப்பரிய அன்பும் பற்றுதலும் ஏற்பட்டுவிடும். எனவே உடனடியாக விட்டுவிடுவான்.

❍

தை மாதக் கிருத்திகையில் பழனியே குலுங்கிக்கொண்டிருந்தது. பேருந்திலிருந்து இறங்கியதும் மடியில் முடிந்து வைத்திருந்த அன்னாசித் துண்டை மூத்தவளைத் தேடிப் பிடித்துக் கொடுத்தாள். வாங்காமல் சிணுங்கியதும் கன்னத்தை இடித்து “காத்துல போற மாரி இருக்கற . . . அதையும் இதையும் தின்னா தான ஓடி ஆடி வெளையாட முடியும்.” என வாய்க்குள் வைத்துத் திணித்தாள். துப்பினால் என்ன நடக்கும் என்பது தெரியும். எனவே மென்று விழுங்கினாள். வனிதா கண்டு கொள்ளாமல் கூட்டத்தை விலக்கிப் போய்க்கொண்டிருந்தாள்.

மனித சமுத்திரத்தில் கால் வைக்கக்கூட இடமின்றி தவித்துக்கொண்டிருந்தனர். தீர்த்தக் குடங்கள், காவடிகள், பாத யாத்திரைக்காரர்களின் நெரிசல், அரோகரா கோஷங்கள். அம்மா ‘இங்கேயே இருக்கறன். நீங்க போய்ட்டு வாங்க . . .’ என குதிரை வண்டிகள் நிறுத்தியிருந்த இடத்திலிருந்த நிழலில் உட்கார போனாள். அவன் வின்ச் இருக்கும் இடத்திற்கு கூட்டிச் சென்றான். அலை அலையாக ஆட்கள் நின்று கொண்டிருந்தனர். கூச்சல்கள், சண்டைகள், வசவுகளின் திருவிழாவாக இருந்தது. மூன்று மணி நேரத்திற்கு பின் மேலே சென்று முடித்து வருவதற்குள் பொழுதே போய்விட்டது. அங்கும்கூட அவனுக்குள் ஊசலாட்டம் இருந்துகொண்டு தான் இருந்தது. மை தீட்டிய, முத்துகள் கட்டிய கொலுசுடன் ஓட முயன்ற குழந்தையைப் பார்த்து ‘புள்ளய புடிங்க . . .’ என வனிதா கத்தினாள். அக்குழந்தையின் அம்மா ‘புள்ள இல்ல பையன்தான் . . .’ என பெருமையோடு தூக்கி மேலே போட்டுக் கொண்டாள். கிழவிக்குக் கேட்டிருக்கக் கூடாதே முருகா, என

இருவரும் மனதிற்குள் வேண்டுவதற்குள், 'அதுக்கெல்லாம் கொடுப்பினை வேணும் . . . சும்மா நானும் தண்டமா பொறந்துட்டன்னா ஆச்சா . . .' என வெடுக்கென கேட்டாள். நரகத்திலிருப்பவள் சிரிப்பது போல பிறரைப் பார்த்து வனிதா பற்களைக் காட்டினாள். ஆனால் கண்ணில் நீர் கோர்த்துக் கொண்டது. பெண் பிள்ளை என்றில்லை மூன்றுமே பையன்களாக இருந்திருந்தாலும் அம்மாவின் குணம் இப்படியேதான் இருந்திருக்கும், அதை உறவினர் வீடுகளில் அவள் நடந்துகொண்ட முறையை வைத்துத் தெரிந்துகொண்டனர்.

தரிசனம் முடித்து வெளியே வந்ததும் அம்மா தன் கையிலிருந்த திருநீறை முருகனை வணங்கி ஒவ்வொருவருக்கும் பூசி விட்டாள். வனிதாவுக்கு பூசும்போது பிரார்த்தனைகள் பலமாக இருந்திருக்கும் போல. சில நிமிடங்கள் பிடித்தன. 'போதும் அத்தை' என்றபோது அவளுக்கு நாக்கு தளுதளுத்துக் கொண்டது. இறங்குவதற்குள் அதே நாக்கால் மனதிற்குள் திட்டும்படி அம்மா நடந்துகொண்டாள்.

பசியால் பிள்ளைகள் துவண்டு போயிருந்தன. அடிவாரத்தில் சுமாராக இருந்த ஹோட்டலில் சாப்பிட்டுவிட்டு பேருந்து நிறுத்தத்திற்கு ஆட்டோ பிடித்தான். முன்னதில் வனிதாவையும் குழந்தைகளையும் அனுப்பிவிட்டு அடுத்த ஆட்டோவுக்கு கை காட்டுவதற்குள் கட்டணக் கழிப்பிடம் நோக்கி அம்மா செல்வதைப் பார்த்தான். இதை விட்டால் இனி அமையாது என நினைத்தவனாகத் தனியாக ஆட்டோவில் ஏறினான். திரும்பிப் போய் கூப்பிட்டுக்கொள்ளலாமா என்கிற ஊசலாட்டம் அவனை அலைக்கழித்தது. ஆனால் போதும் எனக் கண்களை மூடிக்கொண்டான். தேம்பி தேம்பி அழுபவனை ஆட்டோக்காரன் ஏதும் கேட்கவில்லை.

அவன் வந்து சேரக் கிட்டத்தட்ட இருபது நிமிடங்களுக்கு மேல் ஆகிவிட்டது. இறங்கியதும் வனிதா கேட்டவைகளுக்கு பதிலே சொல்லவில்லை. பேருந்துகளில் இடமேயில்லை. இப்போது அம்மா என்ன செய்துகொண்டிருப்பாள் என ஓடும் எண்ணத்தை அறுத்தெறிந்தான். மெதுவாக வனிதாவுக்குப் புரிவது போலப் பட்டது. அவள் பையை அங்கேயே வீசி எறிந்து,

'படுபாவி . . . என்னத்த பண்ணி வைச்சுருக்க . . . வூட்டுக்கு பெரிய மனுஷி இல்லாம இதுகள எப்படி வளத்தறது . . ? நான் கட்டியிருக்கற சேலை உன்ற அம்மா வாங்கிக் கொடுத்ததுதான். இதா மூணுகளுக்கும் மொட்டை அடிச்சு காது குத்தறதுக்கு பணம் போட்டு வைச்சுக்கறா அந்த கிழவி . . . போன வாரம் தான் சொல்லிக்கிட்டு கிடந்தா . . . எப்படி ஒனக்கு மனசு வந்துச்சு . . .

எங்கயா இருந்தாலும் கூட்டிக் கொண்டாந்து நிறுத்துனா தான் இடத்தை வுட்டு நகருவேன் ...' எனப் பேசிக்கொண்டே போனாள்.

அவளும் குழந்தைகளை இழுத்துக்கொண்டு அவனுடன் தொத்தியபடியேத் திரும்பவும் அடிவாரத்துக்கு வந்தாள். எங்கு தேடியும் கிடைக்கவில்லை. கூட்டம் மோதிக்கொண்டே இருந்தது. அரைமணி நேரம் கழித்து வின்ச் உள்ள இடத்திற்கு அருகே கால் நீட்டி கண்ணீருடன் அம்மா அமர்ந்திருப்பதைப் பார்த்தான்.

போலீஸ்காரன் அவனைக் கண்டதும் 'எங்க போனப்பா . . . தேடு தேடுன்னு தேடி துடிச்சு போயிருச்சுப்பா இந்த அம்மா . . . நான்தான் கூப்புட்டு உட்கார வைச்சிருக்கறன் . . .' என்றதும் அவரை நோக்கிக் கை கூப்பினான்.

அம்மா வருவாளா என்கிற திகில். ஆனால் கையைப் பற்றி எழுந்து 'போலாம் . . .' என்றபடியே அருகில் வந்ததும் 'ஒனக்கு பாரமா போயிட்டனா சாமி ...' என்றாள். அவனது சமாதானங்கள் பொய்கள் எதுவும் அவள் காதில் ஏறவேயில்லை.

வீடு சேரும் வரை ஒருவரும் பேசிக்கொள்ளவுமில்லை. பதற்றத்தில் ஓயாமல் அவன்தான் பேசிக்கொண்டே இருந்தான். குழந்தைகள் சோர்ந்து தூங்கிவிட்டிருந்தன. வழக்கமாக அம்மாவின் அருகில் படுக்கும் இரண்டாமவள் கூட அவர்களுடனேயே உறங்கிவிட்டாள். அவனும் வனிதாவும் உறங்கவேயில்லை. பட்டென்று விளக்கு போடுவது தெரிந்தது. அங்கே உறங்கிக்கொண்டிருந்தவர்களைப் பார்த்துக்கொண்டே அம்மா நிற்பதை போர்வையின் துளை வழியே பார்த்தான். அணைக்கப்பட்டதும் கண் மூடினான்.

காலையில் அவனே அம்மாவுக்கு காப்பி எடுத்துக் கொண்டு கதவைத் திறந்தான். உறங்குகிறாள் போலும். தொட்டு எழுப்பினான். அம்மாவின் உடல் குளிர்ந்து கிடந்தது.

குடும்பம்

செருப்பைக் கழற்றாமல் அப்படியே வாசலில் விசிறி அடித்துவிட்டு வீட்டிற்குள் நுழைந்ததும் மகனும் மகளும் தலையணையால் ஒருவரை யொருவர் அடித்துச் சத்தமிட்டுக் குதிப்பதைப் பார்த்ததும் கனன்றுகொண்டிருந்தக் கோபம் முத்துவின் தலைக்கேறி விட்டது.

"யேய் . . ! ஏன்டீ . . . எங்க போய் தொலஞ்ச . . ? உள்ளார அப்படி என்னத்த கத்த கட்டிக் கிழிக்கற . . ?"

"யேன் . . . இப்புடிக் கத்தற . . ? வூடு எறிஞ்சு போற மாதிரி." மாவுக் கையுடன் சரஸ்வதி வெளியே வந்தாள்.

"கத்தறனா . . . நாஞ் செத்துப் போயிட்டேன்னா இம்சு இல்லாம போயிரும். அப்பறம் கத்தறதுக்கும் ஆள் இருக்காது."

"சாகறதுக்கு முன்னாடி இந்த கேபிள் டிவிக் காரன், மளிகைக் கடைக்காரன், பாலுக்காரனுக் கெல்லாம் செட்டில் பண்ணீட்டு அப்பறமா சாகு . . ."

"யேன் . . . ஒனக்கு நாலஞ்சு பொடவை அப்பறமா காதுலையும் கழுத்துலையும் நகையை வாங்கித் தொங்கவுட்டுப் போட்டு போகட்டுமா . . ."

"அதயேன் கேக்கற . . . சாமி . . . சாமி . . ! இத்தன நாளா பண்ணிப் போட்டதையே சுமக்க முடியாம கிடக்கறன் . . ! இனி நீ வாங்கிக் கொடுக்கறத போட ஒடம்புல இடமில்லையப்பா . . . ஆளவுடு . . ."

"ச்சீய் . . நாயே . . . வாய மூடு. இதுக நீ பெத்தது தானே . . . இல்ல சந்தையிலிருந்து ஓட்டிட்டு வந்ததா . . . புள்ள எப்ப

பாத்தாலும் ஜட்டியோட தான் இருக்கு . . . ஒரு கவுனக்கிவுன மாட்டி உடறது . . . இந்த பய்யன் சித்தாள் வேலைக்கு போற மாதிரி கை காலு பூரா மண்ணு . . . அப்படியென்னதான் வூட்ல பண்ணுவ ... ஒங்கொம்மாளும் ஒங்கொப்பனும் கொடுத்தனுப்புன சீதனத்தை எண்ணி பாத்துக்கிட்டு இருப்பயா ... இல்ல கேக்கறன் ...”

குழந்தைகள் இருவரும் அமைதியாகி, இன்று அம்மா விடம் விழும் அடியிலிருந்து எப்படி தப்பிப்பது என யோசித்துக் கொண்டிருந்தன.

“உன்ற புள்ளக உன்னய மாரித்தான இருக்கும். காலிலேர்ந்து நாலு டிரஸ்சு போட்டு வுட்டுட்டேன். இப்புடி போய்ட்டு அப்படி வர்றக்குள்ள கழட்டுப் போட்டுறுது. அவென் உன்னய மாரியே பல்லு விலக்காம காப்பி குடிக்கறவன். பின்ன எப்படி இருப்பான் ... நீ யென்னமோ ஜங்கு ஜங்குன்னு குதிக்கற ...”

“மொதல்ல வாங்க போங்கன்னு பேசிப் பழகு . . . நீய்யு நானுங்கற ..! என்னவோ இவ வூட்ல சாணி அள்ள வந்த மாரி ...”

“அடடா . . . கலைக்டரு தொர . . . செரியாப் போச்சு போ . . . கெடக்கறதெல்லாம் கெடக்கெட்டும் கிழவியத் தூக்கி மனையில வைய்யுங்கற கதயா . . . இதொன்னு தா கொறச்சலா கிடக்கு ...”

“வாய்க்கு வாய் இப்படியே பேசிக்கிட்டே இரு ... ஒரு நாளு நானு இல்லாம போயிருவன். அப்பறம் நீ யார்கிட்ட பேசுவேன்னு பாக்கலாம்.”

“ம்க்கும். சாகறேன் சாகறேன்னு சொல்றவங்கதான் தொண்ணூறு வயசு வரைக்கும் அல்லாரையும் அனுப்பி வுட்டுட்டு இருப்பாங்களாமா ...”

அந்த சமயத்தில் அவனுக்கு போன் வந்தது. எடுத்து வெளியே போனான். குழைந்து குழைந்து பேசிவிட்டு வந்தான். பெருமூச்சுடன் தலை நிமிர்த்தினான். ஒரு வழியாகத் தலைவலி தீர்ந்தது. பிரச்சினையும் முடிந்த மாதிரிதான். ஆசுவாசமாக உணர்ந்தான். சரஸ்வதியை அப்படி பேசியிருக்க வேண்டாமோ என நினைத்தபடியே அமர்ந்தான். மகனைப் பார்த்து ‘ஏஞ்சாமி ...’ என்றான். அவன் தயங்கி பின்னால் சென்றான்.

உள்ளே பார்த்துக் குரலை உயர்த்தி, “சோத்தப் போடு . . . பசி உசுரு போகுது ...”

“போகட்டும். சாகறன் சாகறங்கறவங்களுக்கு எதுக்கு சோறு . . ?”

“உங் கொழம்பு ரசத்தை தின்னுபோட்டு மண்டய போடறேன். போய் போட்டுட்டு வா ...”

அவளுக்குச் சிரிப்பு வந்துவிட்டது. உதட்டை மடித்து அடக்கி பொய்யாகக் கடுமைக் காட்டிவிட்டு உள்ளே போனாள். வரும்போது அவனுக்குப் பிடித்த அப்பளத்தை சுட்டு எடுத்து வந்து வைத்தாள். அவன் குழந்தைகளுக்கு கையில் கொடுக்க எடுத்தான்.

"அதுகளுக்குத் தனியா இருக்கு . . . நீ சாப்புடு. உனக்குத் தான் புடிக்குமே . . ."

அவன் சோற்றைப் பிசைந்து பாப்பாவை அழைத்து ஊட்டினான். பிறகு மகனுக்கும். அவளை அழைத்தபோது கேட்காதவள் மாதிரி முடியாத சிரிப்புடன் டிவியை ஆன் செய்தாள்.

"முந்தா நாள் அம்மா என்னமோ பொடவ கேட்டா . . . அதை என்னனு கேளு . . ." என ஒற்றைக் கண்ணால் சரஸ்வதியின் நிழலைப் பார்த்தபடி பாப்பாவிடம் கேட்டான்.

சரஸ்வதி திரும்பி முகத்தை வலித்துக் காண்பித்தாள்.

"ரொம்ப பிலிக்கிக்காத . . ." என்றதும் டிவியில் ஓடிக்கொண் டிருந்த நாடகத்தில் ஒருத்தி காரை விட்டு இறங்கினாள். அதைப் பார்த்தவாறே யாரிடமோ சொல்வது போல

'இந்த டிசைன் நல்லா இருக்கு' என்றாள்.

அவன் வெடித்துச் சிரித்தான். செல்லக் கோபத்தில் சேனலை மாற்றினாள். விளம்பரம் ஓடியது. இரண்டு பேரும் டிவியைத் தொட்டுக் காட்டி 'அப்பா . . . யெனக்கு இந்த மாதிரி சட்டை, இந்த மாதிரி பேண்ட்டு, பாப்பாக்கு இந்த மாரி பட்டுப் பாவடை' என அவன் கழுத்தை ஒன்றும் கையையொன்றும் கட்டிக்கொண்டன.

பாப்பா மீண்டும் ஒரு முறை டிவிக்கு அருகில் போய் . . . 'ப்பா . . . ப்பா' என்றது. 'ஏஞ்சாமி . . .' என்றான். 'ம்மாக்கு . . . ம்மாக்கு . . .' என டிவியைக் காட்டியது. பெரிய பட்டுப்புடவை யோடு மூன்று நடிகைகள் ஒய்யாரமாக நடந்து வந்தனர். அவன் முறைத்தான். அவளுக்கு ஏனோ சிரிப்பு வந்தது. அதைப் பார்த்து அவனும் சிரித்தான்.

'செரி . . . செரி . . . அப்பா சாப்புடட்டும். வாங்க ரெண்டு பேரும் . . .' என அவர்களை இழுத்துக் கொண்டு வெளியே போனாள்.

பலி

கால்களின் நெரிசல்களுக்கிடையில் கத்திக் கொண்டே மேலே மோதும் ஆட்களை விலக்கியபடி ஓடும் போதும் கன்னிமுத்துவுக்கு, என்ன செய்வது அவர்களை எங்கு தேடுவதெனத் தெரியவில்லை. கட்டுக்கடங்காத ஜனங்களின் மீது அடுத்தடுத்து மோதி நிலைதடுமாறி இன்னொருவரின் மேல் போய் விழுந்தான். மைக்கிலிருந்து ஓயாமல் பெய்து கொண்டேயிருந்த அறிவிப்புகள், கரவொலிகள், மேளச்சத்தங்கள், ஆட்களின் கூப்பாடுகளெனக் கோவிலின் பரந்த வளாகம் முழுமையுமே பேரிரைச்சல்களால் கபளீகரம் செய்யப்பட்டிருந்தது.

கிட்டத்தட்ட எட்டு வருடத்திற்குப் பிறகு இரு பிரிவினருக்கும் சமாதானம் ஏற்பட்டு விழாவுக்கு அனுமதி கிட்டியிருந்தது. திமிலோகப்பட்டக் கூட்டத்தினிடையே காக்கி உடையிலும் சாதாரண ஆடையிலும் போலீஸ்காரர்கள் கலந்திருந்து கண்காணித்துக்கொண்டே இருந்தனர். அவர்களுக்காக அமைக்கப்பட்ட சிறிய தற்காலிகக் கோபுரங்கள் தள்ளுமுள்ளுகளால் சரிந்து கிடந்தன. எங்கெங்கோ சிதறிக் கிடந்தக் குலக்கொடிகள், வழித் தோன்றல்கள், தலைக்கட்டு ஆட்கள், பேர் போன பல தலைமுறைகளின் தொடர் கண்ணிகள், அவர்களின் எண்ணிலடங்கா சந்ததிகளால் இரு நாட்களாக அல்லோலகல்லோலப்பட்டுக் கூட்டம் எக்குத்தப்பாக எகிறிக்கொண்டிருந்தது.

பழைய சொந்தங்கள் ஒன்றாகிக் குலவிச் சிரித்து அழுது அப்போது தான் கண்ட ஆட்களை

புதிய உறவுகளாகப் பாவித்து பேச்சுகளின் முடிவுறாத மணல் வெளியில் குழந்தைகள் போல குதூகலித்துக்கொண்டிருந்தனர். அவர்களுக்கிடையில் சிறு கும்பல் அன்னிச்சையாக நுழைந்தது போல கலந்து கன்னிமுத்துவைத் தேடினர். நேற்றிரவிலிருந்து உறங்காது அலைகின்றனர். அந்த கும்பலின் மறைக்கப்பட்ட கோபம் அவர்களது கண்களிலும் கால்களிலும் தெறித்துக் கொண்டிருந்தன. பாதி திறந்திருந்தச் சாளரத்தின் வழி வெளிச்சம் நுழைய தயங்கிக்கொண்டிருந்த விளக்கிடப்படாத சிறிய அறைக்குள் வீர நரசிம்மன் தத்தளித்துத் தவித்துக்கொண் டிருந்தார். நாவில் ஊறிய எச்சிலை பரவசத்துடன் விழுங்கிக் கண் மூடினார்.

கோவில் நிர்வாகக் கமிட்டியில் அவர் சொல்லுக்கு மேல் சிறு அசைவுகூட ஏற்படாது. நிச்சலனம் சூழும். இந்தத் திருவிழாவே நரசிம்மனின் செல்வாக்கால்தான் இப்படிக் குலுங்கிக் கொண்டிருக்கிறது. அவரது மகன்களின் முணுமுணுப்புகள் கூட தங்கள் அம்மாவிடமோ கட்டின மனைவியிடமோ மட்டும் தான். பேச்சு மாற்றி நடப்பவர்களுக்கு அவரது தோட்டத்து வீடும் அங்கு கொழுத்த ஆட்களும் காத்திருப்பார்கள். அவரது கண்ணாடி அறைகளால் சூழப்பட்டப் பைனான்ஸ் கம்பெனி யில் ஏறியிறங்காத சுற்றுவட்ட ஊர்களின் புள்ளிகள் அநேகமாக இல்லை என்று சொல்லிவிடலாம்.

இரண்டு மனைவிகளின் வீடுகளின் உள்ளும் அவர் வெறும் உள்ளாடை மட்டும் போட்டுக்கொண்டு சுற்றிக்கொண்டிருப்பார். அவரது கண் அசைவிற்கென்றே ஏவலாளிகள் அவரது காலடி யிலேயே கிடந்தனர். தன் இச்சைக்கு மகளின் சிநேகிதியைக் கூட விட்டு வைக்காதவர் அவர். அவ்வூரில் எழுபத்துச் சொச்சம் வயதுகளிலுள்ள நரைத்தலையர்களுக்கு மட்டும்தான் அவர் எங்கிருந்து எப்படியானச் சில்லுண்டி வேலைகளெல்லாம் செய்தார் என்பது தெரியும், கூடவே மடங்காத கதர் வேஷ்டி நிரந்தரமாக இடுப்பிற்குச் சென்ற கதையும். அவர்கள் எப்போதுமே அவரை ஒருமையில் தூற்றி 'லாரி தொடச்சுக் கிட்ட இருந்த எச்சக்கல நாயி...' என்று முடிப்பார்கள். மறைக்கப் பட்ட சாதாரணமான அவரது சொந்தப் பெயருடன் ஏதோ கேலி போல ஒன்றைச் சொல்லிச் சிரித்துக்கொள்வார்கள்.

சாராயத்தின் தூக்கலில் ராமையா உச்சஸ்தாயில் பாடல்களை முழங்கிப் பேரனைப் பயிற்றுவித்துக் கொண் ண்டிருந்தார். தன் மகனையும் அவர் போலவே குட்டிச்சுவர் ஆக்கிவிடுவோரோ என கன்னிமுத்து பயந்தாலும் பையனது கற்கும் வேகம் அவனை பேச்சிழக்கச் செய்தது. பாடிக்கொண்டே எப்படி ஓடி வந்து எங்கு நின்று எவ்வாறு கை உயர்த்தி எத்தனை

தூர இடைவெளியில் நின்று பேசியபடியே நடிக்க வேண்டும் எனச் சொல்லி ஒரு ஆட்டம் ஆடி ராமையா நின்றார். கன்னிமுத்து தன் அம்மாவை பார்த்தான். அவள் கண்ணீருடன் அமர்ந்திருந்தாள். அந்த ஆட்டத்துக்கு மயங்கி வந்தவள் தானே அவளும். பின்னரும் அவருக்கிருந்தத் தொடுப்புகள் அவளுக்குத் தெரியும். அவரது ராஜபார்ட் வேடத்தைக் கண்டு பின்னால் வராதிருந்தால்தான் அவளுக்குச் சந்தேகம் வந்திருக்கும். 'குடிச்சே வீணாப் போனயே பாவி . . .' என தழுதழுத்தாள். அவர் கேட்காதவர் போல ஒரே வரியைத் திரும்பத் திரும்பப் பேரனுக்கு சொல்லிக்கொடுத்துக் கொண்டிருந்தார். அவர் குடித்துச் சீரழிந்தது கண்டு தான் கன்னிமுத்து தன் சித்தப்பனுடன் சென்று அவர் நிழலில் வளர்ந்து தொழில் கற்று நாவிதனாக ஆனான். சின்னம்மாவின் அப்பனும் கூத்துக்காரன் தான் என்றாலும் தன் அப்பனை பார்த்தால் அவர் காலில் விழுந்து விடுவதை பூரிப்புடன் எத்தனையோ தடவை பார்த்து நின்றிருக்கிறான். மகனது சொக்கும் அழகு அவன் கண்களிலும் கன்னத்திலும் மிளர்ந்துகொண்டிருந்தது. சிறிய எறும்புக்கடிக்குக் கூட ரத்தச் சிவப்பாகக் கன்றிவிடும் மாதுளையை பிளந்த நிறம் அவனுக்கு.

கூத்து நடக்கும் இடங்களுக்கு தாத்தாவுடன் செல்லுந்தோறும் நடக்கும் உபசரிப்பைக் கண்டு கமலக்கண்ணனின் அடர்ந்த விழிகள் விரியும். அப்படி ஒரு தடவை ஆள் வராத பேருக்குப் பேரனை மேடையேற்றியவர் பெருமையுடன் அதை வீட்டில் வந்து சொன்னார். அப்படித்தான் பத்தாவது வயதிலேயே அவன் உயரத்தை வைத்து கமலக்கண்ணன் ஸ்திரிபார்ட் – வேடத்தில் வந்து நின்றான். மேடை எண்ணிக்கை தசத்தைத் தொடுவதற்குள்ளாகவே அவனுக்கு டிமாண்ட் வந்து விட்டிருந்தது. வேறு வேறு நாடகக் குழுக்கள் அவனை தன்பக்கம் இழுத்துக்கொள்ள பேரம் பேசி அவனது சிறிய வீட்டின் பெரிய திண்ணையில் காத்திருந்தன. ஸ்திரிபார்ட்டில் நடிப்பவனுக்கு என்ன ஆகும் என ராமைய்யாவுக்குத் தெரிந்திருந்தால் அவன் நிழல் போலவே இருந்தார். அப்படியும் அவனை இருட்டுக்குள் தள்ளிக்கொண்டு போகப்பார்த்தவனைச் சுவரோடு வைத்து அழுத்தினார். எலி போலக் கிறீச்சுட்டுக் காலில் விழுந்தான்.

திருவிழாவில் நேற்றைய இரவுக்கு ஏற்பாடாகியிருந்த நாடகத்தைக் காண, பெரிய இடத்தின் வசூலுக்குப் போய்விட்டு நரசிம்மன் தாமதமாகத் தான் வந்தார். அவரது சரசரப்பு கேட்டதும் அங்கு சில நிமிடங்கள் உறைந்து பின் உயிர்பெற்றது. அலுப்பில் கொஞ்சம் தூங்கியும் விட்டார். பின்னால் எங்கோ குழந்தையின் அழுகுரலுக்கு விழித்தவரின் கண்கள் சலிப்புடன் மேடையை மேய்ந்து திருப்பின. எதிர்பாராதத் தாக்குதலுக்கு உள்ளானவர்

போல ஸ்தம்பித்துவிட்டார். மேடையில் கமலக்கண்ணன் ஸ்திரிபார்ட்டாக அழுதுகொண்டு அவனை பிடிக்க வருபவர்களிடம் சிக்காமல் ஓடி ஒளிந்துகொண்டிருந்தான். அழகிய பையன்களின் மேல் அவருக்கிருந்த சபலம் அவரது மிக நெருங்கிய அந்தரங்கமான உதவியாளர்கள் மட்டுமே அறிந்த ரகசியம். அவர் கண்கள் அவனை விட்டு அகலவே இல்லை. அவரது ஒற்றைச் சொல்லுக்கு பணிந்து ஒரு மணி நேரம் முன்பாகவே நாடகம் முடித்துக்கொள்ளப்பட்டது. வெகுமதிக்காகக் கூட்டிச் செல்கிறார்கள் என நினைத்து வணங்கி ராமையா காரில் ஏறினார். பேரனுக்குத் தனிக்கார் என்கிற பெருமிதம் அவரை இருக்கையிலேயே உள்ளுக்குள் ஆடச் செய்தது. போதையில் அவரது கார் வேறு பக்கம் திரும்புவதை அவர் உணரவில்லை.

மறுநாள் கமலக்கண்ணன் இரண்டடி உள்ளே அமிழும் மெத்தையிலிருந்து எழுந்ததும் பயத்துடன் தாத்தாவைத் தேடினான். சமாதானம் செய்து அவனைக் குளிக்க வைத்தனர். பல்வேறு இனிப்புகளும் மயக்கமூட்டும் வாசனையுடன் உணவு வகைகளும் அடுக்கப்பட்டிருந்த அறைக்குள் கூட்டிச் சென்றனர். அவனுக்காகவே விதவிதமான உடைகள் அதற்குள் தயாராக இருந்தன. நரசிம்மன் அவனை தன் மடியில் இருத்தி ஒவ்வொன்றாக ஊட்டிவிட்டார். நொடிக்கொருதரம் முத்திக் கொண்டே இருந்தார். ‘என்ன விட்டு எங்கயும் போயிராத . . .’ என தழுதழுத்த குரலில் இறைஞ்சினார். படியாதவனைக் காலில் விழுந்து நக்கச் செய்யும் அளவுக்கு மூர்க்கமான ஆள் இந்த பையனிடம் கெஞ்சிக்கொண்டிருப்பதைப் யாரேனும் பார்த்திருந்திருந்தால் அங்கேயே மூர்ச்சையாகி இருப்பார்கள். அவர் அவனை வெறும் டவுசரை மட்டும் போடச் செய்து வெறும் மேலுடன் நிற்க வைத்து கொஞ்சிக்கொண்டே இருந்தார். ‘என்ன வேணும் . . ? என்ன வேணும் . . ?’ என கேட்டபடியே இறுக்கி அணைத்துக்கொண்டார். அது தன் தாத்தாவின் கொஞ்சலுக்கு மாறாக இருப்பதை கமலக்கண்ணன் தாமதமாகத் தான் உணர்ந்தான். அழ ஆரம்பித்தான். அவரும் சேர்ந்து அழுதார். அந்தளவுக்கு அவன் மீது பையித்தியமாக ஆகிவிட்டிருந்தார்.

நாடகம் முடிந்து வந்தவர்களிடம் விஷயம் கேள்விப் பட்டதுமே கன்னிமுத்துவுக்கு சப்தநாடியும் ஒடுங்கிவிட்டது. தன் அப்பா செய்த பெரிய தவறு என்னென்ன கேடுகளை யெல்லாம் கொண்டு வந்து சேர்க்கும் என அஞ்சியதும் அந்த கோவில் வளாகத்தின் மாபெரும் ஜனத்திரளில் இருவரையும் தேட ஆரம்பித்தான். அந்த பையனின் அழுகுரலைச் சகிக்க முடியாமல் அப்பாவை இழுத்து வர நரசிம்மன் ஆளனுப்பினார். அங்கேயே தன் செல்லத்தை வைத்துக்கொள்ள வேண்டும்

என்கிற வேட்கையில் நரசிம்மன் அல்லாடிக்கொண்டே இருந்தார். இரண்டு மணி நேர அலைச்சலுக்குப் பின் கன்னி முத்துவை இழுத்து வந்து நிறுத்தினர்.

'சாமி ... சாமி ... மகராசரா இருப்பீங்க ... வுடுங்க சாமி ... ஊருக்குள்ளயே இருக்க மாட்டோம் ... எங்கையோ போயி பொழச்சுக்கறோம் ...'

எனக் காலில் விழுந்து கதறினான். பெரிய பெட்டி நிறைய பணம் கொண்டு வந்து வைத்தனர். சிறு வினாடி அவன் கண்ணில் ஓர் மாறாட்டம் ஏற்பட்டது. ஆனால் மறுவினாடியே அந்த இழிவை நினைத்து மீண்டு விட்டான். மசிய வைக்க முடிய வில்லை என்று தெரிந்ததும் வழக்கமான கவனிப்புகள் நடந்தன.

'பையன் பொறக்கவே இல்ல ... ஒரே ஒரு புள்ள தான் ஒனக்குனு நினைச்சுக்கடா ... நாசுவனுக்கு எதுக்குடா இத்தன சூத்துக் கொழுப்பு ...'

என அண்டர்வேருடன் வந்து அவன் முகத்தை தரையோடு வைத்து அழுத்தினார். வாழ விடமாட்டார்கள் எனத் தெரிந்து விட்டது. மகன் எங்கே இருக்கிறான் என்றே தெரியவில்லை. 'ஒரே ஒரு விச பையன் மூஞ்சிய பாத்துக்கறன் சாமி ...' என காலில் விழுந்து அவரது பாதத்தின் மீது தன் தலையை மோதிய படியே இருந்தான். கண் காட்டினார்.

அடுத்த கால்மணிநேரத்தில் ஓர் அறைக்குக் கூட்டிச் செல்லப்பட்டான். நுழைந்ததுமே குளிர் முகத்தில் அறைந்தது. கசிந்துகொண்டிருந்த ரத்தத்தின் மீது அந்த சில்லென்ற குளிர் படர்ந்ததுமே உடம்பு எரிந்தது. கமலக்கண்ணன் அழுது வீங்கிய கண்களுடன் மிரண்டபடியே அவர் அருகில் உட்கார்ந்திருந்தான். தன் அப்பாவைக் கண்டதுமே பாய்ந்து ஓட வந்தவனை ஆட்கள் பிடித்து பின்னால் இழுத்து நிறுத்தினர். நறுக்கிய ஆப்பிள் துண்டுகள் தட்டுகளில் அடுக்கப்பட்டிருந்தன. ஒன்றை எடுத்துக் கொறித்தபடியே ஒரு முத்தம் கொடுத்துச் சிரித்தார். கன்னிமுத்து கண்களைத் தாழ்த்தியதும் கண்ணீர் தரையில் விழுந்தது. 'ப்பா ...' என ஓடி வந்த மகன் மீது இமைக்கும் நொடியில் அந்த மேஜையிலிருந்த பளபளப்பான கத்தியால் கழுத்தை ஆழமாகக் கீறி விட்டிருந்தான். கண்கள் வெறித்திருக்க பையன் துடித்து விழுந்தான். நரசிம்மன் 'ஐய்யோ ...' என அலறியபடியே அவனருகில் விழுந்து அதே போல துடித்து ரத்தத்தை நிறுத்த வழி தெரியாமல் மேல் துண்டால் கழுத்தை பொத்தி நிறுத்த முயன்றார். பையன் கொஞ்ச நேரத்திலேயே பேச்சற்று அடங்கிவிட்டிருந்தான். அடுத்த ஐந்தாவது நிமிடத்தில் கன்னிமுத்துவின் பிணம் அவன் மகனருகிலேயே கிடந்தது.

விருந்து ॐ 151 ॐ

அழுது ஓய்ந்த நரசிம்மன் எழுந்து போய் குளித்துவிட்டு வந்தார். கோவிலில் மணிகளும் மேளங்களும் முழுங்கும் ஒலி கேட்டது. ஒருமுறை பையனை நன்றாகப் பார்த்தபின் தன் காலால் அவனை எற்றித் தள்ளினார். உடைகள் தயாராக இருந்தன. அவர் கண்களைப் புரிந்துகொண்டவர்களுக்கு என்ன செய்ய வேண்டும் என்பது தெரிந்திருந்தது.

மீண்டும் கோவில் மைக்கிலிருந்து சத்தங்கள் இரைச்சலுடன் கேட்டன. பூரணகும்ப மரியாதைக்காக அங்கு கோவில் கமிட்டியினர் காத்திருப்பார்கள் என்பது நினைவுக்கு வந்தது. காரில் ஏறி அமர்ந்து கண்ணாடியை ஏற்றிவிட்டபடியே

'வேகமா போ . . .' என மெதுவாகச் சொன்னார்.

இடைக்கணம்

கதவு தட்டும் சத்தம் கேட்டது. வேலை ஓய்ந்து உள்ளறையில் வெறுந்தரையில் கையை அண்டக்கொடுத்துப் படுத்திருந்த பூங்கோதை சோர்வுடன் எழுந்து நிற்பதற்குள் கதவை ஆட்டுவது போல தோன்றியது. தன்னை அழைக்கும் கூக்குரலுக்கு நடையை எட்டிப் போட்டாள். அந்தக் குரல் திடீரென அவளை பல ஆண்டுகள் பின்னோக்கி இழுத்துச் சென்றது. அன்று தன் அம்மா தன்னைக் கூப்பிட்டது போலவே இருக்கிறதே என்று குழம்பினாள். உடனேயே பதுங்கியிருந்த சோமுவின் நினைவும் எழுந்தது. செல்வத்தைக் கூட பார்க்க முடியவில்லை. இதில் சோமுவை எப்படி? பெருமூச்சுடன் நகர்ந்தாள்.

சோமு அண்ணன் நகைப் பட்டறையில்தான் செல்வம் எப்போதும் இருப்பான். பூங்கோதை அக்கா நல்ல தண்ணீர் எடுக்க வரும் நிமிடத்தை அவருக்குச் சொல்வது அவனுக்கு அவர் தரும் வேலைகளில் பிரதானமானது. அந்த அக்கா துணைக்குச் சின்ன பெண் ஒன்றைக் கூட்டிக் கொண்டு தலைகவிழ்வது போல பாவனை செய்தபடி அவர்களைக் கடக்கும். அக்கணத்தில் மிகச்சரியாகப் பாடல்களை ஒலிக்க விடுவார். அவ்வேளையில் அந்த இருமுகங்களும் விண்ணில் மிதக்கும் மயக்கத்துக்கு மாறும். அவள் நீர் எடுத்து ஓயும் வரை அதே மனநிலையில் அமைந்த பாடல்கள் தொடர்ந்து போய்க்கொண்டே இருக்கும். செல்வம் கூடவே சேர்ந்து பாடினால் கரித்துண்டை எடுத்து வீசி அடக்குவார்.

அவள் திருத்தமாகத் துளி அதிகம் போகாத அளவான மேக்கப்பில் அழகாக இருப்பாள். பட்டறையிலிருந்து ஐந்து வீடுகள் தள்ளி இருப்பினும் அந்த அக்கா வெளியே வருவது குறைவு. அவள் வருகை ஏகதேசமாக மாலை ஐந்து முப்பதுக்கு மிதமான கொலுசொலியுடன் நிகழும். அப்போது தேவையற்ற யாரேனும் வந்து நின்று பேச்சுக் கொடுத்தால் அவர்களை விரட்டுவதிலேயே குறியாக இருப்பார். ஒவ்வொரு நாளும் தலையில் அழகழகாக வேறு வேறான பூக்களை வைத்துத் தரைக்கு நோகாமல் நடந்து வருவாள். பகல் முழுதும் அப்பூக்களைத் தொடுப்பதிலேயே தான் கழிப்பாளோ என்னும் படி அவை நேர்த்தியாகக் கட்டப்பட்டிருக்கும். அவள் குடத்தி லிருந்து சிந்தும் நீர் தெருமணலில் படர்ந்திருப்பதைக் காணும் போது அவள் நடக்கும் பாதையில் மட்டும் யாரோ நீர் தெளித்து விட்டது போல தோன்றும். அந்த வேளையில் மின்சாரம் இல்லாமல் போனால் அவரும் குடத்தை எடுத்துக்கொண்டு குழாயடிக்குப் போவார். அவள் கண்டுகொள்ளவே மாட்டாள். யாரோ அறிமுகமில்லாத நபர் போல நின்றுகொண்டிருப் பாளாம். பட்டறையில் வைத்து முகத்தைச் சுளித்தபடி முறைத்துக் கடந்து செல்வாள். வேறெவரும் அதை அறிந்து விட்டால் அவரைக் காணும் அச்சிறுநேரத்தையும் வீட்டில் தடுத்துவிடுவார்களே என்னும் கிலி அவளுக்கு. பிறகு அவளை சமாதனப்படுத்தவும் அவர் சில பாடல்களை வைத்திருந்தார்.

சோமு அண்ணனுக்கு அவளை யாரோ பெண் பார்த்து போன விஷயம் தெரிந்துவிட்டது. அவள் எந்த அலங்காரமும் இல்லாமல் கண் வீங்கியபடி அவரை அடுத்த நாள் மாலை கடந்து சென்றாள். அந்த வெள்ளிக்கிழமை கோவிலின் இருண்ட உள்பிரகாரத்தில் வைத்து அவளைச் சந்தித்தார். தெய்வங்கள் அச்சந்திப்புக்கு துணை நிற்பதாக அவள் அவரிடம் மெல்லிய சிரிப்பினிடையே சொல்லியிருகிறாள். கிளம்புவதற்கான ஏற்பாடு களை அண்ணன் முடுக்கிவிட்டார். செல்வத்தைப் பட்டறை பக்கம் வரவேண்டாம் என்றிருந்தார். மதியம் தன் ஆடைகளை மடித்து அடுக்கியபோது அவள் அம்மாவின் குறுக்கு விசாரணைகளை எப்படியோ சமாளித்தாள். இன்னும் ஒரு மணிநேரம் மீதமிருக்கை யில் தன் கால்களை கைகளால் கட்டிக்கொண்டு தெருவையே பார்த்து அமர்ந்திருந்தாள். நிமிடங்கள் நகர நகர வயிற்றுக்கருகே தன் இதயம் சென்றுவிட்டது போல் அவள் முகம் பீதியடைந்தது.

அரைமணி நேரம் கழித்து அவ்வீட்டிற்குள் கேட்டிருக்க வேண்டிய அம்மாவின் கூக்குரல் அப்போதே கேட்டதை நினைத்து குரல் வந்த இடம் நோக்கி ஓடினாள். பாத்ரூமிலிருந்து அம்மா அவளை சின்ன சிரிப்பினிடையே கை நீட்டி

கே.என். செந்தில்

அழைத்தாள். அவள் தங்கை ருதுவாகிவிட்டிருந்தாள். அவள் அப்பா மாமாவிடம் சொல்ல டெலிபோன் பூத்துக்குச் சட்டையை மாட்டியபடி ஓடினார். பூங்கோதை எழுதி வைத்திருந்த கடிதத்தை சுக்கல் சுக்கலாக கிழித்தெறிந்தாள். சொன்ன இடத்தில் காரோடு காத்திருந்த சோமு அண்ணன் கால் கடுக்க நின்றபடி அந்த இரவை விடியவைத்தார்.

பிறகு என்ன சொல்லியும் பூங்கோதை அக்கா மனதை மாற்ற முடியவேயில்லை. பார்த்து சென்ற மாப்பிள்ளைக்கே மணமகளானாள். அவர் பட்டறையைக் காலி செய்து வேறு பக்கம் போனார். செல்வம் கூட அவளை யாரோ போல பார்த்த படியே அவன் அம்மாவுடன் மணமேடையில் புகைப்படத்திற்கு நின்றான்.

கலகலப்பு இல்லாத பூங்கோதையை, இன்றைய பூங்கோதை கண்ணாடியில் யாரோ போல பார்த்துக் கொண்டாள். வெளியேயிருந்து மகள் அவளை ஓயாமல் கூப்பிட்டுக்கொண்டிருந்தாள். தன் விதியை மாற்றிய அந்த கணத்தில் அம்மா தன்னை அழைத்தது போலவே இருப்பதாகப் பட்டது. பெருமூச்சுடன் வாசலுக்கு நீர் மறைத்தக் கண்களைத் துடைத்தவாறு தன்னுள் எதுவுமே நடக்காதது போல சட்டென எரிச்சலானக் குரலுக்கு மாறி மகளை அதட்டியபடியே தாழ் நீக்கினாள் பூங்கோதை.

விருந்து 155

புதையல்

நீர் நிரம்பிய இரண்டு பானைகளையும் கீழே போட்டு விழுந்து எழ முடியாமல் தினறினாள். சோதித்த வைத்தியர் விலகிய மூட்டின் மேல் எண்ணெய்யை ஊற்றிப் பேச்சுக் கொடுத்தபடியே, எதிர்பாராத நிமிடத்தில் சரியான இடத்தில் மூட்டைக் கொண்டு வந்துவிட்டிருந்தார். அவள் வலியில் அலறியதைக் கேட்டு, மேய்ந்து கொண்டிருந்த கோழிகள் பறந்து போய் றெக்கை படபடக்க இரண்டடி பறந்து வேகவேகமாக வேறுபக்கம் நடந்தன. காலில் தப்பை வைத்துக் கட்டி மேலும் எண்ணெய் ஊற்றி, நிதானமாகப் புழங்கச் சொல்லி எச்சரித்து அனுப்பினார். மூன்று வாரங்கள் எழ முடியாமல் தன் மனைவி படுக்கை யில் கிடந்ததைப் பார்த்ததுமே கிணறு தோண்டி விடுகிற முடிவுக்கு ரங்கன் வந்துவிட்டிருந்தார். கண் எட்டும் தொலைவில் ஆறு ஓடிக்கொண்டிருந்தது. எனவே அதிகமாக தோண்ட வேண்டியதிருக்காது. பின்பக்கம் விசாலமான இடமிருந்ததால் எதையும் இடிக்க வேண்டிய தேவையிருக்கவில்லை. ஆள் காரர்கள் கேட்ட கூலி ரங்கன் போட்டிருந்தக் கணக்கை விட மிக அதிகம். இயல்பிலேயே கஞ்சர் அவர். எனவே பஞ்சாங்கத்தில் நல்ல நாள் பார்த்து அவரே சிறுபூசையும் செய்து வணங்கிச் சுற்றுச்சுவருக்கானக் கோடு கிழித்து வேலையைத் தொடங்கிவிட்டார். காலையில் மூன்று மணிநேரம் இரவில் மூன்று மணி நேரம். அவரிடமிருந்து இரண்டு உத்தரவுகள் வந்தன. அம்மாவை இதில் ஈடுபடுத்தக் கூடாது. யாரையும் குழி இருக்கும் பக்கம் விடக் கூடாது, குறிப்பாக பக்கத்து வீட்டுக் குழந்தைகளையும் சிறுவர்களையும். அவருடன் மனமின்றி இரு மகன்களும் மகளும் உள்ளே

கே.என். செந்தில்

வைதுகொண்டே வேலை பார்த்தனர். இரண்டு வாரங்களிலேயே காது எட்டாத தொலைவுக்குத் தோண்டி விட்டனர். மண் அப்படி. கல் வைத்து பூச வேண்டியதுதான் பாக்கி. கட்டிக் கொடுப்பவனுக்கு எவ்வளவு தர வேண்டி வருமோ என அங்கலாய்த்தபடியே ஓங்கி மண் மீது கடப்பாரையைக் குத்திக் கிண்டி எடுத்த போது 'மடேர் . . .' எனச் சத்தம் கேட்டது. மேலே நின்றிருந்த மகளுக்கோ இளைய மகனுக்கோ கேட்கவில்லை போலும். அவர்கள் தேமே என்று நிற்பதைப் பார்த்தார்.

கயிறு பிடித்து மேலேறி வந்து ஏதும் பேசாமல் அண்ணன் ஏன் சாக்குகளை எடுத்துக்கொண்டு மறுபடியும் கீழே போகிறான் எனத் தெரியாமல் இருவரும் நின்றுகொண்டிருந்தனர். கயிற்றை பிடிப்பதற்குள் திரும்பி 'மேல வர்ற எங்க தலை தெரிஞ்சதுமே விளக்கை அணைச்சிரணும்' என மிக மெதுவாகச் சொல்லி விட்டு வேகமாக இறங்கினான்.

சிறு தூறல் போட்டுக்கொண்டிருந்ததால் நடமாட்டம் இல்லை. கதவைத் தாளிட்டு ஜாடை காட்டிப் பக்கத்தில் வரச் சொன்ன பிறகு சாக்கைப் பிரித்ததும் நான்கு சிலைகள் வெவ்வேறு வடிவங்களில் சில இடங்களில் ஒடுங்கி இன்னும் சில இடங்களில் தேய்ந்து போய் இருப்பதைக் கண்டனர். சிறிதும் தாமதிக்காமல் அம்மா முந்தானையை விரித்து மடிப்பிச்சை கேட்பவள் போல சிலையின் முன் விழுந்து வணங்கினாள். உக்கிரமாக முறைக்கும் துர்கையைக் கண்டு உடலெல்லாம் நடுங்கிற்று. வழக்கமான குளியல் கூட இன்றி அப்பா இன்னுமொரு சிலையென சமைந்துவிட்டிருந்தார். அரசாங்கக் கருவூலத்தின் கணக்கர் அவர். விவரம் உள்ளவர். பணிவாலும் வாய் ஜாலத்தாலும் புறம்போக்கு நிலங்களை தன் வாரிசுகளுக்குப் பிறகாதுகள் அறியாதவாறு காரியதரிசியைத் தினந்தோறும் சென்று பார்த்து போதிய அளவு கவனித்து வளைத்துக் கொண்டவர். தன் மகனை அங்கே கணக்கன் ஆக்கிவிட மந்திரிக்கு எவ்வளவு கையூட்டுக் கொடுக்க வேண்டும் என்பதையும் அறிந்து வைத்திருந்தார். சிலைகளைப் பார்த்ததுமே யாரைப் பிடித்து எந்த எல்லைக் கடந்து சென்று இவற்றை பொருளாக மாற்றிக்கொள்வது எனக் கணக்கிடத் தொடங்கிவிட்டார். குடுமி அவிழ்ந்து ஒரு நாழிகை ஆனது கூட அவருக்கு உறைக்கவில்லை. பேராசையின் தீ அவரைச் சுற்றி வளைத்தது. ஆனால் குடும்பத்தவர்கள் அதற்குச் சம்மதிக்கவில்லை. கொண்டு சென்று கொடுத்துவிடலாம் என்றே திரும்ப திரும்பக் கூறிக் கொண்டிருந்தனர். விளக்கை அணைத்துவிட்டு அவர்களை அமர வைத்து விடியும்வரை அது என்னென்ன வீட்டுக்குள் கொண்டு வரும் என்பதை விளக்கிச் சொன்னார். மெதுவாக அந்த தீ அவர்களது கண்களில் மின்னுவதைப் பார்த்தார். மகள்

அவளைக் கட்டிக்கொண்டாள். மகன்கள் சிரிக்க மனைவி எழுந்து சென்று நீர் கொண்டு வந்து அவருக்குத் தந்தாள்.

மறுநாள் காலை ரங்கன் அதே சாக்கில் சிலைகளைக் கட்டி வைத்து பரணில் தூக்கி வீசினார். காலையில் மீண்டும் பயந்து போய் தன் மனைவி புலம்பியது எதுவும் அவர் காதில் விழவே யில்லை. நடுநிசிக்குப் பின் ராணிக்கு ஒட்டியாணம் செய்த வகையில் வந்து பணம் பெற்று போன வியாபாரி சொக்கலிங்கத் தின் வீட்டுக் கதவைத் தட்டினார். விஷயம் பிறர் அறியாவண்ணம் காதில் ஓதினார். ‘தெய்வ குத்தம்’ என பயந்த ஆசாரி அதன் மதிப்பை அறிந்ததும் உடல்சொடுக்க நிமிர்ந்தமர்ந்து ஒத்துக் கொண்டார். வேறொன்றுமில்லை. அவர் கொள்முதலுக்கு போகும்போது ரங்கனையும் அழைத்துச் செல்ல வேண்டும். மற்றதை ரங்கன் பார்த்துக்கொள்வார்.

எங்கெங்கே கண்காணிப்புகள் இருக்கும் என்பது அவருக்கு அத்துப்படி. ஆனால் ஆசையின் தெப்பத்தில் மிதப்பவ னுக்கு பின் தொடரும் ஊழ் கண்ணில் படுவதேயில்லை. இரண்டு முறைக்கும் மேல் வேலை நேரத்தில் வீடு சென்றுவிட்டு (வைத்தது அங்கேயே தான் இருக்கிறதா என பரிசோதிக்க) திரும்புபவரை வழிபோக்கர்கள் போர்வையில் சில நிழல்கள் எட்டிப் பார்ப்பதும் அவருக்குத் தெரியவுமில்லை. நாள் தோறும் மனதில் கணக்குகள் இரட்டிப்பு ஆகிக்கொண்டிருந்தன. அதே சமயத்தில் அவர் மூன்று வியாபாரிகளின் வீட்டுப் படிகளில் ஏறி இறங்குகிறார் என்பது முதற்கொண்டுக் காரியதரசிச் சிரித்தபடியே கேட்டுக்கொண்டிருந்தார். கிணறு பாதியிலேயே அப்படியே விடப்பட்டிருந்தது. கிணறு அல்ல அது. மாபெரும் குழி. வீட்டிற்கு ஆகாது என்ற மனைவியின் எச்சரிக்கையைச் சாதாரணமாகக் கடந்து போனார்.

மனைவியை அழைத்துப் போய் சேலை நெய்பவனிடம் பொன் பட்டில் மின்னும் புடவைகளுக்கான முன் பணத்தைக் கொடுத்து வந்தார். எங்கேனும் உளறிவிடுவாளோ என நினைத்தவர் இந்த அஸ்திரத்தை எய்து அவள் வாயை அடைத்தார். பிறகு அவளே இன்னும் சிலைகளுக்கு விலை படியவில்லையா என கேட்கும் நிலைக்குச் சென்றாள். காமாட்சி யின் முன் அவளை விடவும் புடவையும் நகையும் அணிந்து பவனி வர வேண்டும் என்கிற ஒரே லட்சியம் அவளுக்கு. மகன்களோ இப்போதே பணத்தைப் பிரித்துக் கொடுக்கச் சொல்லி கடும் வாக்குவாதத்தில் ஈடுபட்டுக்கொண்டிருந்தனர். சண்டை கூட மூண்டு அடங்கியது. மகள் அம்மாவுக்குச் செய்ததில் தனக்கு இரு மடங்காக வேண்டும் என அடம்பிடித்து இரு நாட்கள் ஒரு கவளம் கூட உண்ணாமல் தாழிட்டுப் படுத்துக்

கொண்டாள். அவள் உண்ணும் சோற்றில் கைப்பிடி குறைந்தாலே வருந்தி அவளைச் சமாதானப்படுத்தும் அம்மா கூட ஏனென்று கேட்கவில்லை. பின்னே . . ! மகளுக்கு மயில் பச்சையில் பட்டுக்கு சொல்லி இருக்கும் செய்தி கேட்ட பிறகு பேசுவதைக் கூடக் குறைத்துக்கொண்டவள்தானே அவள். தன்னை ஒப்பிட்டு மகள் பேசியதைக் கேட்டதும் இன்னும் சில தினங்களுக்கு சோறிடக்கூடாது என்கிற அளவுக்குச் சென்றுவிட்டாள்.

கண்காணிப்பின் வளையம் தன்னை இறுகுவதை அவர் உணர்ந்தார் என்றாலும் குடும்பத்தவர் காட்டிய தீவிரம் அவரை பின் வாங்க விடாமல் செய்திருந்தது. சிலைகளை மகன்கள் எடுத்துக்கொண்டு போய்விடுவான்களோ என்கிற நிலை வந்துவிட்டது. இன்னும் கொஞ்ச நாட்களில் அந்த நால்வரில் எவர் வேண்டுமானாலும் அவற்றை விற்றுவிடத் தெருவில் இறங்கிவிடுவார்கள் என்று பட்டது. ஏனெனில் மகன்கள் அளவுக்கு மீறி அதை நம்பி கடன் வாங்கிவிட்டிருந்தனர். போதாததற்கு மனைவி நகைக்கு அளவு கொடுத்து வந்துவிட்டாள். இது தன் மகளுக்கு தெரியாது என்பதில் அளவற்ற ஆனந்தம் கொண்டாள். ஆனால் ரசீதை பார்த்துவிட்ட மகள் அம்மா வுடன் கூப்பாடு போட்டுக் கத்திக்கொண்டிருக்கும் படிக்கு நிலைமை சென்றுவிட்டது. அவர் திறந்து விட்ட ஆசையின் மதகு அது. மெல்ல மெல்ல அவரைச் சூழ்ந்து மூழ்கடித்து வெளியே தூக்கி எறியப்போகிறது.

அதற்கு மூன்றாம் நாள் காட்டு வழியில் செல்ல பணம் கொடுத்து ஆட்களை நியமித்திருந்தார். அச்செய்தி ஒற்றர்கள் வழியாக மேலிடத்திற்குச் சென்றது. காவல்காரர்கள் சிறிது தூரத்திலேயே அவர்களைச் சூழ்ந்ததும் மிக நிதானமாக இருந்தார். அது அவருக்கே வியப்பாக இருந்தது. கண் மூடினார். சிலைகளுக்குப் பதில் தன் மனைவியும் மக்களும் கண்களுள் வந்து நின்றனர். அன்னிச்சையாகக் கன்னங்களில் நீர் வழிந்தது. தப்பிக்க வழியை யோசிப்பதற்குள் கூட்டி சென்ற வியாபாரி பயத்தில் ஒன்று விடாமல் நடுங்கும் குரலில் சொல்லிவிட்டான். கூறி முடித்ததும் அவனைப் பார்த்து விக்கல் எடுப்பது போல சிரித்தார். அவ்வளவே.

முதற்கட்ட விசாரணையில் குற்றம் ஒப்புக்கொள்ளப் பட்டது. வீட்டிற்கு கொண்டு போகப்பட்டார். அவர் காட்டிய இடத்திலிருந்து சிலைகளை எடுக்க மனைவி விடவேயில்லை. சோம பானத்தின் தள்ளாட்டத்திலிருந்த மகன்கள் ஈட்டியை எடுத்துக்கொண்டு காவல்காரர்களைத் தாக்க வந்து படியில் கீழே விழுந்தனர். கண் முன்னாலேயே மூவரின் தலைகளும் வெட்டப்பட்டு அவர்களால் பாதியில் விடப்பட்டக் கிணற்றில் வீசப்பட்டன. ரங்கன் நாய் ஊளையிடுவது போன்ற சத்ததுடன்

அழுதார். பெண்ணை அங்கேயே வெட்டச் சொல்லிக் கதறினார். அவர்கள் காமத்துடன் அவளை அள்ளித் தூக்குவதற்குள் 'அப்பா' என ஓலமிட்டபடியே கழுத்தை அறுத்துக் கீழே விழுந்தாள். அவர் பொதுவிடத்தில் கழுவேற்றப்பட்டார். அந்த வியாபாரியின் நாக்குத் துண்டிக்கப்பட்டு விரல்கள் வெட்டப்பட்டன.

புத்தகத்தை மூடி வைத்தேன். 'பாஸ்கரன்' என்கிற எந்த எழுத்தாளனோ முதன்மை பாத்திரம் தவிர பிறர் எவருக்கும் பெயரே இடாமல் ஒரு காலகட்டத்தின் சிறு அத்தியாயத்தை எழுதி வைத்திருக்கிறான். சோர்வாக உணர்ந்தேன். திடீரென பொறி தட்டியது. அந்த சிலைகளுக்கு என்ன ஆயிற்று என்பது தெரிய வில்லையே. மறுநாளே நூலகம் சென்று வேறு வேறு நூல்களில் தேடினேன். நூலகத்திலேயே கிடந்தேன். ஆய்வாளர்களைச் சந்தித்தேன். அதன் தோற்றம், காலம் போன்றவற்றை கணக்கில் கொண்டு தோராயமான முடிவுக்கே பலரும் வந்தனர். நூல்களிலும் அதை ஆமோதிக்கும் கூறுகள்தான் எனக்கும் கிடைத்தன.

அந்த கணக்கரைக் கழுவேற்றியதற்கு நான்கு ஆண்டு களுக்குப் பிறகு கிழக்கிலிருந்து திரண்டு வந்த படை அந்த நிலப்பரப்பையே கபளீகரம் செய்திருக்கிறது. எனவே அந்த ஊரும் அழிக்கப்பட்டது. எனவே அந்தச் சிலை அவர்கள் கைகளுக்குச் சென்றிருக்கலாம். அந்தப் படையெடுப்பு நடந்த ஆண்டை பார்த்து இன்னும் தேடிச் சென்றபோது பல ஆட்சி யாளர்களின் கைகளிலிருந்து மாறி லண்டனுக்குக் கொண்டு செல்லப்பட்டிருக்கலாம் என்கிற யூகத்துக்கு தான் வர முடிந்தது. அவை விலை மதிப்பற்றவை என்ற தகவல் வியப்பளிக்க வில்லை என்றாலும் ஆழமாக பெருமூச்சு எழுந்தது.

அழைப்பு மணி ஓசை கேட்டுக் கீழறிங்கிச் சென்று கதவு திறந்தேன்.

'வீட்டுக்கு தொட்டி கட்டணும்னு சொன்னீங்களாம். பாஸ்கர் சார் சொல்லி வுட்டாரு அதான் . . .' என இழுத்தான்.

'பாஸ்கரண்ணணா . . . அப்போ சரி எப்போ ஆரம்பிக்கறீங்க . . ?'

'பெரிய தொட்டினு சொன்னாரு. அதான் கையோட ஆளுகளைக் கூட்டிக் கிட்டு வந்திருக்கேன் . . .' என்ற பிறகு அவன் திரும்பிப் பார்த்த இடத்தில் கைலியோடு நான்கு பேர் அதற்குரிய பொருட்களுடன் நின்றுகொண்டிருந்தனர்.

'சரி . . . வேலையை ஆரம்பீங்க . . .' என்றுவிட்டு பின்னால் கூட்டிச் சென்று இடத்தைச் சுட்டிக் காட்டி வீட்டுக்குள் செல்வதற்கு காலெடுத்தவன் நின்று 'சரி . . . உம் பேர் என்ன?' என்றேன்.

'ரங்கன்' என்றான்.

வேட்கை

இரண்டாவது சாட்டையடிக்கு பத்மா எழுப்பிய கூக்குரல் அந்த ஓட்டுவீட்டை அதிர வைத்து வெளியே நிற்பவர்களை இன்னும் எட்டிப் போகச் செய்தது. உள்ளே நுழைந்து கேரளக்காரர்கள் வரைந்து வைத்த இடத்தில் அவளை அமர்த்தியதுமே குழந்தையைத் தூக்கிக்கொண்டு வெளியே போகச் சொன்னார். அம்மாவிடம் ஜாடைக் காட்டியதும் பையனின் கண்களைத் தன் முந்தாணையால் மறைத்தபடி வெளியே போனாள். அவள் உக்கிர மாகத் துள்ளியபடி எழ முயன்றதும் அவரது சீடப்பிள்ளைகளில் ஒருவன் பிரம்பால் ஓங்கி முதுகில் அடித்தான். பிதுங்குவது போல கண்கள் புடைத்திருக்க, யானையின் துதிக்கை மூச்சு போல நிம்மதியின்றி பெருமூச்சுகளை வெளியே தள்ளினாள்.

சாதாரணமாகச் சிறிய பொருளைத் தூக்கு வதற்கே திணறும் அவளுக்கு எங்கிருந்து இந்த சக்தி வந்தது என்பது தெரியாமல் கணேசன் நின்று கொண்டிருந்தான். விரிந்த கூந்தலை அச்சத்துடன் பார்த்தபடியே நின்றபோது அவனையும் வெளியே போகும்படி அந்த சிவப்பு வேட்டி கட்டிய சாமியார் ஜாடை காட்டினார்.

திருமணமான நான்காண்டுகளுக்கு பின் ஒருநாள் அதிகாலையில் எழாமல் உறங்கிக்கொண்டே யிருந்தாள். இரண்டரை வயது பையன் அருகில் தூங்கிக்கொண்டிருக்கும் போதே அவன் வேட்டியைப் பற்றினாள். அவன் திரும்பி

படுத்தபோது பச்சை பச்சையாக வசவுகளை அள்ளிக் கொட்டினாள். அவன் பீதியுடன் எழுந்து உறைந்த முகத்துடன் அதிர்ச்சி கலையாமல் அவள் வாயைப் பொத்துவதற்கு முயன்றபோது, கையை வெறிகொள்ளக் கடித்தாள். பிறகு சுவரை நிலைகுத்தும் பார்வைக்குச் சென்றுவிட்டாள். எவ்வளவு உசுப்பியபோதும் அழைத்தபோதும் மிரட்டலாக அதட்டிப் பார்த்தும் அந்த கண்களைச் சுவரிலிருந்து திருப்பவே முடியவில்லை. அந்த காலைக்கு பிறகு அவன் ஓய்வாக அமர்வதற்கான எந்தச் சூழலும் வீட்டில் வாய்க்கவில்லை.

அம்மா அவள் காலில் விழுந்து 'போயிடு ... போயிடு ...' எனக் கதறினாள். அவள் சாவகாசமாக 'சோத்தப் போட்டுட்டு வாடீ ...' என்றாள். அவன் பத்மாவின் அம்மாவுக்கு போன் செய்து வரவழைத்தான். தன் மகளைப் பார்த்ததும் அழுதபடியே அணைத்துக்கொள்ளச் செல்கையில் தன் உடைகளை ஒவ்வொன்றாகக் கழற்றி வீச ஆரம்பித்தாள். கைகளைப் பிடித்துக்கொள்ள முயன்றபோது அவளிடமிருந்து வெளிப்பட்ட ஆவேசத்தை கண்டு கணேசன் முதன்முறையாகத் திடுக்கிட்டான்.

கயிற்றால் அவளைக் கட்ட நெருங்குகையில் திமிறிய பத்மாவை அவள் அம்மா ஓங்கி அறைந்தாள். அவள் குழந்தையாக இருந்தபோது கண்ட ஒன்றை அப்போது பச்சையான வசவுடன் பத்மா காறித் துப்பியபடி சொன்னாள். தன் அந்தரங்கம் பகிரங்கப்பட்டுவிட்டதை உணர்ந்து செய்வதறியாது அவள் அம்மா அப்படியே அமர்ந்துவிட்டாள். பக்கத்திலேயே தன் சம்பந்தி நிற்பதைக் கண்டதும் அந்த அவமானத்தைப் பொறுக்கமாட்டாமல் சுவர் ஓரத்தில் சாய்த்து வைக்கப் பட்டிருந்த விளக்குமாற்றை எடுத்து அதன் கட்டுக் குழையும் வரை அடித்தாள். அவன்தான் உள்ளே புகுந்து பிடுங்கி வீசினான்.

அந்தக் கயிற்றையும் அவள் அவிழ்த்தெறிந்தாள். இரும்புச் சங்கிலி வாங்கி வரச் சொல்லி பக்கத்து வீட்டுக்காரர்கள் சொன்னதும் கோபத்தில் காலருகே கிடந்த சேரை எட்டி உதைத்தான். அவளைப் பொறுக்க மாட்டாமல் சில மணி நேரங்களிலேயே சங்கிலி வாங்க மண்டை பிளக்கும் வெய்யிலில் கண்ணீரை அடக்க முடியாமல் நடந்தான். மனைவிக்குச் சங்கிலி வாங்கும் இக்கொடுநிலை எவனுக்கும் நேர்ந்துவிடக்கூடாது என நினைக்கையிலே கண்ணீர் திரண்டது.

கோவில்கள், மருத்துவமனைகள், சாமியார்கள் என அவன் கால்கள் அவளையும் இழுத்துக்கொண்டு அலைந்துகொண்டே யிருந்தன. டாக்டர்கள் தூக்க மாத்திரைகளை எழுதித் தந்தனர். அது அவளை மூன்று நாட்கள் கூடப் படுக்கையை விட்டு எழ

முடியாமல் செய்தது. எழுந்ததும் குமட்டலும் கத்தலும் ஆரம்பமாகும். அவன் அம்மா அவளை பிறந்த வீட்டில் கொண்டு விட்டுவிடுமாறு சொன்னாள். அவன் அதை காதில் வாங்கிக் கொள்ளவேயில்லை.

அபூர்வமாக ஒரு நாளின் சில மணி நேரங்கள் அவளுக்கு அனைவரையும் அடையாளம் தெரியும். தன்னை ஒரு நாள் கண்ணாடியில் பார்த்துவிட்டு பத்மா அழுத அழுகையை எவராலும் கட்டுப்படுத்தவே முடியவில்லை. அவள் நல்ல நிலைக்கு மாறும் அந்தத் தருணத்தில் பையனைத் தான் முதலில் தேடுவாள். கௌதம் பயந்து பின்வாங்குவான். பாட்டியின் முதுகிலோ கணேசனுக்கு பின்போ ஒளிந்துகொள்வான். பத்மா பாய்ந்து போய் எடுத்து ஓயாமல் முத்துவாள்.

கணேசன் அவளை மெதுவாக வருடித் தந்து அவளுடையது தானா என ஐயம் வரும்படிக்கு மாறி போயிருந்தக் கையை எடுத்து உள்ளங்கையில் முத்துவான். இந்த நிமிடம் இப்படியே உறைந்துவிடாதா எனக் கூரையைப் பார்த்து மானசீகமாகக் கேட்டுக்கொள்வான். ஒரு தடவை கௌதமை கோபத்தில் அவள் கீழே தள்ளினாள். சுவற்றில் அடித்து விழுந்தான். அவன் வலியில் கதறினான். மிக அருகிலேயே ஆணி இருந்ததை கணேசன் பார்த்த பிறகு பையனிடம் நெருங்கி வர பத்மாவை அனுமதிக்கவேயில்லை.

ஓட்டுவதற்குக் கூட்டிப் போன கோவில்களில் அவன் ஜடம் போல அமர்ந்திருப்பான். அப்போது பத்மாவின் முடியைப் பிடுங்கி ஒரு மரத்தில் அடிப்பதைப் பார்த்தான். அந்த மரத்தில் நூற்றுக்கும் மேற்பட்ட முடிகள் ஆணியால் அறையப் பட்டிருந்தன. காற்றுக்கு அவை ஒரு சேர ஆடுவதைக் கண்டதும் கால்கள் நடுங்க பயத்தில் மூத்திரம் முட்டியது. அது பிசாசுக்கு முடி முளைத்தது போல இருப்பதாகப் பட்டது. அத்தனை ஆயிரம் முடிகளுடன் கணக்கற்றவர்களின் ஓலம் போல அவை காற்றில் ஆடுவது கண்டு அச்சத்தில் உடம்பு நடுங்கியது. அருகில் கண்கள் வெறித்து அமர்ந்திருந்த சிறு சிலைநோக்கி கை கூப்பினான். அம்மரம் நடந்து அவனிடம் வருவது போல பலநாள் கனவு கண்டு விதிர்விதிர்ந்து எழுந்திருக்கிறான்.

இந்த ஆறு மாதத்தில் காண்பதெல்லாம் சலித்து எதுவுமே வேண்டாம் என இருந்தபோது கடைசி முயற்சியாக அம்மா இவரைச் சொன்னாள். யாரிடமோ விசாரித்து வந்திருக்கிறாள். சேமிப்பு காலியாகிக் கொண்டேயிருந்தது. அவனும் அரைகுறை மனதோடு ஒப்புக்கொண்டு அழைத்து வந்தான். பத்மாவை

பலரும் அடிப்பதை பார்த்திருக்கிறான் என்றாலும் இவர் குரூரமாக நடந்துகொள்வதாகத் தோன்றியது.

கதவு திறக்கப்பட்டு கணேசன் அழைக்கப்பட்டான். அவளைக் கூட்டிப் போகச் சொன்னார். கைத்தாங்கலாக தன் மேல் சாய்த்துக்கொண்டு போனான். அவர் கிளம்பிச் சென்ற சில மணி நேரங்களுக்குபின் பத்மா மெல்ல எழுந்தமர்ந்தாள். 'ஒடம்மெல்லாம் உசுரு போற மாறி வலிக்குதுங்க . . .' என பத்மா உள்ளிருந்து புலம்புவது கேட்டது. பெருமூச்சொன்றை விட்டபடி புகைத்தால் சிறிதேனும் மனம் இளகக்கூடுமென் றெண்ணி வெளியே சென்றான்.

புகை பிடித்ததும் அங்கேயே ஏதேதோ யோசனையில் அமர்ந்துவிட்டான். நினைவு வந்தவனாக எழுந்து நடந்து தெருமுனையை அடைந்ததும் வீட்டின் முன் பலரும் கூடி யிருந்ததும் அவர்களில் சிலர் உள்ளே போக முயல்வதும் தெரிந்தது. தாழ் போடாமல் வந்துவிட்டோமே பையன் பந்தை உருட்டி வெளியே தானே நின்றுகொண்டிருந்தான் என்பது நினைவுக்கு வரவே திமுதிமுவென ஓடி விலக்கி நுழைந்தான்.

பத்மா பையனை மடியில் போட்டிருந்தாள். மேலும் நெருங்கிச் சென்றான். அவனைக் கண்டதும் வெகு தொலைவுக்கு அப்பால் சென்றுவிட்டதாக நினைத்திருந்த சிரிப்பு அவள் முகத்தில் இளவெயில் போல மெல்ல படர்ந்தது. மகனுக்குப் பால் கொடுத்துக்கொண்டிருக்கிறாள். சிலை போல அசையாது ஏதும் பேசாது பையனைப் பார்த்தான். காம்பில் வாய் பற்றிய படி இருந்தவனின் கண்கள் சொருகியிருந்தன. காயங்களும் தழும்புகளுமாக வீங்கிப் போயிருந்த அவளது கை அன்னிச்சை யாக மகனின் முதுகை தட்டிக் கொடுத்துக்கொண்டிருந்தது.

அடைக்கலம்

மீண்டும் ஒரு முறை விளக்கைப் போட்டுப் பத்திரமாக இருக்கிறதா எனப் பார்த்துக் கொண்டேன். அட்டாணியின் கடைசியில் தெரியும் முரட்டுக் காக்கி நிற டூர் பேக்கின் நுனி தான் அதன் இருப்புக்கான முதல் அடையாளம். கவிழ்த்து வைக்கப் பட்ட அண்டாவின் அடியில் அது இருந்தது. நேற்று கனவு வேறு சரியில்லை. தூக்கம் கலைந்து பயந்து எழுந்து இருட்டை வெறித்துப் பார்த்த பிறகு கனவென உணர்ந்து கன்னத்தில் போட்டுக் கொண்டேன். தாகம் தணிக்கத் தலைமாட்டில் இருந்த நீரைத் துழாவி எட்ட முயன்றுக் காற்றை பிசைந்தேன். பட்டென நீர் உருண்டு படுக்கையி னடியில் நிழல் போல படர்ந்து நனைத்தது. வெடுக்கென எழுந்தமர்ந்தேன். இல்லை இது கனவு இல்லை. ஆமாம், குழந்தையும் அவளும் வீடும் எங்கும் சென்றுவிடவில்லை. அப்பாடா என்றிருந் தது. இவ்வளவு மனப்போராட்டங்களுக்கு மத்தி யிலும் மனம் ஆசையின் கோட்டையை கொஞ்சம் திகிலுடனும் அதே அளவு துணிவுடனும் சுற்றி வந்தது. கிட்டத்தட்ட 643 தடவை அந்த பணத்தால் என்னென்ன செய்ய முடியும் எனக் கணக்கிட்டேன். முதலில் வீட்டிற்கு கக்கூஸ் கட்ட வேண்டும். ஏன் வீட்டையே ரிப்பேர் செய்ய வேண்டியதிருக்கும். பாப்பா இனி இந்த அழுக்கு பனியன்களையே போட்டுக்கொண்டு திரிய வேண்டியதிருக்காது. இரண்டு சிலிண்டர்களுக்கு எழுதிக் கொடுத்து அவளை ஐந்து லிட்டர் மண்ணெண்ணைக்குப்

பொழுதெல்லாம் ரேஷன் வரிசையில் நிற்பதிலிருந்து விடுதலை அளிக்க வேண்டும். அப்போது மீதி எவ்வளவு இருக்கும்? காது ஓட்டை மறைந்துவிடாதிருக்க சொருகியிருக்கும் ஈர்க்குச்சியை பிடுங்கிவிட்டு தங்கத்தில் செய்து போடலாம். அப்படியென்றால் பாக்கி கையிருப்பு இன்னும் எத்தனை? விரல்களைக் கட்டை விரலால் தொட்டு தொட்டு எடுத்து மனதிற்குள் அழித்து எழுதிக்கொண்டே இருந்தேன். அட . . ! வண்டி கூட வாங்கிக்கொள்ளலாம் போலிருக்கிறதே . . ! அவளுக்கு தையல் மிஷினை சரி செய்து கடைபோட்டுக் கொடுக்கும் காட்சி மனதிற்குள் வந்ததுமே சந்தோஷப் பெருமூச்சுடன் அவளைத் திரும்பிப் பார்த்தேன். அவள் வயிற்றின் மேல் பாப்பாவின் கால் கிடக்க ஒரு பக்கமாக தலை திருப்பி உறங்கிக்கொண்டிருந்தாள். அழுகையுடன் அடம்பிடித்துத் தலைக்கு வைத்த குட்டி தலையணையை விட்டு விலகித் தரையில் தலைதேய பாப்பா உக்கிரமான முகத்துடன் தூங்கிக்கொண்டிருந்தாள். விளக்கை அணைத்துவிட்டு கண் மூடினேன்.

மிகச் சரியாக நான்கு நாட்களுக்கு முன்னர் தலைவரே (இரண்டு கார்கள் இருக்கும்போது) தன் ஆக்டிவாவில் வந்து வீட்டின் முன் இறங்கினார். கையும் காலும் பரபரக்க அவரை வரவேற்க என்ன செய்வதென்று தெரியாமல் வீட்டிற்குள்ளேயே அங்குமிங்கும் பூனை போல சுற்றிக்கொண்டே இருந்தேன். 'எலெக்ஷன் விஷயமா கொஞ்சம் பேசணுமே குமாரு' என்றார். ஜாடை காட்டியதும் அவள் குழந்தையைத் தூக்கிக்கொண்டு வெளியே போனாள். அவரே போய் தாழிட்டு வந்து உள்பனியனுக்குள்ளிருந்து பாலீத்தினால் சுற்றப்பட்ட சில பண்டல்களை எடுத்து வைத்தார்.

'இத பாரு. எலெக்ஷன் செலவுக்கு போன மாசமே பணம் வந்தாச்சு. இவனுக இப்ப போய் போற வாற வண்டியை புடுச்சுக்கிட்டு இருக்கானுக . . .' என்றபின் கண் இமைக்காமல் கூர்ந்து பார்த்தார். இதை ஏன் என்னிடம் சொல்கிறார் என யூகிக்க முடியாமல் அமர்ந்திருக்கையில்

"எந்தெந்த வார்டுக்கு எவ்வளவுன்னு பிரிச்சு கொடுத்தாச்சு. அதுல அவனுக கமிஷன் போகதான் கொடுப்பானுக . . . அதை வுடு. தேனை எடுக்கறவன் நக்காமயா இருப்பான். அதே கதை தான் இங்கயும். மேலயிருந்து வந்ததுல கொடுத்தது போக எடுத்து வைச்சிருக்கேன். போலீஸ் எந்நேரமும் வீட்டையே சுத்தி சுத்தி வருது. அதுலயும் இங்கிருந்து அந்த கட்சிக்கு மாறிப் போன எட்டப்ப வகையறாத் தயோலிக போட்டுக் கொடுக்கறானுக. இன்ஸ்பெக்டர் நம்ம சாதி பையன்

தான். தகவல் சொன்னான். அதான் ஒரு ஏற்பாட்டோட வந்திருக்கன்' என்றபின் நிறுத்தினார்.

'தலைவரே . . .' என்றபோது அது எனக்கே கேட்கவில்லை. தொண்டையிலேயே சிக்கிக்கொண்டது.

'இதுல பதினஞ்சு லட்சம் இருக்கு. உன்ற கிட்டயே இருக்கட்டும். என்றா இப்படி கண்ணை உருட்டிப் பாக்கற . . . பேடி நாயீ . . . அதான் நானிருக்கறனல்லோ . . . எல்லாம் முடிஞ்சு ரிசல்ட் வந்த பிறகு நானே வந்து வாங்கிக்கறன். கட்சிக்கு தோட்டம் காடுனு வித்து எவ்ளோ பண்ணியிருப்பன். கடைசியில இதுதான் மிச்சம் . . .' எடுத்து வை உன்னையும் கவனிச்சுக்கறேன், நம்ம சாதி பையன் ஆச்சே . . .'

'அதுக்கில்லீங்க . . . உங்களுக்கு மேல எனக்கு என்னங்க இருக்கு . . ! இது சின்ன வீடு. அப்பறம் ராஜு, கைலாசம், பாபு இவங்ககிட்ட கொடுத்தா என்ன தலைவரே . . ! எனக்கு பயமா இருக்கு . . .'

'பயித்திகாரா . . . உன்கிட்ட மட்டும்தான் கொடுத்திருக்க றன்னு நினைச்சயா . . . இதே மாரி அஞ்சு கட்டு வேற வேற ஆள்கிட்ட கொடுத்திருக்கறன். அதுல யாரும் நீ சொன்னவங்க இல்ல. எவன் ஊம்பக் கொடுக்க மாட்டோனோ அவன்கிட்ட தானே கொடுப்பன் . . . வந்தது எல்லாத்தையும் செலவு பண்ணிட்டு விரலைச் சூப்பீட்டு போறதுக்கு நானென்ன சும்பக் கூதியா . . .' திடீரென ஆவேசம் குரலில் ஏறியபடியே சென்றது. அவருக்கு சீட் கிடைக்காத மனத்தாங்கலும் வெறுப்பும் வார்த்தைகளாகத் தெறித்தன.

மறுபேச்சின்றித் தலையாட்டினேன். 'பொறவு ஏமாத்த னும்னு நினைக்கறவனுக்கு என்ன ஆகும்னுதான் உனக்குத் தெரியுமல்லோ . . . கூட பத்து வருஷமா இருக்க . . . உங்நொம் மாள . . . அட்ரஸ் இல்லாம ஆக்கிப் போடுவன் . . .' என்ற பின் அவன் பயந்த முகத்தைப் பார்த்து சற்று முன் ஏதோ நகைச்சுவையை சொன்னதை போல கலகலவெனச் சிரித்தார்.

நடைவாசலை இடித்துக்கொள்ளாமல் தலைகுனிந்த படியே போவதை பார்த்துக்கொண்டிருந்தேன். இருண்டு கிடந்த தெருவை அவரது வண்டியின் விளக்கு வெளிச்சம் துண்டு துண்டாகக் காட்டியபடியே சென்றது.

அன்று இரவுடன் கண்ணுறக்கம் நீங்கி எந்நேரமும் வீட்டின் நினைப்பும் அந்த பையின் ஞாபகமும்தான். என் உயிரே அந்த பையினுள் கூடு பாய்ந்துவிட்டது போல

பரிதவிப்பான கண்களுடன் அடிக்கடிப் பார்த்துக்கொண்டே இருந்தேன். திடீரென அவளை வெளியே போகச் சொல்லிவிட்டு சேரை போட்டு ஏறி அந்த பணம் இருக்கிறதா எனப் பித்து பிடித்தவன் போலப் பார்ப்பேன். அந்த பாலீத்தின் பையைப் பதற்றத்தில் இழுத்தபோது சற்றே கிழிந்துவிட்டது. பகீரென்றது. சோற்றுப் பருக்கையை வைத்து ஒட்ட வைக்க முயன்றேன். வழுக்கியது. சொல்லிக்கொள்ளலாம் எனப் பொய் சமாதானம் சொன்ன பிறகும் பீதி விலகவில்லை. அவளுக்கு சந்தேகம் வந்திருக்குமா? ஏன் அடிக்கடி அவளது கண்கள் விநோதமாகத் தொட்டுவிட்டு திரும்புகின்றன? அறிந்துவிட்டாளோ என்கிற ஐயத்திலேயே தேவையில்லாமல் ரகளை செய்து ஓங்கி அறைந்து விட்டேன். அப்போது அவள் வாயிலிருந்து இது பற்றி வரவே யில்லை. அவள் எதையுமே கண்டுபிடிக்கவில்லை. எனவே நிம்மதியாக இருந்தது.

இரண்டு நாட்களுக்குப் பிறகு குளிக்கச் சட்டையைக் கழற்றும்போது செல்போன் அடித்தது. குளித்துவிட்டு திரும்ப அழைத்துக்கொள்ளலாமா எனத் தயங்கும்போதே பாப்பா எடுத்து ‘அல்லோ . . .’ என்றபடியே கொடுத்தாள். சொல்லப் பட்டத் தகவலைக் கேட்டு அங்கேயே விழுந்திருப்பேன். தலைவர் வழமை போல காலை நாளிதழ் படித்தபடியே காப்பி குடிக்க எழுந்தபோது நெஞ்சில் முள் குத்தியது போல சிறியதாக வலித்திருக்கிறது. பிறகு அந்த முள் கொக்கியாக மாறி கவ்வி யிருக்கிறது. வலி மெல்ல மெல்ல உச்சம் அடைந்து அப்படியே சரிந்து அமர்ந்திருக்கிறார். அவ்வளவேதான். கீழே விழுந்து எழுந்து ஓடினேன். பாப்பாவை பெரிய ஸ்கூலில் சேர்க்கலாம் எனச் சொல்லி இரண்டு நாட்கள்கூட ஆகவில்லையே . . ! ‘ஐய்யோ . . .’ எனத் தலையிலடித்தபடியே கதறினேன். மரணத் திற்கு அங்கே திரண்டிருந்தவர்களின் எண்ணிக்கை மலைக்க வைத்தது. கட்சியின் மாவட்டச் செயலாளர் ஆயிற்றே . . ! அவர் வைத்திருந்த இரண்டு தொடுப்புகளும் காரில் வந்து இறங்கின. உள்ளே அனுமதிக்கப்படாமலேயே மிரட்டித் திருப்பி அனுப்பப்பட்டனர். அவரது மனைவியின் உடன் பிறந்தோரின் கட்டுப்பாட்டிற்குள் ஒரு மணி நேரத்திலேயே அந்த வீடு வந்து விட்டிருந்தது. மேலிடத்தின் விசாரிப்புகளுக்குப் பின் அவரை அடக்கம் செய்த பிறகு இரவில் கட்சி ஆட்களால் வீடு சோதனை போடப்பட்டது. துருவி துருவி விசாரணையும் நடந்தது. எதுவும் சிக்கவில்லை. பணம் பகிர்ந்து கொடுக்கப்பட்டு விட்டதை அறிந்ததும் மேலிடம் தற்காலிகமாகச் சமாதானம் அடைந்துவிட்டது.

பிறரிடமும் கொடுத்து வைத்திருக்கிறேன் என்றாரே . . ! அவர்கள் யாராக இருக்கும்? வலிய போய் கேட்டால் வம்பில் மாட்டிக் கொள்வேனே . . ! இலவு வீட்டில் ஒருவருக்கும் தெரியாமல் ஒவ்வொரு கண்களையும் நடவடிக்கைகளையும் பேச்சுகளையும் முடிந்த மட்டும் ஆராய்ந்தபோதும் ஒன்றுமே கிட்டவில்லையே . . ! அவரது தொடுப்புகளுக்கு அவர் தந்ததில் கொஞ்சம் போக மீதியனைத்தையும் எழுதி வாங்கியாகி விட்டது. நானும் தானே கூடப் போனேன். அதே போல என்னையும் கண்டுபிடித்துவிடுவார்களோ . . ! இருக்காது. இல்லையென்றால் இந்த ஐந்து நாட்கள் விட்டு வைத்திருக்க மாட்டார்கள். போகும் இடமெல்லாம் கூட்டிக்கொண்டு சுற்றவும் மாட்டார்கள். ஒருவேளை இதுகூட என்னை ஒற்றறியும் வேலை தானோ . . ! மற்றவன் எவனாவது பிடி படட்டும். அதுவரை வாயைத் திறக்கவே கூடாது. ஒருவேளை ஆட்சிக்கு வரவே முடியாது என்றால் பல் பிடுங்கப்பட்ட பாம்பு தானே . . ! அப்பறம் பணத்தை எடுத்து செலவு செய்துகொள்ளலாம். ஒரு வேளை பிடிபட்டுவிட்டால் . . ! விடிந்தால் தலைவர் போய் ஆறாவது நாள்.

படுக்கையில் குப்புற விழுந்து தலையணையில் மோவாயை புதைத்தபடியே பாப்பா வரைந்துகொண்டிருக்கும் கோவிலையும் கடைகளையும் பார்த்துக்கொண்டே இருந்தேன். உண்மையில் ஒரு பெரிய வட்டமும் அதன் முன் இரு கோடுகளையும் போட்டு கோவில் என்றாள். சிறிய பெட்டியை வரைந்து அதை கடை என்றாள். சிரித்தபோது என் தலையில் கொட்டினாள். பக்கத்தில் நீளமான கோடிழுத்து 'இது என்ன ?' என்று கேட்டாள். உதட்டைப் பிதுக்கினேன். 'மக்கு . . . மரம் . . .' என்றாள். 'ஓ . . .' என்றேன். 'பச்ச கலரு பென்சில் வேணும் கலரடிக்கறதுக்கு . . .' என பேப்பரை விசிறிவிட்டு கால்களை உதறி அழ ஆரம்பித்தாள். அதட்டி அடக்கும்போது சில நிமிடங்கள் அவளையே பார்த்துக் கொண்டிருந்தேன். முடிவெடுத்தவனாகச் சட்டையை மாட்டிக்கொண்டு பணக்கட்டுகளைப் பையில் போட்டபடி வெளியேறினேன். பின்னாலேயே வந்தவளை நிறுத்தி 'கலர் பென்சில் வாங்கிட்டு வந்தர்றேன் ...' எனத் திருப்பி அனுப்பினேன்.

பந்தலினடியில் தட்டுப்பட்டத் தெரிந்த முகங்களைக் கடந்து தலைவரின் மனைவியைத் தனியாகக் கூப்பிட்டு அன்று நடந்ததை அப்படியே சொல்லி பணக்கட்டை கையில் கொடுத்துவிட்டு நின்றுகொண்டிருந்தேன். சில நிமிட அழுகைக்குப் பிறகு காப்பி வந்தது. அவளது சகோதரர்களிடம் விஷயம் போனது. வெளியிலிருந்து பாய்ந்து உள்ளே வந்து

அவனை தனியே கூட்டிச் சென்றனர். நன்றி சொல்வார்கள் என நினைத்தபடியே 'ண்ணா ...' என்றேன்.

'எவ்வளவு கொடுத்தாரு . . . நீ எத்தனைய பதுக்கி வைச்சுட்டு இத மட்டும் கொண்டாந்திருக்க . . . உண்மையச் சொன்னா இத்தோட போயிரும் ...' என்றான் மூத்தவன்.

அந்த அடியை எதிர்பார்க்கவேயில்லை. காலில் விழுந்து கெஞ்சி எத்தனை முறை எடுத்துச் சொல்லியும் அவர்கள் கேட்பதாக இல்லை. அறையில் போட்டு அடித்த ஆட்களிடம் கூட அவர் பணம் கொடுத்திருந்திருக்கலாம். பலமாக அடி விழுந்தது. எழுந்து நிற்க வைத்து நீர் தந்தபோது விட்டு விடுவார்கள் என நினைத்து மீண்டும் காலில் விழுந்தேன்.

கொஞ்ச நேரத்திற்குப் பிறகு இரண்டு பைக்குகளில் மூன்று காக்கிகள் வந்தனர். கூசும் கெட்ட வார்த்தைகளைப் பொழிந்து அந்தப் பணக்கட்டை எடுத்து 'என்னடா . . . கிழிஞ்சுருக்கு தாயோளி . . .' என்றபடியே மர்மஸ்தானத்தில் உதைத்தனர். கண் மங்கிச் சுருண்டேன். அப்படியே இழுத்து பைக்கின் பின் போட்டுக்கொண்டு வீட்டை நோக்கிக் கிளப்பினர். 'எவ்வளவு இருக்கோ அதையெல்லாம் ஒழுங்கா எடுத்துக் கொடுத்துரு . . . பொண்டாட்டி புள்ள ஒருத்தரையும் பொழைக்க வுட மாட்டா னுக . . .' என பின்னால் திரும்பி அறிவுரை போல ஒரு காக்கி சொன்னார். இடுப்பின் இடையில் வலி தெறித்ததால் அது எங்கிருந்தோ கேட்பது போல ஒலித்தது. வாசல் முன் இரண்டு பைக்குகளும் நிறுத்தப்பட்டன. தோளைப் பற்றியபடியே மெதுவாக காலைப் போட்டு இறங்கி 'சத்தியமா எதுவும் எங்கிட்ட இல்லீங்கய்யா . . .' எனக் கை கூப்பி அழுதபடியே வணங்கினேன்.

பின்னாலிருந்து 'போடா . . . போய் எடுத்துட்டு வா . . .' என இன்னொரு காக்கி வீட்டை நோக்கி தள்ளினான். சத்தம் கேட்டு வெளியே வந்த பாப்பா பிறரை மிரட்சியுடன் பார்த்த பிறகு கண்ணை மறைத்து விழும் முடிகளை ஒதுக்கிவிட்டவாறே என்னருகே வந்தாள். கண்களைத் துடைத்தபடியே சிரிக்க முயன்றபோது என் சட்டையைப் பிடித்து எக்கிப் பாக்கெட்டை பார்க்க முயன்றவளாக,

'கலர் பென்சில் வாங்கிட்டு வந்துட்டாயா ... எங்க காட்டு பார்க்கலாம் ...' என்றாள்.

பேறு

அன்று அவன் வழமையாகச் செல்லும் பள்ளி மைதானம் பூட்டப்படிருந்தது. வேண்டுமெனில் மேலும் ஒன்றரைக் கிலோ மீட்டர் தள்ளியிருக்கும் வேறொரு மைதான்த்திற்குப் போக வேண்டும். வழியின்றி வண்டியைக் கிளப்பினான். அலாரத் திற்குப் பிந்தைய முதல் மூன்று நிமிடங்களை வெல்வது சுலபமல்ல. சுருண்டு கொள்ளாதிருந்தால் இந்த அதிகாலைக்காற்றின் குளுமையையும் சுகந்தத்தையும் இழக்க வேண்டியதிருக்கும். அக்காற்று உடலைத் தொடும் முதற்கணத்தில் அனிச்சையாக முகம் வான் நோக்கி உயர்ந்துவிடும். அவனுக்கு எப்போதுமே முதல் சுற்று மிக மெதுவானதே. அது கை கால்களைத் தளர்த்திக் கொள்ள தோதாக இருக்கும். சிறிய செல்போனில் கந்த கஷ்டி கவசம் ஒலிக்கவிட்டு அதனுடன் தானும் பாடியபடி நடப்பவர் தன்வாக்கில் ‘மெதுவா போகோணுஞ் சாமி’ என்றார். அவர் அருகில் எவருமில்லை. ஆயினும் ‘சரிங்க’ என்றான். தலை யுயர்த்தி ‘நீ யார்?’ என்பது போல பார்த்த பிறகு ஏதோ முனங்கியபடியே சென்றார். ஆனால் அது என்னவென்று காதில் விழுந்தது. அவர் உடன் பாடவில்லை வேறெதுவோ பேசுகிறார் என்று பட்டது. வேகமெடுத்திருந்த நடையை மட்டுபடுத்தி னான். அந்தப் பாடலுக்கும் அவர் பேசி வருவதற்கும் தொடர்பேயில்லை என்பது புரிந்தது. திடீரெனக் குழந்தை போல அவராகவேத் தோளுக்குள் முகம் புதைத்துச் சிரித்துக்கொண்டார். பள்ளியின் சிறிய வகுப்பறைப் படிக்கட்டில் அமர்ந்திருந்த

அம்மாவை நோக்கிச் சென்று 'மப்ளர் கட்டியிருக்கயான்னு கேட்டயா, உம் பையன்கிட்ட?' என்றார். அந்த அம்மா சட்டென அவன் கண்களைச் சந்தித்துப் பின் அவர் கைகளைப் பற்றி நிறுத்தி அவனிடம் 'திடீர்னு ஓடுவாரு சாமி . . . கீழ வுழுகாம பாத்துக்க . . .' என்றார். அவர் சொன்னது ஏதுவும் காதில் விழாதவராக 'டேய் . . .' என தன் மனைவியை அழைத்து 'இங்க பார்ரா நேத்து நைட்டு நீ தூங்கினதீம் செலவுக்கு வச்சுக்கப் பான்னு உம் பையன் கொடுத்த பணத்தை . . ! ஆனா இதைய அவங்கிட்ட சொல்லீராத . . .' எனக் கண்ணடித்தார். 'ஐய்யாவை நான் வேணும்னா வீட்ல கொண்டு போய் விட்டுடட்டுங்களாம்மா . . .' என அவரை மேலும் நடக்க விடாமல் கைகளைப் பற்றிக்கொண்டான். புடைத்திருந்த அவரது புறங்கை நரம்புகள் நீரோடிய வேரென குளிர்ந்திருந்தன. 'இல்ல சாமி அவரு போகட்டும்' என்றார். நினைவு வந்தவராக 'அங்க பாரு பரட்டத் தலையை. வூட்டுக்கு போனதீம் அவனுக்கு எண்ணெய் வைச்சு விடு. நான் சொன்னா ஏதோன்னெ சொல்லுவான்' என்ற பிறகு 'உன்னைய வந்து புடிக்கறன் பாரு' என்றபடியே வேகத்தைக் கூட்டினார்.

அந்த அம்மா 'டேய் பாவி . . ! உன்ற அப்பனை வந்து கூட்டிக்கிட்டுப் போடா என்ற செல்லக்குட்டி' எனக் கதறி அப்படியே மண்ணில் குப்புற விழுந்து குலுங்கினார். அவரை தூக்கியபோது அவரது கை அந்த ஈரக்காற்றிலும் சூடாக யிருப்பதை உணர்ந்தான். அப்போது அவர்கள் தங்கள் முன் ஒளியுடன் சூரியன் எழுவதைக் கண்டனர்.

'டிவிய ஆஃப் பண்ணிப்போட்டு போடான்னேன். பேச்ச கேட்டிருந்தான்னா என் தங்கம் இருந்திருக்கும். க்ரவுண்டுக்கு டைம் ஆச்சுமானு கத்திக்கிட்டே பைக் எடுத்துட்டு போனவன் தான். பஸ் டயருக்குள்ள தலை சிக்கி கூழாக் கிடந்தானப்பா . . .' என்றார். அவருக்குச் சொல்லிச் சொல்லி மரத்துப் போயிருக்க வேண்டும். நாளிதழைப் பிறருக்குப் படித்துக் காட்டுவது போன்ற வறட்சி அக்குரலில் இருந்தது. நடந்துகொண்டிருந்தவரின் பேச்சுகள் தலையைச் சுற்றியே இருந்ததை நினைத்து அதிர்ந்தான்.

அவர் மெதுவாக நடந்து வந்து இயலாமல் அமர்ந்து 'டேய் . . . உம் பையன் தலையில ஒன்னையும் கட்டலை. காதுல சொறுகீட்டு பாட்டு கேட்டுட்டே போறான். பாட்டுல அப்படி என்னதான் இருக்குதோ . . !'

'அடடடா . . . சித்த சும்மா இருக்கமாட்டே . . . ஊர்ல இல்லாத பையன பெத்துட்ட . . .ச்சும்மா தொணதொண தொணனுட்டு . . .'

அவர்களை விட்டு போகாமல் அவன் அங்கேயே அமர்ந்திருந்தான். அழாமல் இருக்க முடிந்த மட்டும் சிரமப்பட்டுக்கொண்டிருந்தான்.

அந்த அமைதி தாங்கமுடியாததாக இருந்தது. அவன் சிறிது கனைத்து அதைக் கலைக்க முயன்றதும் தான் கடுமையாக பேசிவிட்டோமோ என்றெண்ணி அந்த அம்மா மென்குரலில் 'ஏம்பா . . .' என அவரை அழைத்தார்.

அவர் வேறெங்கோ முகத்தை திருப்பி 'ஓவ் . . .' என்றார்.

அந்த அம்மா உடனே முகம் மலர்ந்து, கொண்டுவந்திருந்த சிறிய கூடையிலிருந்து கேன் மூடியைத் திருகி 'தண்ணி குடி' என அவரிடம் தந்தார். கூடவே சில பிஸ்கட்டுகளும். அப்போது அவனை நோக்கி பிரியமாகச் சிரித்தார். செடியில் அசையும் மிக அழகிய பூ என்று தோன்றியது.

பள்ளி முடித்து வந்த சிறுவன் போல அவர் அவற்றை முன்னும் பின்னும் ஆடியபடியே விழுங்கிக்கொண்டிருந்தார். ஏதோ நினைத்தவராக 'டேய் . . . அந்தக் கூடையைக் கொண்டா . . .' என்றார்.

'உம் பையனுக்கு பிஸ்கட் எடுத்து வைச்சிருக்குதெடு. வூட்ல போய் கொடுத்துக்கலாம். நீ ஒண்ணும் செக் பண்ண வேணாம்' என அந்த அம்மா முகத்தை வலித்துக் காட்டினார்.

'அதைய தம்பிக்கு குடுடீ . . .' என பற்கள் தெரிய அவனை நோக்கிச் சிரித்தார். விகற்பமற்ற குழந்தை.

அந்த அம்மா வியப்பு அகலாத முகத்துடன் அவர் சொன்னதை நம்ப முடியாமல் அவருக்கு வெகு அருகில் சென்றுவிட்டிருந்தார்.

அவர் தாமதிக்காமல், 'தம்பியும் நம்ம பையன் தானே' என்றார்.

உறவு

அந்த இரு குடும்பங்களும் ஒரே காம்பௌண்ட் வளாகத்தில் அடுத்தடுத்த வீடுகளில் சுமார் பனிரெண்டு வருடங்கள் வாடகைக்கு வசித்து வந்தன. ஏறக்குறைய சமவயது கொண்டவர்கள். அவர்களின் பிள்ளைகளும் ஒன்றிரண்டு வயது இடைவெளியுடன் பரஸ்பர பிரியத்துடன் பழகி வந்தன. அவர்களின் பழக்கம் அத்தெருவுக்கே மீள முடியாத ஆச்சரியமாக இருந்தது. தொப்புள் கொடி உறவைக் காட்டிலும் அந்நேசம் ஆழ வேர்கொண்டிருந்தது. சில சமயங்களில் பிள்ளைகள் எவர் மடியிலும் யார் வீட்டு சமையல் கட்டிலிலும் புழங்குவது மட்டுமல்ல படுக்கையிலும் உறங்கி கிடப்பார்கள். சேலைகளும் ஆடைகளும் அவ்விரு வீடுகளுக்கும் பொதுவானது. கொஞ்சம் விலகி இருந்தது அப்பாக்கள் மட்டும்தான்.

அந்த வருடத்தின் கோடை காலத்தில், முன் எப்போதுமில்லாதபடி பதினைந்து நாட்கள் தெருக்குழாயில் நீர் வராமல் போகவே குடங்களைத் தூக்கிக்கொண்டு எங்கெங்கோ அத்தெருவாசிகள் அலைந்து திரிந்தனர். நீர் வரும் நாள் தெரிந்ததும் குடங்களின் வரிசைத் தெருவை பாதி அடைத்துக்கொண்டு அனுமனின் வால் போல நீண்டு தெளிந்து கிடந்தது. நேற்று காலை போட்டக் குடத்தின் வரிசை வருவதற்கு அன்றிரவு ஆகிவிட்டது. கழுத்தில் மஞ்சள் கயிறு சுற்றிய முதல் வீட்டுக்குடமும் சிவப்புக் கயிறு கட்டிய அடுத்த வீட்டுக் குடமும் நீர் பிடித்துக்கொண்டிருந்தன. இருவரில் ஒருத்தி மேலும்

ஒன்றை மற்றொருத்தியைத் தள்ளிவிட்டுப் பிடிக்க முயன்றாள். ஆக்ரோஷமாக முதலாமவள் பிடுங்கி எறிந்தாள். வியப்பு அகலாத விரிந்த கண்களுடன் அமர்ந்திருந்தவர்கள் எழுந்து நின்றார்கள். நின்றவர்கள் நெருங்கி வந்தார்கள். ஒற்றைக் குடத்திற்கு அந்த பனிரெண்டு வருடங்களும் மிதிபட்டன. அத்தனை பிரியத்திற்கும் உறவுக்குமிடையே ஆழத்தில் ஊறிக் கிடந்ததெல்லாம் கசப்பும் வெறுப்பும் விஷமுமே.

அவர்களை விலக்கியபோது மாறி மாறிச் சொல்லிக்கொண்ட வசவுகளைக் கேட்டுச் சுற்றி நின்றவர்கள் இப்போது சிரிக்கத் தொடங்கினர். வன்மம் உமிழும் கண்களோடு அழைத்துச் செல்லப்பட்டனர். பிறகு அவர்களுக்குள் பேச்சு முறிந்து முகதரிசனம் கூட அற்றுப் போனது.

அந்த ஒற்றைக் குடம் மழையில் அடித்துச் செல்லப்படும் வரை அருகிலிருந்த சாக்கடையில்தான் வெகு நாட்கள் கிடந்தது.

விருந்து

உடையாத குமிழ்

பதினோரு மணி ஆன பின்பும் அவளது வேலை முடியாமல் நீண்டு சென்றது. வீட்டைத் துடைத்த பின் குளித்துவிட்டுக் கிழிந்து கிடக்கும் தலையணை உறையைத் தைக்க வேண்டும். பசியில் குமிழ்கள் வயிற்றுக்குள் உடைந்து சத்தமிடத் தொடங்கியிருந்தன. மகள் வெளியே நின்று ஹாரன் ஒலிக்கும் ஆட்டோவைப் பிடிக்கப் பையை மாட்டியபடியே வைத்துவிட்டுப் போன பாதி தோசைக் காய்ந்துச் சுருங்கிக் கிடந்தது. அதை வெற்றிலை போல மடித்து மென்று நீர் மொண்டு குடித்ததும் பசி மேலும் கூடுவதை உணர்ந்தாள். சுடுசோற்றுக்காக மதியம் குமார் வீட்டுக்கு வந்து உண்டுவிட்டுப் போவதே வழக்கம். அதற்காக நறுக்க எடுத்து வைத்திருந்த கேரட்டுகளுள் ஒன்றைத் தின்றதும் கண்கள் சற்றே தெளிவது போலப்பட்டது.

மகள்களை வேலைக்குப் பழக்கவே முடிந்திருக்க வில்லை. அவர்களை அதட்டுந்தோறும் குமார் ஊடே புகுந்து அவளைக் கடுமையாகச் சத்தமிட்டுவிட்டு கையோடு முன் அறைக்கு அழைத்துச் சென்று விடுவான். அவள் உள்ளிருந்து முரசறைவது போலப் பல வீடுகளுக்கும் கேட்கும் குரலில் சண்டை யிடுகையில் டிவி ரிமோட் சுவற்றில் தெறித்து துண்டுகளாக கீழே விழும். பிள்ளைகள் பேச்சற்று கண்களை வெறுமனே திறந்து அமர்ந்திருப்பார்கள்.

அழியாத கறையை அழுந்த ஊன்றி துடைத்து இழுத்த போது கைப்பேசி அவளுக்குப் பிடித்த பாடலின் ஒலித்துணுக்குடன் ஒலித்தது.

சொல்லப்பட்ட செய்தியின் விபரீதத்தை உணராமல் அது தன்னிடம் கூறப்பட்டதல்ல என்பது போல நின்றுகொண்டிருந்தாள். 'அட்டாக்' என்பது போல ஏதோ கேட்டது. நிழல் போல இருள் தன்னை மூடுவதாகத் தோன்றியது. 'ஐய்யோ...' என்ற அலறல் அந்த முற்பகலின் வெறுமையில் கேட்க ஆளின்றி அவள் செவிப்பறைக்கேத் திரும்பி வந்தது. பதற்றத்திலும் திகைப்பிலும் அவளுக்கு மூத்திரம் முட்டியது. தெருவிலிறங்கி கை தவறவிட்ட குழந்தை போல தெரிந்த ஆட்களைத் தேடி ஓடி அவர்களின் வீட்டை நெருங்கும் முன் மயங்கி விழுந்தாள்.

அவள் கண் திறந்தபோது அரைமணி நேரத்துக்கு முன்பு சுத்தமாக்கப்பட்டத் தரையில் குமார் வெறும் உடலாகக் கிடத்தப்பட்டிருப்பதைப் பார்த்தாள். சீருடை கழட்டாதக் குழந்தைகள் அவன் மீது விழுந்து கதறிக்கொண்டிருந்தன. அவர்களின் சிறிய குரலுக்கே எழுந்து விடக்கூடியவன் அவன். அவர்களோடு விளையாடுவது போல மூச்சின்றி படுத்திருக்கிறான். இந்தக் கனவு கலைந்துவிட்டால் குமார் வந்து கதவைத் தட்டுவானே என ஓடிய எண்ணத்தால் சட்டென கண் திறந்தாள். அவனைத் தூக்கிச் செல்ல விடாமல் மகள்கள் காலையும் கையையும் பற்றிக்கொண்டு முரண்டு பிடித்தனர். அவள் தன்னுணர்வின்றி கிடந்தபோது அவனை எடுத்துச் சென்றனர்.

மீண்டும் ஒரு முறை கழுவப்பட்டு சிறிய தீபம் ஏற்றப்பட்ட நடுவீட்டில் அவள் தனக்குள்ளாகக் குமுறியபடியே கண்கள் கசியக் கிடந்தாள். இப்படி ஓய்வாகப் படுத்து எத்தனை நாட்கள் ஆகியிருக்கும் என ஓடிய எண்ணத்தை விரட்டும் பாவனையில் பெருமூச்சுடன் எழுந்தமர்ந்தாள். புதிய ஆட்கள் வாய் பொத்திய படி நுழைகையில் அப்போதுதான் நின்றிருந்த அழுகை வெடித்துக்கிளம்பும். குழிமேட்டுக்குப் போய் வந்தவர்களுக்கு உள்ளே பரிமாறும் மணம் அவளைத் தாக்கிற்று. குடலைப் புரட்டும் பசியை ஒதுக்கித் தள்ள முயலுந்தோறும் அது மேலும் வதைத்தது. வற்புறுத்தி உண்ண அழைத்தபோதும் எழ மறுத்து பசியுடன் உள்ளுக்குள் போராடியபடியே சோர்வுடன் ஒருக்களித்துப் படுத்துக்கொண்டாள்.

கண் முன் மிதக்கும் வளையங்களும் தலைசுற்றலும் நீர் குடித்தும் போகாமல் முன்னை விடவும் மூர்க்கமாக வந்தன. விளக்குகள் அணைக்கப்பட்டிருந்த நிசியில் தள்ளாடி எழுந்து எவருக்கும் தெரியாமல் சென்று பாத்திரங்களைத் துழாவி மீந்துக் கிடந்ததை அள்ளிப் போட்டுப் பிசைந்து விழுங்கினாள். ஒன்றுக்குப் போக எழுந்த மூத்த மகள் அம்மாவைப் பார்த்து ஒரு

விருந்து 177

கணம் உறைந்து நின்றாள். பின் யாரேனும் பார்த்துவிடக்கூடும் என நினைத்து அந்தச் சமையற்கட்டின் கதவை மெதுவாகப் பாதி சாத்தினாள். அம்மா சாப்பிட்டுத் திரும்பும்வரை அந்த பக்கமாக எவரும் சென்றுவிடக்கூடாதென நினைத்தவளாக அதற்கும் முந்தைய அறையில் எரியும் விளக்கையும் அணைத்துவிட்டு அந்த இருளுக்குள் அங்கேயே நின்று யாரேனும் வருகிறார்களா என இருட்டையே உற்றுப்பார்த்துக்கொண்டிருந்தாள்.

மிருகம்

கேட்டது கிடைக்கவில்லையென்றால் அடம்பிடிப்பது சுமியின் வழக்கம். அப்பாவின் செல்லம் அவள். எனவே அம்மாவின் கண்டிப்புகளை அலட்சியமாகக் கடந்து செல்வாள். அழுது போக்குக் காட்டிய இரண்டாவது நாள் அவளது அப்பா கிளியோடு வீட்டுக்கு வந்தார். சந்தோஷ மிகுதியில் சுமி தின்றுகொண்டிருந்த தோசையைப் பாதியில் விட்டுவிட்டு எட்டித் தொடும் அண்மையிலுள்ள எதிர் வீட்டு ரகுநாதனை அழைத்து வர ஓடினாள். கூண்டுக்குள் அக்கிளித் தத்துவதைக் கழுத்தை ஆட்டி ஆட்டி விளிப்பதை சுமியின் பின்னால் இருந்து ரகு பார்த்தான்.

கூண்டுக்கதவை மெல்லத் திறந்து, அவள் அம்மா பாதியாக அரிந்து கொடுத்தத் தக்காளியை சுமி உள்ளே தள்ளினாள். அது சிறிது தயங்கி சுற்றிலும் நின்ற முகங்களை சில முறை கழுத்தை ஆட்டிப் பார்த்த பிறகு சாறு வழிந்த தக்காளியைக் கொத்தியது. சுமி ஒரு முறைக் குதித்து கை தட்டினாள். பிறகு தன் செல்ல அப்பாவை இடுப்போடு கட்டிக்கொண்டாள். அவரும் தன் 'செல்ல உண்ணி'யை மேலே தூக்கிச் சுற்றி இறக்கி விட்டார். எங்கிருந்தோ வந்த பூனை தன் மீசை விறைக்க அந்த கூண்டையே பார்த்து நின்றது. கிளி பயத்தோடு அங்குமிங்கும் கால் நகர்த்தி நின்றது. அவள் கோபத்தோடு பூனையை விரட்டினாள். தன்னை கொஞ்சுபவள் ஆயிற்றே என அப்பூனை சற்றே நின்ற போதும் அதை துரத்துவதிலேயே

குறியாக இருந்தாள். பிறகு அவள் அதை தன் வீட்டினருகே கூட அண்ட விடவில்லை.

அந்த வாரம் முழுக்க பள்ளியிலும் டியூசனிலும் அவள் கிளியாக மாறித்தான் அமர்ந்திருந்தாள். சில நாட்கள் கழித்து வழக்கம்போல் காலையில் ஆசையோடு வந்தபோது கழுத்து கடிபட்டுக் கூண்டுக்குள்ளேயே கிளி இறந்து கிடப்பதைப் பார்த்தாள். எதுவும் உண்ணாமல் கீழே புரண்டு சுமி ஓயாமல் அழுது தீர்த்தாள். அவளைச் சமாதானப்படுத்தக் கடைக்குக் கூட்டிப் போய் புதிய ஆடையொன்றை அவள் அப்பா வாங்கித் தந்த போதும் அந்த முகத்தில் களை கூடவில்லை. பிறகு பூனையை எங்கு கண்டாலும் அடித்து விரட்டினாள்.

அந்த உடை வாங்கிய பின் மிச்சப் பணத்தை டேபிள் விரிப்பின் அடியில் உள்ளே தள்ளி வைத்திருந்தார். மறுநாள் தேடியபோது ரூபாய்கள் அங்கிருக்கவில்லை. தைத்து வாங்கி வந்திருந்த ஜாக்கெட்டுகளைக் கண்டதும் சுவர்களில் அவள் அம்மா மோதி விழுவதை தான் சுமி பார்த்தாள். அவர் அங்கேயே அத்துணிகளைக் கிழித்து எறிந்தார். வீடதிரக் கூப்பாடு எழுந்ததுமே ரகுவின் அம்மா அவனை உசுப்பிப் போய் பார்த்து வரச் சொன்னாள். வீடு உள்பக்கமாக தாளிடப் பட்டிருப்பதாக அம்மாவிடம் வந்து சொன்னான். அவள் எழுந்து செல்வதற்குள் உள்ளே ஏதோ பேச்சு முற்றி சுமியின் அம்மா போடும் கூப்பாடு வெளியே கேட்டது. கதவைத் திறந்து வெளியேறிய சுமியின் அப்பா முகம் கடுகடுவென்றிருந்தது. அருகில் சென்ற சுமியை வெடுக்கென்று உதாசீனத்துடன் தள்ளிவிட்டு காறி உமிழ்ந்தவாறு வேகமாக வெளியே போனார். செவிட்டில் விட்ட அடியில் அவள் அம்மாவின் கம்மல் உடைந்து அது காதைக் கிழித்துவிட்டிருந்தது. ரத்தம் கழுத்து வரை ஒழுகி வழிவதைக் கண்டு ரகுவின் அம்மா ஓடிப் போய் காபித்தூளும் மஞ்சள் பொடியும் வைத்துவிட்டாள்.

சுமி இருண்ட முகத்துடன் அமர்ந்திருந்தாள். அந்த வெள்ளைப் பூனை மீண்டும் வந்து நின்று கத்தியது. அவள் வேகமாக எழுவதைக் கண்டு ஓட எத்தனித்து சிறிது தூரம் போய் திரும்பி பார்த்து அப்படியே நின்றது. சுமி உள்ளே போய் அப்பா எப்போதும் இரவில் குடிப்பதற்காக வாங்கி வைத்திருக்கும் பாலை எடுத்துக்கொண்டு வெளியே வந்தாள். கூடவே அவர் சாப்பிடும் வட்டலும். பூனையை அழைத்தாள். அது சந்தேகத்தோடு அவளை பார்த்த பிறகு மெல்ல அடியெடுத்து பம்மி பம்மி அருகில் வந்தது. அவள் அந்த வட்டலில் எல்லா பாலையும் ஊற்றி வைத்தாள். மேலும் அது தயங்கி ஒரு முறை

'ம்யாவ்' என்றது. வினாடிக்கொரு முறை நிமிர்ந்து பார்த்தவாறு வட்டலில் வாய் வைத்து நக்கியது. சுமி உள்ளே பார்க்கத் திரும்பினாள். அங்கு அம்மா இரண்டாக மடிந்து படுத்தபடி விசும்பிக்கொண்டிருப்பது கேட்டது. சட்டெனத் திரும்பி அந்த பாலை கண் எடுக்காமல் பார்த்தபடி தன்னை நோக்கிக் கழுத்தை உயர்த்திய பூனையின் உடலை மெல்ல நீவி விட ஆரம்பித்தாள்.

திரும்புதல்

அம்மா வர்லையான்னு கேட்டதுக்கு இந்த மாமா ஏன் முத்தம் கொடுக்குது. ஆனா அப்பா மாரி மீசை குத்தவேயில்லை. முட்டாய் வாசம் வேற அடிக்குது இந்த மாமாகிட்டயிருந்து. ஸ்வேதா போர்டை மறைக்கறா தள்ளிக்கோன்னு என் நோட்டைக் கிழிச்சுட்டா மிஸ்னு சொல்றதுக்கு எந்திரிச்சேன். பீரியடே முடியல. ஆனா இந்த மாமா வந்து சொன்னதும் எப்பப்பாத்தாலும் ஏதாச்சும் சொல்ற ஒத்த ஜடை மிஸ் ஏன் என்னய தூக்கிக் கட்டிப் புடுச்சு ரெண்டு கன்னத்திலயும் முத்தம் கொடுத்தாங்க. வெட்கமா இருந்துச்சு. யாரா ரெல்லாம் பாக்கறாங்கன்னு ஒத்த கண்ணைத் தேய்க்கறமாரிபாத்தேன்.விகாஷ்மொறச்சுபாக்கறான். நானும் மிஸ்ஸுக்கு முத்தம் கொடுத்தேன். அதுக்குள்ள எறக்கி வுட்டுட்டாங்க. மிச்சம் ஒன்னு இருக்கு. எப்பப் பாத்தாலும் பாட்டி கேக்கறது ஞாபகம் வந்துச்சு. ‘ப்ளையிங் கிஸ்... அதை கொடுத்தேன். பாட்டி மாரி இல்ல, மிஸ் பிடுச்சு கைக்குள்ளாற வச்சுக்கிட்டாங்க. ஆனா இந்த மாமா ஏன் கீழ எறக்கி வுடாம தூக்கீட்டு வர்றாங்க. தூக்க சொன்னா அம்மா கைய இழுத்து தள்ளி விடும். திடீர்னு கடைக்கிட்ட நிறுத்தி மூணு நாலு சாக்லேட் வாங்கிக் கொடுக்குறாரு. பர்த் டே வா மாமானு கேட்டதுக்கு எதுக்கு அழுகறாரு. வேணாம் அம்மா அடிக்கும்னு சொன்னேன். அவருக்கு காதே கேட்கல. பிரிச்சு ஊட்டி விடுறாரு.

அப்பறம் விரலைப் பிடிச்சுக்கிட்டேன். மாமா நில்லுங்கனு சொன்னேன். அம்மாவா இருந்தா பட்னு ஒன்னு கிடைச்சுருக்கும். இந்த வீட்ல ‘ரவுடி

பேபி ...' பாட்டு ஓடுது மாமானு சிரிச்சேன். அப்பாவும் நானும் வீட்ல டேன்ஸ் ஆடுவோம்னு காதுல குசுகுசுன்னு சொன்னேன். நிக்காம போறாரு. அம்மாவே வந்திருக்கலாம். திட்டிக்கிட்டே என்கூட கொஞ்ச நேரம் நிக்கும். இரு இருனு சொல்லீட்டே ஏதோ சொல்ற மாரி மாமாவை கூப்பிட்டு காதை பிடிச்சு 'அது அது ... வந்து ... ஒன்னுமில்ல ... குர்குர்குர் ... ர்ர் ...' சத்தம் போட்ட துக்கு மாமா சிரிச்சுக்கிட்டே என்னை கிச்சுகிச்சு மூட்றாரு ... சாக்லேட் ஒன்னு கீழ விழுந்துருச்சு. ஐஸ்கிரீம் கேக்கலாமானு தோணுச்சு. அப்பாவோட ப்ரெண்ட் ... சொல்லிக் கொடுத்துரு வாருன்னு பயமா இருந்துச்சு. அப்பா அடிக்க மாட்டாங்க ... அம்மாதான் திட்டும் அடிக்கும்.

அம்மாவா இருந்தா பிஸ்கட் பாக்கெட் கொண்டுவந்திருக்கும். சாப்புட்டுக்கிட்டே போறதுக்கு நல்லா இருக்கும். இன்னும் டிபனே சாப்பிடுல. அதுக்குள்ள மாமா கூட்டுக்கிட்டு வந்துட் டாங்க. கொஞ்சம் மிச்சம் வச்சாலே கிள்ளி வைக்கும். அழுது கிட்டே போடினு கத்தீட்டு ஓடிருவேன். பாட்டி தான் அம்மாகிட்ட சண்டை போட்டு என்னைய காப்பாத்தும். விளக்கு ஏத்துனா விழுந்து கும்பிடணும். அப்பதான் நைஸா வூட்டுக்குள்ள வருவேன். சாமி கும்புடும் போது அம்மா அடிக்காது. திருநீறு வச்சுவிட்டு போய் படினு சொல்லும். ஜாலி, அம்மா மறந்துருச்சுனு சும்மா படிக்கற மாதிரி தலையை குனிச்சுக்குவேன். மெதுவா தலையைத் தூக்கி 'குர்குரே வேணும்'னு சொன்னா கண்ணை முழிச்சுப் பாப்பாங்க. படக்குனு குனிஞ்சுட்டு கண்ணை மட்டும் தூக்கி பாப்பேன். மெதுவா டாடிக்கி போன் பண்ணி 'காளான் சில்லி' கேட்டுக்கலாம். உனக்குத் தராம நாங்க ரெண்டு பேரும் சாப்புடுவோம்னு மனசுல சொல்லிக்கு வேன். ஆனா டாடி எனக்கு ஊட்ற மாரியே மம்மிக்கும் ஊட்டி விடும். கிஸ் கொடுத்தாலும் அதே மாதிரிதான். பதிலுக்கு எனக்கு தல சீவி விடும்போது டாடிக்கும் அம்மா தல சீவி விடும். அப்போ உனக்கு தம்பியா தங்கச்சியா ரெண்டுல ஒன்னை தொடுனு அப்பா சொல்வாரு. நேத்து புடிச்ச விரலை இன்னைக்கு பிடிக்க மாட்டேன். தினமும் வேற வேற விரல். சில சமயம் ஏமாத்த ரெண்டு விரலையும் பிடிப்பேன். சட்டுனு டாடி எனக்கு கன்னத்துல முத்தமும் அம்மாக்கு வயித்தல மெதுவா குத்துவிட்டு என்னய பார்த்து சிரிச்சுட்டே டாடா சொல்லுவாரு.

எந்த வீட்ல இருந்தோ நாடகம் ஓடுற சத்தம் கேக்குது. ஸ்கூல்ல ஏதோவொன்னை தொலைச்சுட்டு வந்துருக்கறது தெரிஞ்சாலும் சரி யார்கூடயாவது சண்டை போட்டு யூனிபார்ம் அழுக்கா இருந்தாலும் சரி அம்மா மிரட்டும்.

எதித்து பேசினா அடி கூட விழுகும். எப்பவுமே குறுக்க நின்னு தடுக்கற பாட்டி கூட நாடகம் ஓடுச்சுன்னா ஏன்னு கூட திரும்பி பார்க்காது. மாறி மாறி திட்டிக்கற ரெண்டு பேரும் நாடகம் பாக்கும்போது மட்டும் ஒன்னா ஆயிருவாங்க. அப்ப மட்டும் கரண்ட் போச்சுன்னா அவ்ளோதான். வூட்டுக்கும் வாசலுக்கும் நடையா நடக்கும் பாட்டி. சிரிப்பா வரும்.

என்ன ? இது இங்க எப்படி வந்துச்சு . . . 'துரோகி.' போகுது பாரு. கல் எடுத்து எறிஞ்சேன். ஆமா நேத்து கூட கார்ட்டூன் பாத்துக்கிட்டு இருக்கும்போது சேனலை மாத்துனாங்க. அம்மாவும் பாட்டியும் சேர்ந்து என்னமோ பேசுனாங்க. டிவிக்குள்ள ஒரு ஆன்டி ஒரு பாட்டிய பார்த்து 'துரோகி'னு கத்தினாங்க. தூங்க போறப்ப தான் அப்படீனா என்னனு அம்மா கிட்ட கேட்டேன். எதுக்கெடுத்தாலும் திட்ற அம்மா இதுக்கும்தான் திட்டுச்சு. அப்பாதான் சொல்லிட்டு அம்மாவை நல்லா திட்டுனாரு. போர்வையை போத்திக்கிட்டு நல்லா வேணும் . . . நல்லா வேணும்னு சொல்லிட்டே துங்கிட்டேன்.

மறுக்காவும் கல்ல எடுத்தப்போ கையிலிருந்து பிடுங்கி மாமா வீசுனாரு. இதுதான் உவாவை கடிச்சு வைச்சுதுனு சொன்னேன். 'உவா'வா அப்படின்னான்னு கேக்கறாரு. பூனைன்னு அவர் காதை பொத்தி சொன்னேன். அவருக்கு கேக்கல. கன்னத்தை தட்டி தட்டி கூப்பிட்டேன். அப்பதான் அம்மா வெங்காயம் தொலிக்கும் போது கண்ல தண்ணி நிக்கற மாதிரி அவரோட கண்ணும் இருந்துச்சு. தொடச்சு விட்டேன். கட்டிப் பிடிச்சுட்டு மறுக்காவும் முத்தம் கொடுக்கறாரு.

ஏன் வீட்டு முன்னாடி இவ்ளோ பேர் நிக்கறாங்க. அம்மா எங்க காணோம். எதுக்கு இவ்ளோ சேர் போட்டிருக்கு. எல்லாமே எனக்கு தானா . . ! தரணீஷ் வந்தான்னா சூப்பரா பஸ் ஓட்டலாம். யுனிபார்மைக் கலட்டவேயில்ல. செருப்பை கழட்டறதுக்குள்ள 'வருணு . . .'னு என்னைய பாத்ததும் சத்தம் போட்டு அம்மா ஓஓ..னு அழுகுது. டாடி அடிச்சாதானே அழுகும். ஏன் டாடி இப்படி பெட்டிக்குள்ள படுத்துருக்கறாரு. கண்ணாடி பெட்டிக்கு அம்மா முத்தம் கொடுத்துட்டே இருக்குது. இவ்ளோ மாலை. சாமிக்குதான் மாலை போடுவாங்க. விளக்கு வேற ஏத்தி வைச்சுக்குது. அம்மா திட்றதுக்குள்ள வுழுந்து கும்புட்டுக்கறேன். நான் கும்புட்டதும் மறுபடியும் எல்லாரும் அழுகறாங்க. எனக்கும் அழுகையா வருது. ம்மா. . . அழுகாதம்மா . . . னு சொல்லிக்கிட்டு இருக்கும் போதே அழுகை அழுகையா வந்துருச்சு. டாடி எப்பவும் ஒரு

பக்கமா தானே சாஞ்சு தூங்குவாங்க. இப்ப என்ன இப்படினு நினைக்கும்போதே யாரோ தூக்குன மாதிரி இருந்துச்சு. ஐ..! அனுக்கா, சந்திராக்கா, விக்னேஷ் மாமா . . . மாறி மாறி ஆளாளுக்கு முத்தமா கொடுக்கறாங்க. அப்பறம் அழுகறாங்க. மறுக்காவும் முத்தம். விடுக்கா நான் போய் தரணீஷ்கிட்ட சொல்லணும். எங்க வீட்ல எவ்ளோ பேர் இருக்காங்க . . . உங்க வீட்ல யாருமே இல்லைனு . . ! உவா எங்கயோ ஓடுது. அனு அக்காகிட்ட இருந்து வெளியே வந்து 'உவாக்கு பால் வைக்கணும்மா'னு சேர்ல டாடிகிட்ட உட்கார்த்துக்கிட்டு இருந்த அம்மா காதுல சொன்னேன். அப்படியே சாஞ்சுட்டாங்க. விக்னேஷ் மாமா தான் அம்மாவை பிடுச்சு தண்ணியெல்லாம் மேல ஊத்துனாரு. மெதுவா அம்மா கண்ணை தொறந்துச்சு. மறுபடியும் எனக்கு அழுகையா வந்துச்சு. அப்பாக்கு போன் பண்ணலாம்னா போனையே காணோம்.

விக்னேஷ் மாமா போன்ல எவ்ளோ வீடியோ கேம்ஸ் இருக்கு. விளையாடிக்கிட்டே சேர்ல இருந்து எறங்குனா மேளச் சத்தமா கேக்குது. 'ஏ ரவுடி பேபி . . . ரவுடி பேபி . . .'னு கை தட்டி டேன்ஸ் ஆடுனேன். மாமா போனை புடுங்கி என்னைய பைக்ல உட்கார வச்சாரு. அம்மாக்கு கேக்காதுனு தெரியும்ங்கற தால 'ஐஸ்கிரீம் . . .'னு கத்துனேன். சாவிய நான்தான் போடு வேன்னு சொன்னேன். சரின்னு சொல்லிட்டாரு. இது அப்பா கூட்டிக்கிட்டு போற கடை இல்ல, அதை விட பெரிசு. இங்க கூட ஒரு உவா இருக்கு. மாமாவைக் கூப்பிட்டு அவர் காதுலயும் குர்ர்ர்னு சொல்லலாமானு தோணுச்சு. அப்பறம் கோவிச்சு திருப்பி கூட்டிட்டு போயிட்டாருன்னா என்ன செய்யறது . . ! அதுனால கம்முனு இருந்துட்டேன். நான்தான் என்னென்ன வேணும்னு சொன்னேன். மாமாக்கு ஐஸ்கிரீம் பேரே தெரியலனு நாலு கொண்டு வந்து வச்சாங்க. ஒன்னை மட்டும் எடுத்தேன். எல்லாம் உனக்கு தாம்பானு சொன்னாரு. ஸ்ட்ராபெர்ரிய வச்சுக்கிட்டு இந்த ஸ்வேதா எவ்ளோ பிலுக்குனா . . . இப்ப பாரு. அவ இத பாக்கோணுமாமா . . . கொக்காணி காட்டிக்கிட்டே சாப்புடுவேன். மாமா கண்ணைத் தொடைக்கிறதைப் பாத்துட்டு கடைக்கார அங்கிள் என்னமோ கேட்டாரு.இப்ப அவரு என்ன பண்ணுவார்னு சொல்லட்டுமா... நேரா என்கிட்ட வருவாரு. முத்தம் கொடுப்பாரு. எனக்கு தெரியாதா . . . மாமா ஸ்கூல்லிருந்து கூப்பிட்டுக்கிட்டு வந்ததி லிருந்து எல்லாரும் இததானே பண்றாங்க. அங்கிள் ஒரு நிமிஷம் இருங்க. இந்த ஐஸ்கிரீமை சாப்புட்டுக்கறேன்.

ஆசி

தேர் நிலையிலிருந்து ஆறேழு அடிகள்தான் நகர்ந்திருக்கும். அதற்கே மூன்று மணி நேரத்திற்கும் மேல் ஆகிவிட்டது. ஜன்னைப் போடுகிறவர்களுக் கிடையே அடிதடி. பிறகு அவர்களுக்குத் தாரை தப்பட்டைக்காரர்களுடன் கைகலப்பு. இதனிடையே கட்டை போடுகிறவர்களும். இரவு மட்டும் தான் தேர் ஆட்களால் இழுக்கப்படும். பழைய தேர் எரிக்கப்பட்டு இரண்டாண்டுகளுக்குள் வெள்ளோட்டம் விடப்பட்டப் புதிய தேரின் பிரம்மாண்டமும் வடிவமும் கை கூப்ப வைத்தன என்றால் அவற்றின் இரும்புச் சக்கரங்கள் மலைக்க வைத்தன. ஒவ்வொன்றும் ஆயிரக்கணக்கான டன்கள் எடை கொண்டவை. கொங்கு மண்டலத்தில் முதலாவதும் தமிழகத்தின் இரண்டாவதுமான (முதலிடம் திருவாரூர்) பெரிய தேர் இதுவாகும். நீண்டிருக்கும் அதன் ஆரங்களில் ஒன்றில் தவறுத லாக தலையை இடித்துக் கொண்டவர் கால்மணி நேரம் பேச்சு மூச்சின்றி கிடந்தார். மூன்று மலைப்பாம்புகள் பின்னிக்கொண்டது போன்ற எடை கொண்ட வடக்கயிற்றை ஐந்துக்கும் மேற்பட்ட நபர்கள் சேர்ந்தால்தான் தூக்க முடியும். ஒரு காலத்தில் பத்து நாட்களில் நான்கு ரதவீதிகளில் நின்று நின்று நகரும். இரவு மட்டும் அவிநாசியைச் சேர்ந்தோரும் அதன் சுற்றுப்புறக் கிராமத்தவரும் கேலியும் கிண்டலுமாக உற்சாகமாக இழுத்து சோர்ந்த போது கயிறைக் கீழே போட்டு விட்டு போய் விடுகிறார்கள். நீர் மோரும் பானக்கமும் மாங்காய் வண்டிகளும் பொம்மைக் கடைகளுமாக அந்த பத்து நாட்களும் மொத்த ஊரும் ரதவீதிகளிலும் தேர்க்கடைகளிலும் தான் கிடக்கும்.

கே.என். செந்தில்

இந்த மாபெரும் எடை கொண்ட தேரை சித்திரை வெய்யிலில் மக்கள் வெள்ளத்தால் அசைக்கக் கூட முடியாது. எனவே முன்னாலும் பின்னாலும் புல்டோசர்கள் தள்ள ஜனங்கள் பக்தி கோஷத்துடன் வடக்கயிற்றை ஒருவர் மேல் மற்றவர் விழுந்து சாய்ந்து மிதித்து இழுப்பார்கள். அது ஓர் சடங்கு என்பது போலிருக்கும். ஏனெனில் புல்டோசரே தள்ளும் இழுக்கும் மகாசக்தி. பத்து சதவீதம் வேண்டுமானால் மக்களுக்கு தரலாம். காலை பத்து மணிக்குத் தொடங்கி அதே நாள் மதியம் இரண்டரைக்கு நிலை சேர்ந்துவிடும். அவ்வளவேதான். அந்த புல்டோசரின் ராட்சசப் பற்சக்கரங்களைத் தார்சாலையில் பதித்து முன்னேறும்போது ரோடு பிளந்து பல்லிளித்துவிடும். எனவே அதற்கடியில் பலகை கொடுத்து வர வேண்டும். பலகையில் ஏறி இறங்கியதும் அடுத்த பலகை தயாராகப் போடப்பட்டிருக்க வேண்டும். அதாவது முந்தைய பலகையை தொடுவது போல சொருகி வைப்பது முக்கியம். இரண்டு பக்கமும் இப்படியே. கொஞ்சம் தவறினாலும் கை போய்விடும். ஏன் ஆளே விழ நேர்ந்துவிடலாம். மேலே இருந்தபடி ஒருவர் பச்சைக் கொடியைக் காட்டியதும் கூட்டம் ஆரவாரத்துடன் வடக்கயிறைத் தூக்கும். புல்டோசர் இயக்கப்படும். பலகை போடுபவர்கள் தரையில் முனையை தேய்த்தபடியே பற்சக்கரங் களை நோக்கி ஓட ஆரம்பிப்பார்கள். சிவப்புக் கொடி காட்டப்பட்டதும் அனைத்தும் நிறுத்தப்படும். கொடியின் நிறத்தை தேரின் மேலிருப்பவர் மைக்கில் அறிவிப்பார். கடந்த சில வருடங்களாக அதை நாங்கள்தான் செய்து வருகிறோம். எவரேனும் குறுக்கிட வந்தாலும் காலின் மேல் பலகையைப் போட்டு ஓடும்படி செய்து விடுவோம்.

❍

வேலு அவனது கடைசி தம்பியை விட்டு எங்கள் எல்லோரையும் கூட்டி வர அனுப்பி வைத்தான். குழுமியதுமே சேகர் கண்ணில் பட்டதும் அவனை ஜோதியின் கண்ணிலிருந்து மறைத்து வைக்கவே விரும்பினான். அவன் முகத்தில் காயம் இன்னும் ஆறாமல் இருக்கிறது. மீண்டும் ஜோதி மற்றவர்களைப் பிளந்துகொண்டு காளை போல விலக்கி புகுந்து அடிக்க பாய்ந்தான். வேலு எதுவுமே நடக்காதவன் போல எதையுமே பார்க்காதவன் மாதிரி சிகரெட் பற்ற வைத்துக்கொண்டு 'டீ குடிக்கலாமா . . ?' என பொதுவாகக் கேட்டான்.

ஜோதி,'உன் மூஞ்சிக்கொசரம் தான் வந்தன். கண்ட நாயும் கண்ணுல படும்னா எட்டியே பாத்திருக்க மாட்டன் என்றான்.'

சேகர் அமைதியாகத் தலை கவிழ்ந்திருந்தான். சில மாதங்களுக்கு முன்வரை இருவரும் சட்டைகளை மாற்றி

போட்டுக்கொள்வதும் குடிக்கும்போது இவன் எச்சில் தம்ளரை அவன் அடுத்த ரவுண்டுக்கு ஊற்றிக்கொள்வதுமாக இருந்தவர்கள் தான். ஆறு பேரும் எப்போதுமே பிரியக் கூடாது என அந்த போதையில் எங்களிடம் சத்தியம் வாங்கியவனே ஜோதிதான்.

'கல்யாணம் ஆன பிறகுமா மாப்ள...' என வேலு கேட்டான்.

'கருமாதி ஆகறவரைக்கும்டா மாமா... எந்த புள்ளய எவன் கட்டிக்கிட்டு வந்தாலும் இப்படிதான் இருப்போம்னு சொல்லிப்போடோணும்...' என வேலுவுக்கு ஜோதி முத்தம் கொடுத்தான்.

பாபுவின் தலை நிமிரவேயில்லை. குடிக்க உட்கார்ந்தால் அவன் கழுநீர் குடிக்கும் மாடுதான். சுற்றிலும் என்ன நடந்தாலும் அடுத்தடுத்த ரவுண்டுகளை நோக்கிப் போய்க்கொண்டே இருப்பான். நடுவில் நிறுத்தினால் ஒன்று அழுவான். இல்லை யேல் பாடுவான். இரண்டுக்கும் பயந்து அவனை விட்டு விடுவார்கள். வாந்தி எடுத்தால் அது மணியாகத்தான் இருக்கும். அப்போதே உறங்கியும் விடுவான். வேலுவின் இரண்டாவது தம்பி உடன் வருவான் என்றாலும் எதிலும் கலந்துகொள்ள மாட்டான். சொன்னதை வாங்கி வரும் சிப்பந்தி அவன். வேலுவே ஊற்றிக் கொடுத்தாலும் பிறர் வற்புறுத்தினாலும் சம்மதிக்க வைக்கவே முடியாது. சைடிஷ்கள், வறுவல்களை காலி செய்வதற்கென்றே வருகிறானோ என்றிருக்கும். கையில் எப்போதும் செவன் – அப்புடன் நின்றுகொண்டிருப்பவனை பிறகு கட்டாயப்படுத்த மாட்டோம்.

அவன்தான் மேகலாவுடன் படிப்பவன். ஜோதியும் மேகலாவும் காதலிப்பதை வேலுவிடம் சொன்னதே அவன் தான். பிறகு ரகசியம் பகிரங்கமானது. ஜோதிக்கு இன்னும் வேலை அமையவில்லை. அப்பாவின் கடையை பார்த்துக் கொண்டிருக்கிறானே என்கிற கவலை அவளுக்கு. அவளை வெளியே கூட்டிச் செல்ல ஜோதி போடும் நல்ல சட்டைகள் எல்லாம் சேகருடையதுதான். முதலில் அமையாமல் போகிற வனுக்கு எதுவுமே அமையாது போல. மேகலா தட்டிக் கழித்த வரன்களுக்கு பின்னால் ஜோதி இருக்கிறான் என அவள் அம்மா அறிந்த பிறகு தாமதிக்கவே இல்லை. அவளது அண்ணன் மகனான சேகரை அவளுக்கு நிச்சயம் செய்தாள்.

மேகலா மறுக்க மறுக்க அவளது அம்மாவின் ஆவேசம் கூடிக் கொண்டே இருந்தது. பின் வாசல் அடுப்பெரிக்க வைத்திருந்த மண்ணெய்யை மேலே ஊற்றி நெருப்பு பெட்டியைத் தேடியதும் மேகலா கண்ணீருடன் அம்மாவை அணைத்துக்கொண்டாள். பதிலுக்கு அவள் தாழிட்டு

கே.என். செந்தில்

சேலையை கழுத்தில் மாட்டியபோது அப்பாதான் கதவை திறந்து தடுத்தார். அம்மா ஏதும் பேசாமல் உக்கிரமான சிலை போல சேரில் அமர்ந்திருப்பதைப் பார்த்தாள். சட்டென திரும்பி, 'ஜாதி வுட்டு கட்டுவேங்கறவ உசுரோட எதுக்கு இருக்கற . . . செத்துத் தொலை . . .' என்றபடியே எழுந்து வந்து கையும் உடலும் ஓயும்வரை அடித்தாள்.

ஜோதியைத் தேடி கடைக்கே போய் 'உப்பு போட்டு திங்கறவன் தாண்டா நீ . . . ஒரே அப்பன் ஆத்தாளுக்கு தானே பொறந்த . . . ஆரு எவருன்னு தெரியாம போச்சு உனக்கு. . . ம்ம் . . . ஊர்ல இருக்க முடியாம பண்ணிப் போடுவேன் . . . சாக்கரத . . .' என்றபடி சன்னதம் ஆடினாள். கடையின் பின்புறமே வீடு. ஜோதியின் அம்மா பதிலுக்கு நின்றாள். தெரு நாறியது. மேகலா கல்லூரியிலிருந்து நிறுத்தப்பட்டாள்.

சேகருக்குப் பார்க்காத பெண் இல்லை. சுற்றாத ஊர் இல்லை. ஏன் மேகலாவையே போன வருடம் அவனது அப்பா கேட்டு நின்றார். 'தலையில முடியுமில்லை. ஆளும் சீக்கு வந்த கோழி மாதிரி இருக்கறான். ஒட்டடக் குச்சியாட்டம். காசு பணம் சொத்து சுகமெல்லாம் அப்பறந்தான். பாத்தா பொழைக்கோணும்னு தோணோனுமல்லோ . . . என்னய இப்படீன்னு நினைச்சாலும் செரீ. அதெல்லாம் இல்லீணா . . .' என எழுந்துவிட்டாள். தங்கையைப் பற்றி தெரியுமென்பதால் அவரும் பேச்சை அத்துடன் நிறுத்திக் கொண்டுவிட்டார். இப்போது அவளே வருகிறாள். சேகருக்கு மறுக்கத் தோன்றவேயில்லை. ஜோதிக்கு எழுதவில்லை. உனக்குதான் எழுதி இருக்கிறது என அவன் அம்மா சொன்னதை அப்படியே நம்பினான். அவன் அம்மா பிள்ளைதானே.

அந்த வாரம் குடிக்கு ஜோதியே செலவு செய்கிறேன் என ஆட்களைக் கூட்டினான். சமாதானப்படுத்தத் தேவையில்லை என்பது போல சாதாரணமாக நடந்துகொண்டான். அவன் கண்களிலிருந்த வேறுபாட்டை மணி கண்டுகொண்டான். வேலு நம்பவில்லை. சேகர் மழையில் நனைந்தவன் போல நடுக்கத்துடன் உட்கார்ந்து திருட்டுமுழியுடன் முதல் தம்ளரை காலி செய்தான். இரண்டாவது சுற்று முடிந்ததும் சேகர் நேராக வந்து ஜோதியின் காலில் விழுந்து 'மேகலாவை மறக்க முடியல மாப்ள . . .' என மன்னிக்க வேண்டி இறைஞ்சினான். சுதாகரிப்பதற்குள் முகத்தை தரையோடு வைத்து தேய்த்தான். எங்கு என்றில்லாமல் கை வீச்சில் படுகிற இடமெல்லாம் சேகர் துடித்தான். வேலுவும் பாபுவும் மல்லுக்கட்டி அவனை மீட்க வேண்டி வந்தது. பின் அவர்களில் யாரும் சில வாரங்கள் பார்த்துக்கொள்ளக்கூட இல்லை.

அப்போதுதான் தேருக்கு கொடியேற்றம் நடைபெற்றது. இதோ இப்போது பலகை போட ஆட்களைத் திரட்டின வேலு 'இந்த வெசயும் நாமதான் பலகை போடுறோம். பகை கிகையெல்லாம் அப்பறம்தான் மாப்ள ... ரங்கசாமியண்ணன் நேத்தே சொல்லிட்டாரு. நான் மேலிருந்து பச்சைக் கொடியக் காட்டும்போது உம் பசங்கதான் தெரியணும்னு ...' என சேகரின் மேல் கை போட்டான்.

டீ வந்து விட்டிருந்தது. தப்பிச் செல்ல முயன்ற ஜோதியை பாபு குறுக்கிட்டு தோள் மேல் கை போட்டு தேரிருக்கும் பக்கம் இழுத்துச் சென்றான்.

O

வெய்யில் முந்தைய வருடம் போலவே தான் ஆட்களை எரித்துக்கொண்டிருந்தது. சமாதானத்திற்கு பலரும் 'போனவருஷமே தேவல ...' எனப் பேசிக்கொண்டார்கள். புல்டோசர் டிரைவ ருடன் மோர் குடித்த கொஞ்ச நேரத்தில் தேரின் பின்னா லிருந்து மேளச் சத்தம் முழங்கியது. கட்டை விரலைத் தூக்கினார். பூஜை முடிந்து ஆராதனை ஆனது. பச்சைக் கொடியை அசைக்கவும் புல்டோசர் முடுக்கப்பட்டது. ஆவேசமாகப் பலகைகள் போட்டோம். சேகருடன் வலப்பக்கச் சக்கரத்திற்கு மூவர், ஜோதியுடன் இடப்பக்கத்திற்கு மூவர். யோசனை வேலுவுடையது. ரஸ்னாக்கள், மோர்கள், தண்ணீர், சர்பத்துகள் வந்துகொண்டே இருந்தன. இல்லையெனில் இந்த உருக்கும் வெய்யில் பலகை போட முடியாது. தேர் அசைந்து வரும் அழகில் பக்தர்களின் பரவசம், கூக்குரல் ..! ரங்கசாமி யண்ணன் மைக்கில் வர்ணனை வேறு. ஜோதி பக்கத்தில் வந்து 'இந்த ஆளுகிட்ட மைக்கை புடுங்கிட்டு புல்டோசருக்குக் கீழ உருட்டி விடோணும் மாப்ள ...' என்றதும் வேலுக்கு நிம்மதி வந்தது. ஜோதியால் இனி பிரச்சனையில்லை. வழக்கமான சுபாவத்துக்கு வந்துவிட்டான். பலகையைத் தூக்கிக்கொண்டு ஓடியபடியே வேலு, 'இந்த அய்யரானுக மட்டும் என்ன ... வெண்ணெய்யும் நெய்யும் தின்னு உருண்டை உருண்டையா கொழுத்துக் கிடக்கறானுக... நாலு பேரு மேல ஒக்காந்திருக்க றானுக பாரேன். கல்ல வுட்டு எறியலாமா ...' என்றபடியே மணியிடம் பலகையை கொடுத்துவிட்டு பின்பக்கம் ஓடினான்.

கிழக்கு ரதவீதியையும் தேர் அடைந்தாகிவிட்டது. மேகலாவை ஜோதி பார்த்துவிட்டிருந்தான். தேரையே கவிழ்த்து விடுவான் என்பது போல ஆக்ரோஷம் கூட பலகையை வாங்காமல் அப்படியே நின்றான். மேகலா கண்களைத் துடைப்பதும் வேறெங்கோ பார்ப்பதுமாக நின்றாள். கீழிருந்து

தேங்காய் பழங்கள் கொடுத்து வாங்கப்பட்டுவிட்டன. முழக்கம். பச்சைக்கொடி.

நகர ஆரம்பித்தது. ரதவீதிகள் முற்றுப் பெற்று முக்கில் வளைந்து திரும்ப வேண்டும். பிறகு ஆறேழு மீட்டர்கள். நிலையை அடைந்துவிடும். எங்கோ சமிக்ஞை தவறிவிட்டது. கொடி மாற்றிக் காண்பிக்கப்பட்டு விட்டது. பலகையைத் தூக்கிக்கொண்டு போய் புல்டோசரின் அடியில் சொறுகுவதற்கும் டிரைவர் ப்ரேக் போடுவதற்கும் சரியாக இருந்தது. நிற்கத் திணறித் தடுமாறி எகிறி தேரின் சக்கரத்தினடிக்கு சேகர் சென்று விட்டிருந்தான். சிறிய எறும்பு போல அடியில் கிடந்தான். மேகலாவைப் பார்த்ததிலிருந்தே சேகரிடம் தடுமாற்றமும் பயமும் வந்துவிட்டதை ஜோதி பார்த்துக்கொண்டேதான் இருந்தான். எனவே அவனை விட்டுக் கண்ணே எடுக்கவில்லை. நொடிக்கும் நேரத்திற்குள் பாய்ந்து போய் சேகரை வெளியே இழுத்துவிட்டான். மொத்த இடமும் உறைந்துபோய் ஸ்தம்பித்து விட்டது. 'அவநாசியப்போவ் . . .' என்ற கூக்குரல் எழுந்தது. கன்னத்தில் போட்டுக்கொண்டனர். மற்றவர்கள் சூழ்வதற்குள் அவனை இழுத்துப் போய் அறைந்து

'தாயோளி . . . செத்துப் போயிறாதடா . . . வூட்டுக்கு ஒரே பய்யன் . . .' என மீண்டும் அறைவதற்குள் நாங்கள் சூழ்ந்து கொண்டோம். வேலு 'மாப்ள . . .' என்றபடியே நீர் நிறைந்த கண்களுடன் ஜோதியின் கன்னத்தில் முத்தினான்.

அசம்பாவிதம் என்றதுமே தேங்காய் உடைக்கப்பட்டு பூஜை செய்யப்பட்டது. தவறிருந்தால் மன்னிக்கும்படி தேரில் வீற்றிருந்த அவிநாசியப்பரிடமும் கருணாம்பிகை அம்மனிட மும் முறையீடு செய்யப்பட்டது. நல்லவிதமாக தேங்காய் உடைபட்டிருந்தது. மொத்த ஊரும் தேரை கை கூப்பி வடக்கயிறைத் தொட்டு வணங்கித் தூக்கியது. பூக்கள் தூவப் பட்டன. அப்போதுதான் தேரை பின்தொடர்ந்து மேகலா வந்துகொண்டிருப்பதும் தன்னையேப் பார்த்தபடி நிற்பதையும் ஜோதி உணர்ந்தான். மெதுவாக அவனுக்கு மட்டும் புரியும்படி சிரிக்கிறாளோ . . ! வீசப்பட்ட பூக்களில் ஒன்று அவன் மேல் விழுந்தது. எடுத்து வணங்கி பாக்கெட்டில் வைத்துக் கொண்டான்.

மீண்டும் மேகலா நின்றுகொண்டிருக்கும் திசையைப் பார்த்தான். மேலிருந்து 'பச்சைக்கொடி . . . பச்சைக்கொடி . . .' என அறிவிக்கும் சத்தம் கேட்டது.